स्वातंत्र्य की लग्नबंधन?

तरुणाईसाठी चिंतन-मंथन

शिवराज गोर्लें

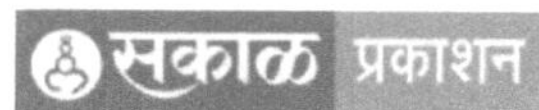

Swatantrya kee Lagnabandhan ?
© Shivraj Gorle, 2024

स्वातंत्र्य की लग्नबंधन ?
© शिवराज गोर्ले, २०२४

प्रथम आवृत्ती	:	फेब्रुवारी २०२४
मुखपृष्ठ	:	मधुमिता शिंदे
मुद्रितशोधन व मांडणी	:	सकाळ प्रकाशन
प्रकाशक	:	सकाळ मीडिया प्रा. लि.
		५९५, बुधवार पेठ,
		पुणे ४११ ००२
मुद्रणस्थळ	:	विकास प्रिंटिंग अँड कॅरिअर्स प्रा. लि.
		प्लॉट नं. ३२, एमआयडीसी, सातपूर, नाशिक
ISBN	:	978-81-19311-75-0
संपर्क	:	०२०-२४४० ५६७८ / ८८८८८ ४९०५०
		sakalprakashan@esakal.com

Disclaimer :

Although the author has taken every effort to ensure that the information in this book was correct at the time of printing, the author and publisher do not assume and hereby disclaim any liability to any party, society for any loss, damage, or disruption caused by errors or omissions, whether such errors and omissions are caused due to negligence, accident, amendment in Act, Rules, Bye laws or any other cause. The views expressed in this book are those of the Authors and do not necessarily refl ect the views of the Publishers.

मनोगत

'टू बी ऑर नॉट टू बी' हा शेक्सपिअरच्या हॅम्लेटला पडलेला प्रश्न. अगदी त्याच धर्तीचा– जगातल्या प्रत्येकाला, त्यातही खास करून आजच्या तरुणाईला पडणारा सर्वांत कळीचा प्रश्न म्हणजे – टू मॅरी ऑर नॉट टू मॅरी?

उत्तर सोपं नाही, हे तर आपल्या बुजुर्गांनी केव्हाच सांगून ठेवलं आहे,

'शादी का लड्डू, जो खाये वो पछताए

ना खाये वो भी पछताए!'

असं ते त्रांगडं आहे.

त्यामुळेच बहुधा –न खाऊनसुद्धा पश्चात्तापच होणार असेल तर खाऊन पस्तावलेलं काय वाईट... असा विचार लोक करत असावेत!

शेकडा ९९ टक्के लोक लग्न करतात (निदान आजवर करत आले आहेत); पण त्यातल्या ९० टक्के लोकांनी आपण 'लग्न कशासाठी करतो आहोत,' याचा विचारच केलेला नसतो. 'लग्नाचं वय झालं की लग्न करायचं, सगळेच करतात, तसंच आपणही करायचं, समाजमान्य संबंधासाठी ते करावंच लागतं...' ही भूमिका खूपच सोपी आहे, पण लग्नानंतरच्या अनेकविध भूमिका निभावणं तेवढंच अवघड आहे.

अर्थात आजचे तरुण-तरुणी स्मार्ट आहेत. त्यांच्यापुढे आज सगळं जग खुलं आहे. प्रत्येक गोष्टीत असंख्य पर्याय उपलब्ध आहेत. त्यांना स्वतःच्या मनाप्रमाणे जगायचं आहे आणि त्यासाठी त्यांना स्वातंत्र्य हवं आहे. ते तसं घेतही आहेत, तरीसुद्धा ते कसं, किती आणि कुठल्या बाबतीत घ्यावं, याबद्दल ते संभ्रमातही आहेत. तसा तर काळ सतत बदलतच असतो, पण शंभर वर्षांत बदलला नसेल इतका तो गेल्या पंधरा-वीस वर्षांत

बदलला आहे. आज जीवनाचा वेग इतका विलक्षण आहे की, जुळवून घेता घेता तरुणाईची दमछाक होते आहे.

'सोशल मीडिया' अवतरल्यापासून तर सारी समीकरणं बदलून गेली आहेत. तरुणाईच्या विचारविश्वातच नव्हे तर भावविश्वातही उलथापालथ होते आहे. सगळं काही स्वतः 'एक्स्प्लोअर' करण्याची त्यांची उर्मी आहे, त्यासाठीची सगळी 'सामग्री'ही त्यांच्या दिमतीला हजर आहे... पण त्यातल्या खाचखळग्यांची त्यांना पुरेशी कल्पना नाही.

या तरुणाईला मी गेली २५-३० वर्षं अगदी जवळून पाहत आलो आहे. 'कुर्यात सदा टिंगलम्' या माझ्या लोकप्रिय नाटकाचा विषय – लग्नाळू तरुण-तरुणींची धांदल – हाच तर होता. मौज म्हणजे काही वर्षांपूर्वी मी थेट 'लवगुरू' या भूमिकेतही होतो. बहुधा 'प्रेमा'संदर्भातला माझा प्रदीर्घ अनुभव ध्यानात घेऊन, एका वृत्तपत्राच्या 'युवा पुरवणी'साठी माझी 'लवगुरू' म्हणून नियुक्ती झाली होती. तरुण-तरुणींच्या 'प्रेम'विषयक प्रश्नांना, प्रत्यक्ष समस्यांना उत्तर देण्याचं 'उत्तरदायित्व' माझ्याकडे होतं. मुलं-मुली अगदी मोकळेपणानं लिहीत असत. मीही तितक्याच मोकळेपणानं संवाद साधत असे. अर्थात थेट सल्ला न देता, त्यांच्या 'प्रेम'विषयक 'फन्डाज्' क्लिअर करत त्यांना स्वतःलाच निर्णय घ्यायला उद्युक्त करत असे.

त्यानंतर अलीकडेच माझा पुन्हा एकदा तरुणाईशी जवळचा संबंध आला. तोही तब्बल तीन वर्षं. एका नामांकित महाविद्यालयात पदव्युत्तर अभ्यासक्रमासाठी 'अतिथी प्राध्यापक' म्हणून मी जात होतो. आठवड्यातून दोन दिवस माझी लेक्चर्स असत. दिवसभर मी तिथेच असे. पण मध्यंतरात मला चांगला दीड तासाचा 'ब्रेक' मिळत असे. या 'ब्रेक'मध्ये काय करायचं, हा माझ्यापुढे प्रश्न होता. पण मुलांनीच तो सोडवला. मी मोकळाच आहे हे पाहून, मुलं-मुली माझ्याशी गप्पा मारायला येऊ लागली. हळूहळू ती संख्या वाढतच गेली. अखेर झालं असं की, आमच्या या अवांतर गप्पांची 'ऑडिशनल सेशन्स'च सुरू झाली! प्रेम, लग्न, सेक्स... कुठलाच विषय आम्हाला वर्ज्य नव्हता. त्यातूनच तरुणाईच्या संदर्भात काही गोष्टी मला अगदी प्रकर्षानं जाणवत होत्या. त्या अशा,

- कळत नकळत, बहुतेकांची 'आपण प्रेमात पडूनच लग्न करावं' अशी सुप्त इच्छा असते पण प्रेम जमेलच याची 'गॅरंटी' कोण देणार?
- जे प्रेमात असतात, तेही तसे 'कन्फ्यूज्ड'च असतात. आपलं प्रेम लग्नापर्यंत पोहोचेलच, याची त्यांना खात्री नसते.
- मुलं लग्नापेक्षाही करिअरचा प्राधान्यानं विचार करत असतात, मुली 'करिअर की लग्न' याविषयी संभ्रमात असतात.

त्याहीपेक्षा महत्त्वाचं म्हणजे लग्नानंतरचा, म्हणजेच तडजोडीचा, जुळवून घेण्याचा, नंतरच्या जबाबदाऱ्यांचा विचारच डोक्यात नसतो! हे सर्व पाहत, अनुभवत असताना, एके दिवशी मला... 'साक्षात्कार'च झाला म्हटलं तरी चालेल.

प्रत्यक्ष 'लग्ना'ची/तो निर्णय घेण्याची, वेळ येईल तेव्हाही मुलं-मुली संभ्रमातच असणार! आयुष्यभराचा तो निर्णय घेता यावा, यासाठीची त्यांची पुरेशी मानसिक, वैचारिक तयारी झालेली नसणारच... तशी ती होऊच शकत नाही! माझी स्वतःची तरी त्या वयात कुठे झाली होती? खरं तर कुणाचीच तशी 'तयारी' झालेली नसते. कारणं अगदी स्पष्ट आहेत.

पहिली गोष्ट, हा निर्णय पंचविशी-तिशीतच घ्यावा लागतो. कशाच्या आधारे घ्यायचा तो? तोपर्यंतचं आयुष्य हे मुख्यतः शिक्षणात, उच्च शिक्षणात खर्ची पडलेलं असतं. ते करता करताच थोडं 'लाइफ एन्जॉय' केलेलं असतं, एवढंच. काहींनी प्रेमाची धुंदी अनुभवलेली असते; पण या दरम्यान पुढचा – एकूण आयुष्याचा – पुरेसा विचारच केलेला नसतो. तशी गरजच भासलेली नसते. बिनधास्त राहायचं, उत्स्फूर्त जगायचं – हाच तर फन्डा... 'कल क्या होगा किसको पता, अभी जिंदगीका ले लो मजा!'

लग्नाचा निर्णय हा आयुष्यभराचा निर्णय असतो खरा; पण प्रत्यक्षात तो घेताना विचार होतो तो फक्त वरवरचा! मला आठवतं, ओशोंनी या संदर्भात म्हटलं होतं, 'आपल्याकडे लग्न करणं सोपं असतं, त्यातून बाहेर पडणं मात्र अवघड असतं. खरं तर उलट असायला हवं. लग्न करणं अवघड असायला हवं, त्यातून बाहेर पडणं सोपं व्हायला हवं.'

अगदी खरं आहे. लग्न करणं फारच सोपं असतं आपल्याकडे. काही वेळा तर, मुलगा कामधंदा करत नसेल, उच्छृंखल वागत असेल तर नातेवाईक घरच्यांना असाही सल्ला देतात, 'काही नाही हो, लग्न करून द्या, येईल आपोआप ताळ्यावर!' म्हणजे बेजबाबदारपणावर 'लग्ना'चा (जालिम) उपाय!

हा तर उलटा न्याय झाला! म्हणूनच मुळात 'लग्न करणं' किंवा 'लग्न लावून देणं' हेच अवघड असायला हवं. लग्न लावणं म्हणजे काही अक्षता टाकून टाळ्या वाजवणं नव्हे. लग्न ही एक जबाबदारी असते, आयुष्यभराची कमिटमेंट असते. ती स्वीकारण्यासाठी पुरेशी शारीरिक, मानसिक, आर्थिक, वैचारिक तयारी झाल्याशिवाय कुणीही लग्नाचा विचार करता कामा नये... आणि केलाच तरी घरच्यांनी, हितचिंतकांनी, समाजातल्या जबाबदार घटकांनी त्यांना रोखायला हवं. मी तर म्हणेन, प्रसंगी शासनानंही त्यांना अटकाव करायला हवा!

ऑलिंपिकसाठी जशी पात्रता फेरी असते तशी लग्नासाठीही असायला हवी. लग्न करण्यासाठीच नव्हे, तर ते यशस्वीपणे निभावून नेण्यासाठीही तुमची पूर्ण 'तयारी' झाली

आहे, हे सिद्ध करा, मगच लग्नाला उभे राहा! कुणी सांगावं, पुढे-मागे शासनानं अशी परीक्षा घ्यायचं ठरवलंच, तर त्यासाठी हे 'पाठ्यपुस्तक' ही ठरू शकेल! हे मी केवळ गंमतीनं म्हणतोय असं वाटेल, पण तशी वेळ आता खरोखरच आली आहे.

अलीकडचीच बातमी आहे, गोव्यात घटस्फोटाची संख्या इतकी वाढली की गोवा सरकारनं लग्न करण्यापूर्वी 'विवाहपूर्व समुपदेशन' सक्तीचं करण्याचा निर्णय जाहीर केला. अर्थात या निर्णयाबद्दल बरीच खडाजंगी झाली. विशेषतः पालकांचाच विरोध झाल्यामुळे तो मागे घ्यावा लागलाय. तरीही सरकारनं तो मुद्दा सोडला नव्हता. त्यासंदर्भात 'श्वेतपत्रिका' काढण्याचा विचार सुरू होता. अर्थात कायद्यानं अशी सक्ती करावी की नाही, हा वादाचा मुद्दा असू शकतो; पण एक तर निर्विवाद – या निमित्तानं तरुणाईसाठी विवाहपूर्व समुपदेशनाची गरज अधोरेखित झाली आहे. त्या दृष्टीनं आता प्रयत्नही सुरू झाले आहेत.

पुण्यासारख्या शहरात गेली कित्येक वर्षं 'साथ साथ विवाह अभ्यास मंडळ' कार्यरत आहे. पुण्याच्याच 'अनुरूप' संस्थेतर्फे 'रंग लग्नाचे – लग्नापूर्वी जाणायचे' अशा कार्यशाळाही घेतल्या जातात. डॉ. अभय बंग व राणी बंग यांच्या 'सर्च' संस्थेतर्फे 'निर्माण' हा उपक्रम आयोजित केला जातो. त्यातही मुलामुलींमध्ये निकोप लैंगिक दृष्टिकोन रूजविण्याचा प्रयत्न केला जातो. देशभरातही आता तरुणाईसाठी 'द जेन्डर लॅब', 'रिलेशानी...' असे अभिनव उपक्रम सुरू झाले आहेत.

विशेष म्हणजे आजच्या 'व्हॉट्स अॅप' आणि 'चॅटिंग'च्या जमान्यातही या उपक्रमांना उत्तम प्रतिसाद असतो. तरुण मुलं-मुली 'पुरुषी' आणि 'बायकी' या चौकटींपलीकडे जाऊन एकमेकांना 'कॉम्प्लिमेन्ट' करत अधिक चांगलं जीवन/ सहजीवन कसं जगता येईल, हे जाणून घेतात. पुरेशा गांभीर्यानं तरीही हसत-खेळत, खुल्या दिलानं चर्चा करतात.

बस्स, आजची अशी तरुणाई, हीच या पुस्तकामागची प्रेरणा आहे. मला कल्पना आहे, विवाहविषयक समुपदेशन करणारी, सुखी संसाराची रहस्यं उलगडणारी अनेक पुस्तकं आज उपलब्ध आहेत. ही पुस्तकं सहसा लग्न झाल्यानंतर किंवा ठरल्यानंतर वाचली जातात. त्यात प्रामुख्यानं 'प्रॅक्टिकल टिप्स्' असतात, त्या निश्चितच उपयुक्त असतात. आपण उत्तरार्धात तिकडेही वळणार आहोत. त्यातूनच लग्नासाठी तुमची 'मानसिक' तयारी आहे की नाही... लग्नासाठी कराव्या लागणाऱ्या तडजोडी, लग्नानंतर होणारे बदल आणि लग्नामुळे येणाऱ्या महत्त्वाच्या जबाबदाऱ्यांसाठी तुम्ही सक्षमच नव्हे तर उत्सुकही आहात का... याचा तुम्ही स्वतः अंदाज घेऊ शकणार आहात. पण त्याही अगोदर मला तुम्हाला 'विचारा'साठी उद्युक्त करायचं आहे. लग्नासाठी मानसिक तयारी महत्त्वाची असतेच, पण आपला प्रयत्न आहे तो त्याहीपेक्षा मूलभूत आणि

व्यापक अशा वैचारिक तयारीचा! म्हणूनच हे 'विवाहपूर्व समुपदेशन' नव्हे... हे आहे 'विवाहपूर्व चिंतन-मंथन'!

मुख्य म्हणजे आपण फक्त विवाहाचा नव्हे तर 'लिव्ह इन रिलेशनशिप'सारख्या अन्य पर्यायांचा, एकटं स्वतंत्र राहण्याचाही विचार करणार आहोत. लग्नाचा निर्णय असो की लग्नाशिवाय राहण्याचा – कुठलाही निर्णय विचारपूर्वक व डोळसपणे घ्यायला हवा, हेच तर अधोरेखित करायचं आहे. एका 'अविचारी' निर्णयाचे परिणाम तुम्हाला आयुष्यभर भोगावे लागतात. तुम्हालाच नव्हे, इतरांनाही... शिवाय कधी संघर्ष, कटुता, मनःस्ताप तर कधी पश्चात्ताप, एकाकीपण, फ्रस्ट्रेशन... असं खूप काही ओढवून घेतलं जातं. योग्य विचारानं, योग्य निर्णयानं, हे सारं टाळणं शक्य आहे. तोच आपला प्रयत्न असणार आहे, पण आपण तिथेच थांबणार नाही आहोत. 'स्वातंत्र्य की लग्नबंधन' हाच आपला 'फोकस' असणार आहे. पण मित्रहो, हेही लक्षात घ्या... 'लग्न' काय किंवा 'स्वातंत्र्य' काय... ही फक्त साधनं आहेत, साध्यं नव्हेत. 'कसं जगावं' यासाठीचे ते मार्ग आहेत, जीवनाची उद्दिष्टे नव्हेत.

पुरुषांना 'स्वातंत्र्य' हवं असलं तरी त्यांना स्त्रीविरहित जगात का जगायचं आहे?

स्त्रियांना 'मुक्ती' हवी असली तरी पुरुषविरहित जगाची कल्पना त्यांनाही अशक्य आहे. मग तरीही स्त्री-पुरुष संघर्ष कशासाठी?

दोघांनी सुसंवादी, समृद्ध सहजीवनासाठी प्रयत्न करायला हवेत आणि दोघांनीही 'माणूस' म्हणून अर्थपूर्ण, आनंदी जीवनाची आस धरायला हवी. त्यासाठी एकमेकांची साथ द्यायला हवी, म्हणूनच सुसंवादी, समृद्ध सहजीवन आणि अर्थपूर्ण आनंदी जीवन अशी व्यापक उद्दिष्टं आपण समोर ठेवणार आहोत. 'लग्न करावं की करू नये' एवढ्यासाठी हा पुस्तकप्रपंच नाहीय. आनंदी जीवन आणि संवादी सहजीवन यासाठी आवश्यक ती वैचारिक स्पष्टता आणि प्रगल्भता, आजच्या तरुणाईत रूजावी असा प्रयत्न आहे. 'लग्न' हे निमित्त तर आहेच, पण लग्नाच्या अनुषंगानं तरीही शक्य तितकं सर्वांगांनं – खास तरुणाईसाठी केलेलं हे चिंतन-मंथन असणार आहे.

विचारवंतांचे विचार, मानसतज्ज्ञ, समुपदेशकांचं मार्गदर्शन याआधारे मी ते केलं आहे. डॉ. आनंद नाडकर्णी, डॉ. अनिल अवचट, डॉ. ऋजुता विनोद, शोभा डे, मंगला गोडबोले, मंगला आठलेकर, वंदना सुधीर कुलकर्णी... किती नावं घ्यावीत? एका अर्थी हे 'कलेक्टिव्ह विस्डम'च आहे, जे मी तुमच्यासाठी शक्य तितक्या सहज, सोप्या शैलीत मांडण्याचा प्रयत्न केला आहे. त्यासंदर्भातल्या काही सर्वेक्षणांचाही आधार घेतला आहे. जयश्री रावळेकर, मिनाली चव्हाण, चंद्रशेखर महामुनी या माझ्या सहकाऱ्यांशी चर्चा, त्यांचे अनुभव... हे सारं नक्कीच उपयुक्त ठरलं आहे. त्यातूनच काही महत्त्वाचे निष्कर्ष, काही निरीक्षणं आणि काही महत्त्वाची सूत्रं मी इथे प्रस्तुत केली

आहेत. अर्थात कुठल्याही सूत्रांपेक्षा प्रत्यक्ष अनुभव आणि उदाहरणं अधिक बोलकी असतात. म्हणूनच शक्य तिथे तरुण जोड्यांचे अनुभव आणि जाणत्या जोडप्यांची उदाहरणं दिली आहेत.

मित्रहो, प्रश्न तुमच्या आयुष्याचा आहे. म्हणूनच त्यासंदर्भात जे मोलाचं ठरू शकेल, ते शिकण्यासाठी तुम्ही उत्सुक असाल, हे गृहीत धरून मी लिहितो आहे. आयुष्यातला 'तो' महत्त्वाचा निर्णय घेण्यासाठी या 'चिंतन-मंथना'चा काही लाभ तुम्हाला होऊ शकला तरच ते सार्थकी लागेल.

धन्यवाद...!

– शिवराज गोर्ले

अनुक्रम

प्रस्तावना

आपण 'लग्न' या विषयावर बोलतो आहोत. या 'लग्न' संस्थेच्या संदर्भात आज जगभरात कशी आणि किती उलथापालथ सुरू आहे, याची तुम्हाला कल्पना आहे काय? आश्चर्याचा धक्काच नव्हे, एका मागोमाग एक धक्के बसावेत अशी एकूण परिस्थिती आहे. असं म्हणता येईल, लंबक या टोकापासून त्या टोकापर्यंत गेला आहे. काळाच्या ओघात असे काही विलक्षण बदल घडत आहेत, की अक्षरशः थक्क होऊन जावं. हे बदल जाणून घेतल्याशिवाय, आपला जो विषय आहे —स्वातंत्र्य की लग्नबंधन —त्याची व्याप्ती, त्याचं गांभीर्य ध्यानात यायचं नाही.

खरं सांगायचं तर यासंदर्भातला पहिला धक्का आम्हाला पंधराएक वर्षांपूर्वींच बसला होता. आम्ही —म्हणजे मी व जयश्री रावळेकर — 'स्त्री विरुद्ध पुरुष' हे पुस्तक लिहीत होतो, तेव्हाच एक आश्चर्यकारक बातमी वाचनात आली होती. त्यावेळची 'ब्रेकिंग न्यूज'च म्हणा ना. ती अशी होती,

'आज जपानमध्ये ७० टक्के महिला अविवाहित आहेत. दहातील सात जपानी स्त्रिया मातृत्वाची जबाबदारी घेऊ इच्छित नाहीत.'

सत्तर टक्के स्त्रियांना 'मातृत्व'च नको आहे? कारण काय? तेही अगदी स्पष्ट दिलेलं होतं,

'मुलांच्या संगोपनात पुरुष काहीच वाटा उचलत नाहीत, त्यामुळे स्त्रियांनाही ती जबाबदारी नको आहे.'

बातमीत पुढे म्हटलं होतं,

'स्त्रियांच्या या 'बंडखोरी'मुळे जपानमधील जननदर इतका खाली आला आहे की, पंधरा-वीस वर्षांनंतर जपानमध्ये तरुण पिढी असणार की नाही, असा प्रश्न उभा राहिला आहे. या विलक्षण राष्ट्रीय समस्येला तोंड देण्यासाठी जपानी सरकार – 'स्त्रियांनो लग्न करा, मातृत्व स्वीकारा', 'संततिनियमनाची साधने वापरू नका' असा प्रचार करीत आहे.'

हे वाचनात आलं होतं, त्यालाही आता पंधरा वर्षं उलटून गेली आहेत. साहजिकच असा प्रश्न येतो – आज काय परिस्थिती आहे? त्यासंदर्भात 'नोमुरा रिसर्च इन्स्टिटट्यूट'नं अलीकडेच जपानमधील तब्बल दहा हजार लोकांच्या केलेल्या सर्वेक्षणातून पुन्हा हेच दिसून येतं की जपानी स्त्रिया आणि पुरुष दोघांनाही लग्न करणं, मुलांना जन्म देणं यात स्वारस्य राहिलेलं नाही. त्यासाठीच्या सामाजिक दबावालाही ते जुमानत नाहीयेत. थोडक्यात काय, सुधारणा तर नाहीच, उलट परिस्थिती अधिक बिकट झाली आहे!

मौज म्हणजे यासंदर्भात चीनमध्येही, विश्वास बसू नये अशी परिस्थिती आहे. लोकसंख्या विस्फोटाला आळा घालण्यासाठी कित्येक दशकं चीनमध्ये 'एक कुटुंब-एक मूल' असं फर्मान होतं. २०१५मध्ये मात्र एकाऐवजी दोन मुलांसाठी अनुमती देण्यात आली. पण तेवढ्यांनीही भागणार नाही असं जाणवल्यामुळे सरकार आता प्रत्येक कुटुंबात निदान तीन अपत्यं असावीत असा प्रचार करीत आहे, त्यासाठी उत्तेजनही देत आहे!

पण हे जे काही घडतं आहे ते फक्त चीन व जपानपुरतं मर्यादित नाहीय... युरोपमधील अनेक देशांमध्येही असंच काहीसं घडतं आहे. किंबहुना जे घडतं आहे, ते याहीपेक्षा गंभीर आहे. आजच्या या विलक्षण वास्तवाकडे लक्ष वेधताना 'अन्यथा' मध्ये गिरीश कुबेर लिहितात –

'आजमितीस जर्मनीच्या अनेक शहरांत निवासी इमारती पाडून उद्यानं तयार केली जात आहेत. माणसंच नाहीत राहायला तर घरांचं करायचं काय?'

म्हणजे माणसांचाच तुटवडा आहे!

इटलीतल्या अनेक शहरांत प्रसूतिगृहांना टाळं लागलं आहे. दाया बेकार झाल्या आहेत आणि शाळेतल्या बायाही! 'बालवाड्या' बंद करून ज्येष्ठांसाठी विरंगुळा केंद्र सुरू झाली आहेत. यात जराही अतिशयोक्ती नाहीय. एका गावात अशी परिस्थिती आहे, की फुटबॉलचा एक संघ भरेल इतकेही तरुण नाहीत.

तरुणांची वानवा आहे! (आयुर्मर्यादा वाढल्यामुळे) वृद्ध मात्र उदंड आहेत! तिकडे दक्षिण कोरियातही अगदीच बिकट परिस्थिती आहे. गेल्या पंचवीस वर्षांत (अठरा वर्षं पूर्ण केलेल्या) तरुणांची संख्या नऊ लाखांवरून अवघ्या पाच लाखांवर आली आहे. सरकारचं धाबंच दणाणलंय. खरं तर गेल्या पंधरा वर्षांत लोकसंख्या वाढावी यासाठी

सरकारनं जवळजवळ अठरा हजार कोटी डॉलर्स खर्च केलेत. जास्त बालकं प्रसवल्यास कर सवलत, महिलांना बक्षिसं, मोफत शिक्षण अशी नुसती खैरात केलीय आणि तरीही जननदर घटतोच आहे. सरकार अक्षरशः हतबुद्ध झालं आहे.

अकेले है, तो क्या गम है?

घर दोघांचं असतं, घर चौघांचं असतं... हेच आपण आजवर ऐकत आलो आहोत. जपानमध्ये मात्र आता अधिकाधिक लोक म्हणताहेत, 'छे हो, घर एकट्याचं असतं!' अंदाज असा आहे – २०४०पर्यंत जपानमध्ये पंधरा वर्षांपुढील किमान ५० टक्के लोक एकटे राहत असतील! जपानी मंडळी 'एकटं राहणं' अगदी सहजगत्या स्वीकारू लागली आहेत. त्यातूनच 'हितोरी'कडे म्हणजेच प्रत्येक गोष्ट एकट्यानंच साजरी करण्याकडे जपान्यांचा कल वाढतो आहे... अगदी पार्टीसुद्धा! होय, 'पार्टी ऑफ वन' हा हॅशटॅग अगदी लोकप्रिय आहे. एकट्यानं आनंद लुटण्यासाठी आता जपानमध्ये 'हितोरी बार' सुरू झाले आहेत.

चीनमध्येही कित्येक वर्षांपासून ११ नोव्हेंबर (११/११) हा दिवस 'सिंगल्स डे' म्हणून साजरा केला जातो. प्रारंभी हा फक्त एकट्या पुरुषांचा 'उत्सव' होता, नंतर एकट्या स्त्रियाही त्यात अभिमानानं सहभागी होऊ लागल्या. इंग्लंडमध्ये ११ मार्च हा 'नॅशनल सिंगल्स डे' म्हणून साजरा होतो. 'व्हॅलेन्टाईन डे'ला प्रत्युत्तर म्हणून काही देशांत 'हॅपी सिंगल्स डे' साजरा केला जातो.

थोडक्यात काय 'गर्वसे कहो हम सिंगल है!'

हा 'सोलो ट्रेन्ड' आता जगभरात पसरतो आहे. 'युरोमॉनिटर' या संस्थेच्या सर्वेक्षणानुसार जगभरात, येत्या काही वर्षांत एकटं राहणाऱ्यांचं प्रमाण कैक पटींनं वाढणार आहे आणि हळूहळू सर्वत्रच 'सुपर सोलो समाज' अस्तित्वात येणार आहेत! अक्षरशः 'न भूतो न भविष्यति' अशी परिस्थिती उभी ठाकली आहे.

आपण कुठे आहोत?

'घर कसं मुलाबाळांनी भरलेलं हवं' या विचारसरणीमुळे आपल्याकडे वर्षानुवर्ष मानवनिर्मितीचं कार्य मोठ्या जोमानं सुरू होतं. सुदैवानं आता परिस्थिती बदलली आहे. कुटुंबनियोजनाच्या प्रभावामुळे आपल्याकडेही आज प्रतिकुटुंब जननक्षमता सरासरी दोनच्या आसपास आहे. ती अजूनही कमी व्हायला हवी; तरीही एक मात्र निश्चित, अन्य काही देशांना भेडसावणारा 'तरुणाई'च्या अस्तित्वाचा प्रश्न आपल्यापुढे असणार नाहीय. किंबहुना भारत आज सर्वाधिक तरुण लोकसंख्येचा – सर्वांत तरुण देश... म्हणून ओळखला जातो. ही आनंदाची बाब आहे, पण खरा प्रश्न आहे तो पुढचा!

कुठल्याही देशातल्या लग्नसंस्थेचं, कुटुंबसंस्थेचं आणि पर्यायानं 'पुढच्या पिढी'चं भवितव्य हे त्या देशातल्या तरुणाईच्या मानसिकतेवर अवलंबून असतं.

साहजिकच असा प्रश्न येतो—काय आहे आपल्या आजच्या तरुणाईची मानसिकता? एक तर निश्चित—आजच्या तरुणाईची मानसिकता, प्राधान्यक्रम, जीवनशैली सारंच बदललं आहे. अनेक कारणं आहेत... शिक्षणाच्या, नोकरीच्या निमित्तानं घरापासून दूर—दुसऱ्या शहरात, परदेशात एकटं राहणाऱ्या तरुणतरुणींची संख्या दिवसेंदिवस वाढतेच आहे. आयटी क्षेत्रात अगदी तरुण वयातच लाखालाखाचं पॅकेज मिळवणारेही आहेत. या साऱ्यांना स्वतःला हवं तसं जगण्याचं स्वातंत्र्य मिळतं आहे. तरुण-तरुणी अगदी मोकळेपणानं एकत्र येत आहेत. परस्परसंबंधातील स्वातंत्र्य खुलेपणानं घेत आहेत. आता तर काय 'डेटिंग साइट्स'ही असतात. तिथे कुणी नताशा/बिपाशा तुमचं स्वागत करते. थेटच विचारते 'आर यू लुकिंग फॉर मेन ऑर विमेन?' तुम्ही फक्त योग्य ठिकाणी 'क्लिक्' करायचं. मग काय... जो जे वांच्छिल तो ते लाहो प्राणिजात!

काही 'सेलिब्रिटीं'च्या उदाहरणांमुळे 'लिव्ह इन रिलेशनशिप'चं आकर्षणही वाढलं आहे. लग्नाचं वय तर पुढं गेलं आहेच. मुद्दा असा... तिशीपर्यंत अशी स्वातंत्र्याची चव चाखल्यामुळे मुलं-मुली आता खूप वेगळा विचार करू लागली आहेत. कुठल्याही बंधनात स्वतःला अडकवून घेणं त्यांना नकोसं वाटतं आहे. त्यातून लग्न हे तर जन्माचं बंधन. काहींच्या मते तर जन्मोजन्मीचं! हवं कशाला ते? त्यामुळेच तरुणाईच्या तोंडी हे प्रश्न येऊ लागले आहेत—

प्रत्येकानं लग्न केलंच पाहिजे अशी काही सक्ती आहे का?

लग्न करून आजवर कुणाचं भलं झालंय?

किती संसार खरंच सुखासुखी चालतात?

हवीय कुणाला ती संसाराची कटकट?

सुखाचा जीव कशाला संकटात घाला?

अर्थात असे प्रश्न विचारणारेही बरेचसे—नंतर लग्नाचाच पर्याय स्वीकारताना दिसतात. कुणी प्रेमात पडल्यामुळे, कुणी घरच्यांच्या आग्रहामुळे, कुणी सामाजिक दडपणामुळे तर कुणी अगदी 'करून तर पाहू' अशा विचारातूनही. साहजिकच ते लग्न निभावण्यासाठी आवश्यक तो संयम असतोच असं नाही. पुरेशी मानसिक तयारी झालेली नसते... जबाबदारीची नेमकी जाणीवही नसते. त्यातूनच सगळ्या समस्या उद्भवतात.

आजच्या तरुणाईची मानसिकता गौर गोपाळ दास यांनी एकाच वाक्यात अगदी नेमकी पकडली आहे. ते म्हणतात, **"हल्ली कसं असतं—लव्ह ॲट फर्स्ट साइट ॲन्ड डिव्होर्स ॲट फर्स्ट फाईट!"** पुन्हा त्याची काही खंतही नाही. 'आज मैंने सैय्याजीसे ब्रेकअप कर लिया' म्हणत 'ब्रेकअप'चंही सेलिब्रेशन!

'स्त्री-पुरुषांमध्ये आदिम प्रेरणेनं उपजणारी 'प्रेम' ही भावनाच आपण हद्दपार करायला निघालो आहोत का?' असा परखड प्रश्न उपस्थित करून 'स्पाऊज' या लोकप्रिय पुस्तकात शोभा डे म्हणतात,

'बाहुला-बाहुलीचा खेळ करावा तितक्या सहजपणे लग्नाचा डाव उधळून टाकणारी कित्येक तरुण जोडपी मी पाहते. जोडीदाराला समजून घेण्याची इच्छा नाही. तडजोड नावाचा शब्दच माहीत नाही आणि स्वातंत्र्याने आधीच उंचावलेल्या नाकावर भला मोठ्ठा 'इगो'! मुंबईतले सगळे क्लब आणि लाऊन्जबार तिशीच्या आतल्या एकेकट्या घटस्फोटित तरुण-तरुणींनी भरभरून वाहताना दिसतात ते काय उगाच?'

ज्यांची लग्नाची इच्छा आहे असे तरुण-तरुणीही अवतीभवतीच्या वाढत्या घटस्फोटांची संख्या पाहून संभ्रमात पडत आहेत. थोडक्यात काय, आजच्या तरुणाईसाठी कळीचा प्रश्न आता हाच असणार आहे – टू मॅरी ऑर नॉट टू मॅरी! लग्न करावं की करू नये?

खरं आहे. हे सगळं अगदी खरं आहे, पण हेही तितकंच खरं आहे की हे मुख्यतः शहरी (त्यातही मुंबईसारख्या शहरात राहणाऱ्या) तरुणाईचं चित्र आहे. खरा प्रश्न आहे तो – अफाट विस्तार असलेल्या आपल्या देशातल्या निमशहरी आणि ग्रामीण तरुणाईचा. संख्येनं अफाट असलेली ही नवी पिढी नेमका कसा विचार करते आहे. बदलत्या काळाचा त्यांच्यावरही असाच परिणाम झाला आहे काय?

व्हॉट मिलेनियल्स वॉन्ट?

मुळात मिलेनियल्स म्हणजे काय? तर इंटरनेटच्या युगात जन्मलेली आणि जागतिकीकरणाशी समरूप झालेली पहिली पिढी म्हणजे मिलेनियल्स. देशात या पिढीची लोकसंख्या आज ४५ कोटींच्या आसपास आहे. याच पिढीचा प्रतिनिधी असलेल्या विवान यानं अवघ्या देशभरात भ्रमंती करून तरुणाईशी व तज्ज्ञांशी संवाद साधून, विविध सर्वेक्षणांचा आधार घेऊन या 'मिलेनियल्स'ची मानसिकता जाणून घेण्याचा प्रयत्न केला. त्यातून त्याच्या हाती आलेले निष्कर्ष त्यानं *व्हॉट मिलेनियल्स वॉन्ट* या पुस्तकात प्रस्तुत केले आहेत. त्यातील सर्वांत आश्चर्यकारक (खरं तर धक्कादायक) निष्कर्ष असा आहे –

आजच्या 'मॉडर्न जमान्या'तही आपल्या देशातले सुमारे ८४ टक्के मिलेनियल्स स्वतःच्या लग्नाविषयी स्वतः निर्णय घेत नाहीत. 'लव्ह मॅरेज'पेक्षा 'अरेन्ज्ड मॅरेज'ला – एवढंच नव्हे तर त्यातही आई-वडिलांनी ठरवून दिल्याप्रमाणे लग्न करण्यासच ते प्राधान्य देतात.

यामागचं कारण असं आहे – पाश्चात्त्य देशात मुलं-मुली कमावू लागली की स्वतंत्र राहू लागतात. त्यांच्याकडे 'स्टेईंग विथ पेरेन्ट्स' हे फारसं गौरवाचं मानलं जात नाही. आपल्याकडे मात्र ही पिढी आई-वडिलांच्या छत्रछायेखाली अधिक काळ राहत असल्यामुळे त्यांना पालकांनी निवड केलेल्या व्यक्तीशी लग्न करण्यात काही वावगं वाटत नाही. साहजिकच आंतरजातीय आणि आंतरधर्मीय विवाहासंदर्भात तरुणांची मतंही फारशी अनुकूल नाहीत. आणखी विशेष म्हणजे यातील बहुसंख्य (६५ टक्के) तरुणांना आजही सरकारी नोकरीचंच आकर्षण आहे! थोडक्यात ही तरुणाई अजूनही मागच्या पिढीसारखाच विचार करणारी आहे!

अर्थात विवानचं हे निरीक्षणही महत्त्वाचं आहे. तो म्हणतो 'अनेक बाबतींत देशातल्या शहरी व बिगरशहरी तरुणाईत अगदी स्पष्ट तफावत दिसत असली तरी एका बाबतीत हे दोन्ही वर्ग एकाच पातळीवर दिसतात – ती गोष्ट म्हणजे तंत्रज्ञान आणि गॅजेट्स! स्मार्ट फोन आणि इंटरनेटमुळे जगभरातील नवीन ट्रेन्ड्स, फॅशन, रोजगाराच्या संधी, पगारांचे आकडे हे सगळं आता ग्रामीण तरुण पिढीलाही समजू लागलं आहे. मनोमन त्यांच्या आकांक्षांनाही धुमारे फुटू लागले आहेत. आजची त्यांची परिस्थिती प्रतिकूल असली तरी आपल्याच पिढीच्या न्यूयॉर्क किंवा मुंबईतील तरुणांप्रमाणे आयुष्य जगण्याची इच्छा त्यांच्याही मनात बळावू लागली आहे.'

आपल्याला अर्थातच शहरी, निमशहरी आणि ग्रामीण अशा समस्त तरुणाईचा विचार करायचा आहे. त्या दृष्टीनं मुख्यतः या तीन प्रश्नांच्या अनुषंगानं आपण हे चिंतन-मंथन करणार आहोत :

एक : स्वातंत्र्य की लग्नबंधन, हा निर्णय तरुणाईनं कशाच्या आधारे घ्यायला हवा ?

दोन : आज पारंपरिक लग्नाला 'लिव्ह इन', 'डबल इन्कम नो किड्स' असे जे पर्याय पुढे येत आहेत, ते कितपत व्यवहार्य आणि उपयुक्त आहेत ?

तीन : बहुसंख्य तरुण-तरुणी 'लग्ना'चाच पर्याय निवडणार असतील तर आजच्या काळात, बदलत्या परिस्थितीत तोही निर्णय योग्य ठरण्यासाठी त्यांनी कशाचा – खरं तर कशाकशाचा विचार करायला हवा ?

निर्णय घ्यावा कसा ?

लग्नाचा निर्णय असो की लग्न न करण्याचा निर्णय असो, दोन्ही निर्णय सोपे नसतात. कारण त्यासंदर्भात प्रत्येक तरुण-तरुणीच्या मनात कितीतरी अनुत्तरित प्रश्न असतात, छोटी-मोठी द्वंद्वं असतात :

- करिअरला प्राधान्य द्यायचं की 'योग्य' वयातल्या लग्नाला?
- स्वतःच्या इच्छा, आकांक्षांना महत्त्व द्यायचं की कुटुंबीयांच्या मतांना?
- लग्नाचा निर्णय घेताना विचार महत्त्वाचे की भावना?
- एखाद्या व्यक्तीच्या प्रेमात असतानाही 'विचारपूर्वक' निर्णय घ्यायचा तो कसा?
- लग्न ही तडजोड तर असतेच, पण ती किती करावी? कशाकशात करावी?
- जोडीदाराची निवड करताना खरे महत्त्वाचे निकष कोणते?
- दोन-चार भेटींतूनच पूर्णतः अनोळखी अशा व्यक्तीची 'जीवनसाथी' म्हणून निवड करायची ती कशी?
- अशी निवड केलेल्या व्यक्तीशी आयुष्यभराची साथ निभवायची ती कशी? लग्न करणं सोपं आहे – पण ते टिकेल, बहरेल याची खात्री कशी देता येईल?
- उलटपक्षी स्वतःला हवं तसं जगता यावं म्हणून एकटं राहायचं ठरवलं तरी आयुष्यभर एकटं राहणं झेपेल का, हे ठरवायचं कसं? वेळीच लग्न न केल्याचा पुढे पश्चात्ताप होणार नाही ना?

प्रश्नांची ही यादी आणखीही वाढवता येईल. मुद्दा असा आहे – स्वातंत्र्य की लग्नबंधन –हा निर्णय घेण्यासाठी प्रथम तुम्हाला या साऱ्या उपप्रश्नांची उत्तरं मिळवावी लागतील. जसजशी तुम्हाला ती मिळत जातील, जसजशी तुमच्या मनातली द्वंद्वे मिटत जातील... तसतसं मूळ प्रश्नाचं उत्तरही तुम्हाला स्पष्ट होईल. अट एकच आहे, प्रथम तुमच्या 'फन्डाज् क्लिअर असायला हव्यात!' होय, मुळात तुमचे विचार, तुमच्या संकल्पना, तुमचे प्राधान्यक्रम स्पष्ट असतील तर ही उत्तरं तुम्हाला निश्चित मिळू शकतील. मुख्य म्हणजे त्यानंतर कुठलाही महत्त्वाचा निर्णय तुम्ही अगदी सहज आणि आत्मविश्वासानं घेऊ शकाल. कसा, तो या एका छोट्याशा उदाहरणातून नेमकं स्पष्ट होईल. ते मी मुद्दामच 'प्रश्नोत्तर' स्वरूपात देतो आहे. लग्नाळू तरुण आणि त्याचा मित्र यांच्यातलं हे संभाषण आहे.

'काय मित्रा, लग्नाचा विचार आहे की नाही?'

'आहे तर!'

'मग मुली पाहायला सुरुवात केलीस की नाही?'

'नाही.'

'का?'

'मला अरेन्ज्ड मॅरेजमध्ये इन्टरेस्ट नाहीय.'

'ओह्! लव्ह मॅरेज करायचंय!'

'होपफुली!'

'लेकिन दोस्त, यू कान्ट अरेन्ज फॉर लव्ह मॅरेज!'

'आय नो! लव्ह मॅरेज ना सही... 'सेल्फ अरेन्जड'ही सही!'

'पण तशी कुणी नाही भेटली तर?'

'नाही करणार!'

'लग्नच नाही करणार?'

'नाही!'

'पण मग... मुलांचं काय? मुलं नकोत?'

'तसं मी ठरवलेलं नाहीय, पण फक्त मुलं हवीत म्हणून लग्न करणार नाही मी. सांगितलं ना... तशी कुणी खास भेटली – जिच्यासोबत आयुष्य मजेत जाऊ शकेल अशी – तरच लग्न! मग ठरवता येईल मुलांचं काय ते... तेही तिच्याशी बोलून मगच...'

या छोट्याशा संभाषणातूनसुद्धा खूप शिकण्यासारखं आहे. त्या तरुणाच्या विचारांत किती स्पष्टता आहे पाहा. आपल्याला नेमकं काय हवंय आणि काय नकोय, याविषयी त्याच्या मनात जराही संदेह नाहीय. त्याला एकटं राहायचंय का? नाही! लग्न करावं अशीच त्याची इच्छा आहे.

मात्र 'अरेन्ज्ड मॅरेज' हा पर्याय मान्य नसल्यानं 'मुली बघणं' या फंदात पडायचं नाही, याबद्दल तो ठाम आहे. 'लव्ह मॅरेज' होऊ शकलं तर त्याला नक्कीच आवडेल. (तसंही ते कुणाला आवडणार नाही?) पण त्याबाबतीत तो फक्त 'होपफुल' आहे. 'ते माझं स्वप्न आहे,' अशी त्याची भाषा नाहीय. म्हणजेच तो फक्त 'रोमँटिक' नव्हे तर 'प्रॅक्टिकल' ही आहे. अ व्हेरी रेअर कॉम्बिनेशन! 'प्रेमविवाह काही ठरवून करता येत नसतो,' हे वास्तव त्यानं स्वीकारलं आहे.

तो त्याचा अट्टाहास नाहीय. म्हणूनच 'सेल्फ अरेन्जड्' हा पर्याय स्वीकारण्याची लवचिकता त्याच्याकडे आहे. अर्थात त्याबाबतीतही 'तशी कुणी भेटणं हा योगायोगाचा भाग आहे,' याची त्याला कल्पना आहे. म्हणूनच एकटं राहावं लागलं तर त्यासाठी त्यानं मानसिक तयारी ठेवली आहे. 'मुलां'च्या बाबतीतही त्याचे विचार स्पष्ट आहेत. 'मुलं नकोत' असं काही त्यानं ठरवलेलं नाहीय, पण केवळ 'मुलं हवीत' म्हणून लग्नाचा विचार तो करू शकत नाही. मुलांचा विचार हा लग्नानंतरच करायचा आणि तो निर्णयही दोघांनी मिळून घ्यायचा, याबाबतीतही तो अगदी ठाम आहे. हे त्याचे विचार तर अगदी 'योग्य'च म्हणावे लागतील. एक तर निश्चित, 'लग्ना'कडे तो पुरेशा गांभीर्यानं बघतो आहे. 'लग्न करायला हवं' हे तो जाणून आहे, पण त्याचवेळी लग्न नुसतं करून चालत नाही, ते निभवावं लागतं, याचंही त्याला भान आहे. त्यासाठी मुख्यतः दोघांचे सूर

जुळतील अशी कुणी भेटली तरच आपण आनंदात राहू शकू, अशी त्याची धारणा आहे. अर्थ अगदी सरळ आहे. तो स्वतःला पूर्ण ओळखून आहे! त्यामुळेच अगदी महत्त्वाचे निर्णयही तो सहज घेतो आहे... पुढेही घेऊ शकणार आहे.

खरी कसोटी पुढेच!

लग्नासंदर्भातला निर्णय पूर्ण विचारांती घ्यायला हवा, त्यासाठी तुमच्या 'फन्डाज्' क्लिअर असायला हव्यात, याबाबत दुमत होऊच शकत नाही. परंतु कितीही विचारपूर्वक निर्णय घेतला, कितीही 'योग्य' निर्णय घेतला तरी 'सगळं संपलं' असं होत नसतं. किंबहुना तीच तर सुरुवात असते. खरी कसोटी पुढेच असते.

आयुष्यभर एकटं, स्वतंत्र राहणं काय किंवा सुखानं संसार करणं काय... दोन्ही सोपं नसतं. त्यासाठीही खूप काही पूर्वतयारी आवश्यक असते. तीही आपण पुढे करणारच आहोत, पण मी प्रारंभीच म्हटल्याप्रमाणे आपण तिथेच थांबणार नाही आहोत. अर्थपूर्ण, आनंदी जीवन अन् सुसंवादी समृद्ध सहजीवन ही आपली अंतिम उद्दिष्टं आहेत. ती आपण कशी साध्य करणार आहोत? मुळात 'स्त्री-पुरुष संबंध' हा आपल्या विषयाचा गाभा आहे. त्यामुळे खरा प्रश्न असा आहे – त्या संदर्भातले तुमचे विचार कितपत स्पष्ट आहेत? स्त्री आणि पुरुष यांच्यात किती आणि कसे भेद आहेत, हे तुम्ही जाणता का? त्याच भेदांचं परस्परपूरकतेत रूपांतर करून सुसंवादी अन् समृद्ध सहजीवन कसं जगायचं याचा तुम्ही विचार केलायत का? त्याहीपुढे जाऊन, एक माणूस म्हणून आपलं आयुष्य अर्थपूर्ण अन् आनंदी कसं जगायचं याचा विचार केलात का?

मुळात हे सांगा ना... तुम्ही स्वतःबद्दल तरी पुरेसा विचार केलाय का? आयुष्यात तुम्हाला नेमकं काय हवंय, याचा विचार केलाय का? कसा कराल? कशासाठी कराल? आजवर तसा विचार करण्याची कधी वेळच आली नसणार...

मित्रहो, तीच वेळ आता आली आहे!

लग्न हा आयुष्याचाच भाग असतो आणि आयुष्य आनंदानं जगण्यासाठीच असतं, पण 'लग्न' काय किंवा 'आयुष्य' काय काहीच 'कॅज्युअली' घ्यायचं नसतं! म्हणूनच 'स्त्री-पुरुष' संदर्भातले आणि एकूणच आयुष्यासंदर्भातले तुमचे 'फन्डे'ही क्लिअर असायला हवेत. ते 'क्लिअर' होतील तेव्हाच तुमच्या मनातले बरेचसे गुंते सुटतील, द्वंद्व मिटतील आणि मला खात्री आहे – कुठलाही निर्णय घेण्यासाठी तुम्ही 'फुल टू रेडी' व्हाल! हे पुस्तक हा त्याच दिशेनं केलेला एक प्रयत्न आहे...!

भाग पहिला

कुठलाच निर्णय कधी संपूर्ण बरोबर किंवा संपूर्ण चुकीचा नसतो. कुठलाही निर्णय हा जसा व्यक्तिसापेक्ष असतो, तसाच स्थळकाळानुसारही बदलत असतो. शिवाय आजचा योग्य निर्णय परिस्थिती बदलल्यामुळे उद्या चुकीचाही ठरू शकतो. पण म्हणून निर्णयच न घेणं, हे काही त्याच्यावरचं उत्तर नाही. मेकिंग नो डिसिजन इज ऑल्सो अ डिसिजन इन अ वे!

निर्णय घ्यायला धाडस लागतं व त्याचे चांगले-वाईट परिणाम स्वीकारायला हिंमत. योग्य वेळी अचूक निर्णय घेणे व त्याच्या बऱ्या-वाईट परिणामांसकट – स्वतःवरच्या व दुसऱ्यावरच्या विश्वासानं तो निभावून नेता येणं, हे माणसाच्या यशाचं एक गमक आहे.

– डॉ. आनंद नाडकर्णी

(मानसतज्ज्ञ)

एक

द्वंद्वे आणि फन्डे

आयुष्यात निर्णय तर घ्यावेच लागतात, निवड तर करावीच लागते. मुळात 'जगणं' याचा अर्थच – निवड करण्याचं, निर्णय घेण्याचं स्वातंत्र्य. या स्वातंत्र्यामुळेच तर माणसाला स्वतःचं जगणं आनंदी अन् अर्थपूर्ण करण्याची संधी असते.

प्रत्येकाचा स्वभाव वेगळा असतो, प्राधान्यक्रम वेगळा असतो, आवडीनिवडी वेगळ्या असतात. त्यानुसार, समोर जे पर्याय असतात, त्यातून कुठल्या पर्यायाची निवड करायची, याचं प्रत्येकाला स्वातंत्र्य असतं. मात्र हेही लक्षात घ्या :

स्वातंत्र्य म्हणजे स्वैराचार नव्हे.

हाच आपला पहिला फन्डा आहे. तरुणाईसाठी तर तो सर्वाधिक महत्त्वाचा आहे. तुम्हाला जसं स्वातंत्र्य असतं तसं ते इतरांनाही असतं. तुमच्या 'स्वातंत्र्या'मुळे इतरांच्या स्वातंत्र्यावर अतिक्रमण होणार नाही, याची खबरदारी घ्यावी लागते. दुसरी गोष्ट – जो काही पर्याय तुम्ही निवडाल, जो काही निर्णय घ्याल – त्याच्या परिणामांची संपूर्ण जबाबदारीही तुम्हीच स्वीकारायची असते. स्वातंत्र्यासोबत ही जबाबदारी येतेच. म्हणूनच मिळालेलं स्वातंत्र्य हे पूर्ण जबाबदारीनंच उपभोगायचं असतं. मुळात आपल्याला स्वातंत्र्य हवं असतं ते आपल्या मनासारखं जगता यावं म्हणून. तो एका अर्थी तुमचा अधिकारही असतो. पण हेही लक्षात घ्यायला हवं, की कुठलंच स्वातंत्र्य अमर्याद नसतं. सगळ्याच बंधनांतून मुक्त असं कुणीच नसतं. तरीही आपल्याला हे नक्कीच शक्य असतं –

आपल्या गरजांना प्राधान्य देता येईल, आपल्या विचार, भावनांना मोकळेपणा मिळेल, आपल्या आवडी-निवडींवर कमीत कमी मर्यादा येतील या दृष्टीनं पटतील ती

किमान बंधनं स्वीकारायची आणि त्यातूनच जगणं अर्थपूर्ण करण्यासाठी धडपडायचं! लग्न हा पारंपरिक पर्याय आणि त्यासोबत येणारी चौकट स्वीकारूनही अर्थपूर्ण जगता येईल, असं ज्यांना वाटतं त्यांना 'लग्नबंधन' स्वीकारण्याचंही स्वातंत्र्य असतं. मात्र ज्यांना तसं वाटत नाही, त्यांना ते बंधन नाकारण्याचंही स्वातंत्र्य असतंच. एक मात्र निश्चित – लग्न करण्याचा निर्णय असो की लग्न न करण्याचा – कुठलाही निर्णय हा विचारपूर्वकच घ्यावा लागतो. प्रत्यक्षात तो तसा घेतला जातोच असं नाही. तशी तर असंख्य उदाहरणं देता येतील पण प्रारंभी ही दोनच उदाहरणं पाहूयात.

पहिलं आहे एका प्राध्यापक महोदयांचं. अतिशय बुद्धिमान, सुस्वभावी व विद्यार्थीप्रिय. ते अविवाहित होते. त्या संदर्भात एका मुलाखतीत प्रश्न केला गेला तेव्हा त्यांचं उत्तर होतं, "लग्न केल्यामुळे माझ्या मोठ्या भावाचे जे हाल झाले, ते मी पाहिले होते. तेव्हाच ठरवलं होतं, आपण लग्न करायचं नाही!"

कसा वाटतो तुम्हाला त्यांचा हा निर्णय?

अतिशय विचारी व बुद्धिमान अशा प्राध्यापक महोदयांनी हा निर्णय पूर्ण विचारांती घेतलेला वाटतो का? स्पष्टच बोलायचं तर हा काही विचारपूर्वक घेतलेला निर्णय नव्हे. केवळ एका अनुभवाच्या अवाजवी प्रभावातून तो घेतला गेला आहे. त्यामुळे तो काही 'स्वतंत्र विचार' म्हणता येत नाही. स्वातंत्र्य मिळालं आहे, पण ते काही फारसं आनंदानं घेतलेलं नाही. 'मलाही असाच अनुभव आला तर', या काल्पनिक शक्यतेपोटी स्वतःवर आयुष्यभराचं 'एकटेपण' लादलेलं आहे. स्वतःला स्वातंत्र्य हवं या विचारातून त्यांनी हा निर्णय घेतलेला नाही. खरं तर काय हवंय, यापेक्षा काय टाळायचंय – एवढाच विचार आहे.

काहीसं त्याच जातकुळीतलं, तरीही थोडं वेगळ्या धर्तीचं... हे दुसरं उदाहरण. एका सुस्वरूप, सुशिक्षित, सुस्वभावी मुलीचे वडील अत्यंत हेकेखोर, आक्रस्ताळे असतात. प्रसंगी पत्नीवर हात उगारणारेही. काय वाटेल ते झालं तरी आपला नवरा वडिलांसारखा नको, हे तिने पक्कं ठरवलेलं असतं. त्यामुळे ती मुद्दामच शांत, सौम्य स्वभावाच्या मुलाची निवड करते. खरं तर तो बेताची कुवत असलेला, कसलीच महत्त्वाकांक्षा नसलेला, अतिशय साधारण असा असतो. लग्नानंतर काही दिवसांतच आपली निवड चुकल्याचं तिला कळून येतं. ती घटस्फोटासाठी अर्जही करते. पण 'अशा' कारणांसाठी घटस्फोट मिळणंही सोपं नसतं. 'वडिलांसारखा आक्रस्ताळा नको' हा विचार योग्यच आहे, पण म्हणून 'फक्त शांत स्वभावाचा असला म्हणजे पुरे' हा विचार योग्य नव्हे. इथेही तोच मुद्दा आहे, वडिलांच्या वागण्याच्या अवाजवी प्रभावातून – तोच एकांगी निकष लावून चुकीची निवड केली आहे, चुकीचा निर्णय घेतला आहे.

योग्य निर्णयासाठी स्वतंत्र विचार आवश्यक असतो.

स्वतंत्र विचार करायचा असेल तर तुम्हाला कुठल्याही गोष्टींच्या अवाजवी प्रभावापासून सावध असावं लागतं – तो जाणीवपूर्वक, प्रयत्नपूर्वक टाळावा लागतो.

एखाद्या अनुभवाचा कसा प्रभाव पडतो, त्याची उदाहरणं आपण पाहिली पण; आपल्या विचारांवर सर्वाधिक प्रभाव पडत असतो, तो समाजाचा... सामाजिक संकेतांचा, काही परंपरांचा आणि रीतिरिवाजांचा. मौज म्हणजे अनेकदा या प्रभावाचं आपल्याला भानही नसतं; मात्र त्यातूनच काही द्वंद्व निर्माण होत असतात.

द्वंद्व पहिलं : व्यक्ती आणि समाज

इथे माझा तुम्हाला थेटच प्रश्न आहे – तुम्ही स्वतः स्वतंत्र विचार करू शकता का? थोड्या परखड भाषेत बोलायचं तर स्वतंत्र विचार करण्याची तुमची पात्रता आहे का? आर यू केपेबल ऑफ इन्डिपेन्डन्ट थिंकिंग? विचारात पडलात ना? कसं ठरवायचं हे? तसं फारसं अवघड नाही ते. आपण हे एक विधान घेऊ – 'स्त्री ही पुरुषापेक्षा दुर्बल असते, म्हणूनच तिला पुरुषाच्या आधाराची गरज असते.'

होय, आजही असं मानणाऱ्या पुरुषांची संख्या कमी नाही. साऱेच बोलून दाखवत नसले, तरी मनोमन तशी त्यांची खात्रीच असते. या संदर्भात तुमचं काय मत आहे? तुम्हालाही तसं वाटत असेल तर हे लक्षात घ्या ते तुमचं स्वतःचं मत नव्हेच, तो 'सामाजिक विचारां'चा तुमच्यावरील प्रभाव आहे आणि तो अयोग्य आहे. तुम्ही जर तो सपशेल नाकारू शकलात तरच तुम्ही स्वतंत्र विचार करायला पात्र आहात, सक्षम आहात; अन्यथा नाही. (अशा अनेक 'प्रभावां'तून तुम्हाला मुक्त व्हावं लागणार आहे!)

खरं सांगायचं तर बहुसंख्य माणसं स्वतंत्र विचार करूच शकत नाहीत. सामाजिक संकेतांचा, रूढी परंपरांचा एवढा प्रभाव त्यांच्यावर असतो, की त्यांचे बहुतेक निर्णय त्या प्रभावातूनच घेतले जातात. 'लग्न'ही त्याला अपवाद नाही. लग्नाचं वय झालं की लग्न करायचं, सगळे करतात तसं आपणही करायचं, शक्यतो जातीतच करायचं, 'मुलगी' 'मुला'पेक्षा जास्त कमावणारी नको. ती डोईजड होऊ शकते... हे सगळे सामाजिक संकेत आहेत. गंमत म्हणजे स्वतःला 'आधुनिक' म्हणवणाऱ्या अनेक तरुणांवरही हा प्रभाव असतोच. 'हुंडा' घेण्याला त्यांचा स्पष्ट नकार असतो. पण मुलीच्या वडिलांनी लग्नाचं 'प्रेझेंट' म्हणून काही दिलं (उदा. पाच-दहा लाख!) तर ते स्वीकारायला त्यांची 'ना' नसते! लग्नखर्च हा मुलीच्या बाजूनंच करायचा असतो, हेही त्यांनी गृहीत धरलेलं असतं! मित्रहो, हे स्वतंत्र विचार नव्हेत, हे फक्त सोयीस्कर विचार आहेत. तुमचे विचार कसे आहेत – स्वतंत्र की सोयीस्कर? अर्थात हे खरंय की आपल्याला समाजात राहायचं असतं, त्यामुळे समाजानं आपल्याला स्वीकारावं, आपल्यातलं मानावं, ही प्रत्येकाची स्वाभाविक अपेक्षा असते. त्यासाठी प्रसंगी

आपल्या काही सवयींना मुरड घालणं, इतरांशी जुळवून घेणं, यात काही व्यावहारिक शहाणपण असतंच. 'लोकांना धरून असावं, चारचौघांत मिसळून असावं', हे धोरणही गैर नव्हे, उलट ते सोयीस्कर, लाभदायक ठरू शकतं. तरीही... प्रत्येक बाबतीत समाजाच्या मान्यतेची, प्रशस्तीची अपेक्षा असू नये. करिअर, लग्न, नातेसंबंध असे महत्त्वाचे निर्णय घेताना, तुम्ही मुख्यतः तुमचा स्वतःचाच विचार करायला हवा. शेवटी आयुष्य तुमचं असतं. जे काही ठरवाल ते अमलात तर तुम्हालाच आणायचं असतं. म्हणूनच, 'लोकांना काय वाटेल, यापेक्षा स्वतःला काय पटेल, काय झेपेल हा विचार करायला हवा.'

अशावेळी 'घरच्यांना काय वाटेल' हा विचारही दुय्यम ठरतो. 'मला खरं म्हणजे ॲक्टर व्हायचं होतं, केवळ वडिलांची इच्छा म्हणून मी डॉक्टर झालो,' हे उद्गार ऐकले आहेत मी. अलीकडेच एक पन्नाशीचे गृहस्थ मला भेटले होते. बोलता बोलता त्यांनी म्हटलं, "खरं म्हणजे मला लग्न करायचं नव्हतं, केवळ घरच्यांची इच्छा म्हणून करावं लागलं." मी चकितच झालो. तीस-पस्तीस वर्षं संसार केल्यानंतरचे त्यांचे हे उद्गार होते. संसार हा काय असा निमूटपणे करायचा असतो? कसा केला असेल त्यांनी तो?

'व्यक्ती आणि समाज' या संदर्भातला दुसरा मुद्दा आहे, तो खासगीपणाचा. व्यक्ती समाजात राहत असली तरी प्रत्येक व्यक्तीचं स्वतंत्र अस्तित्व असतं, प्रत्येकाचं सामाजिक जीवन असतं तसं स्वतःचं व्यक्तिगत, खासगी आयुष्यही असतं. सिव्हिलायझेशन इज अ प्रोग्रेस टोवर्ड्स् प्रायव्हसी! सभ्य, सुसंस्कृत समाजात व्यक्तीच्या 'प्रायव्हसी'ची गरज मान्य केली जाते, तिची कदर केली जाते. कुणाच्याही खासगी आयुष्यात डोकावणं हे असभ्यपणाचं मानलं जातं. एका अर्थी हा प्रत्येकाला असलेला 'राइट टू प्रायव्हसी'च असतो. स्त्री-पुरुष संबंधाच्या संदर्भात हा 'खासगीपणाचा अधिकार' अधिकच महत्त्वाचा ठरतो.

दुर्दैवानं लोकप्रिय चित्रपट कलावंत, सेलिब्रेटींच्या बाबतीत यासंदर्भातले सगळे संकेत धुडकावले जातात. अर्थात सेलिब्रेटींना त्याची सवय असते. काही प्रमाणात ती त्यांच्या लोकप्रियतेची 'फॅन फॉलोईंग'ची किंमत असते, असो!

आपला मुद्दा आहे – प्रत्येक व्यक्तीला स्वतःचा खासगीपणा जपण्याचा अधिकार असायला हवा.

हा मुद्दा नक्कीच महत्त्वाचा आहे. आपल्या तथाकथित सुशिक्षित, सुसंस्कृत समाजातही लग्न न करता (किंवा अन्य काही कारणांमुळे) एकटीनं राहणाऱ्या स्त्रियांना अजूनही बरंच काही सोसावं लागतं. या ना त्या प्रकारे तिच्या खासगीपणावर अधिक्षेप केला जातो. हे सामाजिक सभ्यतेचं लक्षण नक्कीच नव्हे. म्हणूनच तुम्ही आम्ही प्रत्येकानं हा खासगीपणाचा अधिकार जपला पाहिजे. समाजालाही त्याची जाणीव करून दिली पाहिजे.

कर्तव्य आणि कृतज्ञता

आपल्या विचारांवरील सामाजिक प्रभावाविषयी आपण सावध असायला हवं. आपलं स्वातंत्र्य, आपले अधिकार अबाधित ठेवायला हवेत, हे तर खरंच, पण हेही तितकंच खरं की शेवटी तुम्हाला समाजातच राहायचं असतं. त्याहीपेक्षा स्पष्ट शब्दांत सांगायचं तर तुम्ही समाजाशिवाय जगूच शकत नाही! व्यक्तीचं जीवन समाजाशिवाय अशक्य आहे, हे अगदी सूर्यप्रकाशाइतकं स्वच्छ आहे.

अर्थ सरळ आहे – तुम्ही समाजाशी फटकून वागूच शकत नाही. आज जपानमध्ये जो 'हितोरी'चा ट्रेन्ड आहे तो अत्यंत चुकीचा आहे. 'माझा मी एकटा राहणार – कामापुरता जो काही समाजाशी संबंध येईल तेवढाच – बाकी मला समाजाशी काही घेणं देणं नाही. जे हवं ते ऑनलाइन मागवणार, पेमेंटही ऑनलाइन करणार... पार्टीसुद्धा एकट्यानंच करणार!'

हा बेकायदेशीर नसला तरी पूर्णतः बेजबाबदार 'अ‍ॅप्रोच' आहे. लग्न करायचं की एकटं राहायचं, हा व्यक्तिगत निर्णय आहे, याबाबत दुमत होऊच शकत नाही. पण एकटं राहणं म्हणजे बेफिकीर, बेपर्वा, बेजबाबदार होणं नव्हे. स्वतंत्र राहणं म्हणजे स्वकेंद्री असणं नव्हे... कृतघ्न होणं तर नव्हेच नव्हे!

समाजात राहिल्यामुळेच तुम्हाला शिक्षण, चरितार्थाची संधी, सगळ्या सुखसोयी मिळत असतात. समाजामुळेच तुम्हाला सुरक्षितता लाभत असते. पण हे आपण विसरतो की, व्यक्तीच्या सुखासाठी समाजाची प्रगती, समाजाची समृद्धी आवश्यक असतेच. समाज असुरक्षित असला तर तुम्ही कसे सुरक्षित राहू शकाल? समाजाचा विकास खुंटला तर तुम्ही स्वतःचा तरी विकास कसा साधू शकाल? 'इट हॅज टू बी बोथ वेज्!' म्हणूनच प्रत्येकाला समाजाशी 'घेणं-देणं' ठेवावंच लागतं. प्रत्येकाची समाजाविषयी काही कर्तव्यं असतातच. तुम्ही जे काही समाजाला देत असता, त्याच्या अक्षरशः कैक पटीनं समाजाकडून घेत असता. म्हणूनच तुम्ही समाजाप्रती कृतज्ञ असायला हवं. 'परतफेड' म्हणून समाजासाठी स्वेच्छेनं, स्वयंस्फूर्तीनं जे शक्य असेल ते करायला हवं.

कुठल्याही 'मॅरेज मॅन्युअल'मध्ये तुम्ही एक जबाबदार जोडीदार, जबाबदार पालक असायला हवं, हे आवर्जून सांगितलं जातं – पण मी म्हणेन – **तुम्ही मुळातच एक कृतज्ञ, जबाबदार व्यक्ती असायला हवं.**

माणसाची किंमत ओळखा

आयुष्यात यशस्वी तर प्रत्येकालाच व्हायचं असतं, पण हेही तितकंच खरं... कुठलंही यश तुम्ही एकट्याच्या बळावर मिळवू शकत नाही. तुम्ही कुणीही असा, कुठल्याही

क्षेत्रात असा, कुठल्याही स्तरावर असा – आयुष्यात तुम्हाला काही करायचं असेल, प्रगती साधायची असेल तर तुम्हाला माणसं जोडावीच लागतात.

म्हणूनच म्हणतात...

'जो फक्त एका वर्षाचा विचार करतो, तो धान्य पेरतो.

जो दहा वर्षांचा विचार करतो, तो झाड लावतो.

जो आयुष्यभराचा विचार करतो, तो माणसं जोडतो.'

अर्थात फक्त काही 'मिळवण्या'साठीच माणसं जोडायची असतात असं नाही. मुळात माणूस हा माणसांशिवाय जगूच शकत नाही. साहित्यिक विश्वास बेडेकर तर म्हणतात, 'माणसाचं चरित्र म्हणजे काय, तर त्याच्या आयुष्यात आलेल्या माणसांची बेरीज आणि वजाबाकी (फक्त फेसबुकवर 'जॉईन' केलेल्या आणि 'अनफ्रेन्ड' केलेल्या नावांची यादी नव्हे!)'

आजच्या विज्ञान-तंत्रज्ञानाच्या युगात माणूस माणसाला दुरावत चाललाय. माणसा-माणसांतला संवाद तुटत चाललाय असं वरवरचं चित्र आहे, पण ते खरं नाही. माणसाला आजही संवादाची भूक आहेच. संबंधांची आणि सहवासाचीही भूक आहे. माणसाला 'माणसा'ची ओढ आहे आणि ती राहणारच. ज्याला माणसाची ओढच नाही, असा कुणी महाभाग, असा कुणी माणूस या भूतलावर असू शकतो का? अगदी आजच्या जपानमध्येही! कुणी असलाच तर त्याला चंद्रावर किंवा मंगळावरच पाठवायला हवं. तिथेच तो खऱ्या अर्थानं 'एकटा' राहू शकेल!

द्वंद्व दुसरं : विचार आणि भावना

कुठलाही महत्त्वाचा निर्णय हा पूर्ण विचारांती घ्यायला हवा, हे आपण पुन्हा पुन्हा अधोरेखित करतो आहोत. स्वतंत्र विचार केला तरच योग्य निर्णय घेता येतो, हेही पाहतो आहोत. यात एक प्रश्न मात्र अनुत्तरितच राहतो, भावनांचं काय? भावनांचाही विचार करायचा की नाही? लग्नाचा निर्णय हा तर सर्वांत व्यक्तिगत स्वरूपाचा निर्णय, तो घेताना तरी 'भावनां'ना प्राधान्य द्यायचं की नाही?

हे तर खरंच आहे की, माणसाची व्याख्याच मुळी 'मॅन इज अ रॅशनल ॲनिमल' अशी केली आहे. माणूस हा तर्कशुद्ध विचारांच्या आधारे जगणारा प्राणी समजला जातो. त्या आधारेच तर त्यानं विज्ञान-तंत्रज्ञानाच्या क्षेत्रात उत्तुंग झेप घेतली आहे. म्हणजे तर्कशुद्ध विचारांना पर्याय नाहीच; पण हेही तितकंच खरं की माणूस फक्त विचारांच्या आधारे नव्हे तर भावनांच्या आधारेही जगत असतो. किंबहुना मानवी जीवनात भावनांचं फार मोलाचं स्थान आहे. भावनांशिवाय माणूस जगूच शकणार नाही. त्याच्या अस्तित्वाला काही अर्थच उरणार नाही. थोडक्यात काय, त्याची 'व्याख्या'च खरं तर अशी करायला हवी – *मॅन इज बोथ रॅशनल अँड इमोशनल!*

विचारही महत्त्वाचे - भावनाही महत्त्वाच्या. पण दोन्हींना महत्त्व द्यायचं म्हणजे द्वंद्व आलंच. ते कसं मिटवायचं? त्यासाठीचा 'फन्डा' हा आहे,

**'भावनांच्या आहारी जाऊन निर्णय घेऊ नयेत,
तसंच अतिविचारांमध्येही गुरफटून बसू नये.'**

थोडं आणखी स्पष्ट करायचं तर, निर्णय घेताना भावनांकडे दुर्लक्ष करू नये, त्यांना दुय्यम लेखू नये. पण, त्या विचारांवर कुरघोडी करणार नाहीत, याचीही दक्षता घ्यावी. ही 'थिअरी' झाली. आता काही उदाहरणं पाहूयात, अर्थात 'लग्ना'च्याच संदर्भातली. हे तसं खूप वर्षांपूर्वींचं उदाहरण आहे, पण आजही मला ते लख्खं आठवतंय...

आमच्या कॉलेजमध्ये एक जोडी होती. दोघंही 'डाव्या क्रांतिकारी' विचारांनी भारलेले होते. एका चळवळीत हिरीरीनं भाग घेत होते. नेहमी एकत्रच दिसत, कॉलेजमध्ये, कॅन्टिनमध्ये, कॅफेमध्ये सतत चर्चा, सततचा सहवास. शेवटी कुणी तरी त्यांना म्हटलं, 'तुम्ही दोघं लग्न का करत नाही?' ते जणू काही स्वाभाविक आणि अपरिहार्यच वाटत होतं. चळवळीतल्या मुला-मुलींनी परस्परांशी लग्न करणं ही तर त्यावेळची फॅशनच होती. त्यांच्या 'नेत्या'नंही स्वतःच्या वर्गमैत्रिणीशीच लग्न केलं होतं. तोही 'आदर्श' होताच त्यांच्यासमोर!

प्रस्ताव पटणारा तर होताच, पण सोयीस्करही. 'चळवळी'तल्या मुला-मुलींशी लग्न करायला इतर (सामान्य!) मुलं-मुली फारशी उत्सुक नसत. त्यांना मात्र संसार करता करता 'समाजाचाही संसार' करता येणार होता. आणखीही एक, तो ब्राह्मण होता, ती मराठा. असा आंतरजातीय विवाह केल्यानं अनायसे त्यांचं 'पुरोगामित्व'ही सिद्ध होणार होतं. 'चळवळी'त तोही प्रघात होताच. त्याच्या घरून विरोध होता, तरीही दोघांनी नोंदणी पद्धतीनं लग्न केलं. घरच्यांनी त्याला तोडलं नाही, पण तिला स्वीकारलंही नाही. दोघं एक रूम भाड्यानं घेऊन राहू लागले. त्यांचा हा निर्णय योग्य होता का? एका विशिष्ट विचारातून तो घेतला गेला होता, पण इतर अनेक बाबींचा विचारच केलेला नव्हता.

मुळात दोघांची मैत्री वैचारिक, बौद्धिक स्वरूपाची होती. दोघांमध्ये भावनिक तर सोडाच, शारीरिक आकर्षणही नव्हतं. लग्नामध्ये हे दोन्ही तर कळीचे मुद्दे असतात!

'मला ती सेक्शुअली अॅट्रॅक्टिव्ह वाटत नाही,' हे त्यानं मला एकदा बोलून दाखवलं होतं. ती त्याच्यापेक्षा रूपानं सामान्य तर होतीच, पण अगदी अजागळ राहायची. 'चळवळी'त ते चालणार होतं. पण स्वतःची बायको म्हणून तो तिच्याकडे पाहू लागला, तसं ते त्याला खटकू लागलं. त्यानं त्या संदर्भात तिच्याशी बोलण्याचा प्रयत्न केला, तेव्हा तिनं ते साफ उडवूनच लावलं. तो शांत स्वभावाचा होता, ती मात्र खूपच डॅशिंग होती. रीतसर बायको झाली तसं तिचं 'डॉमिनेशन' वाढत गेलं.

पुन्हा व्यावहारिक अडचणी तर असंख्य होत्या. 'त्या'च्या घरच्यांना ते सारं समजत होतं आणि ते त्याला परोपरीनं समजावतही होते. अखेर व्हायचं तेच झालं. एके दिवशी स्वतःचं चंबुगबाळं घेऊन तो 'स्वगृही' परतला. तिची प्रतिक्रिया होती, 'गेला उडत!' विभक्त तर झालेच दोघं पण नंतर एकमेकांचं तोंडही पाहिनासे झाले. त्यानं चळवळ सोडून मग 'करिअर'वरच लक्ष केंद्रित केलं.

तात्पर्य : 'चळवळीला फायदा होईल,' अशा एखाद्या मुद्द्यावर 'संसार' करता येत नसतो. विचारांच्या धुंदीत व्यक्तिगत भावना, व्यवहार इकडे दुर्लक्ष करून चालत नाही.

अशाच धर्तीचा एक विवाहप्रकार म्हणजे 'बिझनेस मॅरेज'. इथेही दोन उद्योगपतींच्या मुला-मुलींचं लग्न जमवताना दोघांच्या व्यक्तिगत भावनांपेक्षा 'बिझनेस'चा विचारच अधिक केला जातो. जणू काही ते दोन व्यक्तींचं नव्हे, दोन उद्योगांचं शुभमंगल असतं! असो.

आता हे दुसरं उदाहरण. हे मात्र अगदी अलीकडचं आहे. कॉलेजपासून जमलेला मुलामुलींचा एक ग्रूप होता. सगळेच आता नोकरी/व्यवसायाला लागले होते. ग्रूपमधल्या अनघाला स्कूटरवरून जाताना ॲक्सिडेंट झाला. पायाला फ्रॅक्चर झालं. कुणालचं ऑफिस जवळ होतं, म्हणून तिनं त्याला फोन केला. कुणाल काही मिनिटांतच हजर झाला. त्यानंच तिला हॉस्पिटलमध्ये ॲडमिट केलं. बाकी सगळी उस्तवारी केली. नंतरही घरचे, ग्रूपमधले सगळे होते, तरी कुणाल अगदी रोज ऑफिस सुटल्यानंतर अनघाच्या दिमतीला असायचा. त्यानं जे काही केलं त्यामुळे अनघा विलक्षण भारावून गेली. 'कुणालनं जे काही माझ्यासाठी केलं, ते मी आयुष्यात कधीच विसरू शकणार नाही,' ती प्रत्येकाकडे बोलून दाखवत असे. ते स्वाभाविकच होतं. पण कृतज्ञ असणं वेगळं आणि प्रेमात असणं वेगळं... लग्न करणं तर त्याहून वेगळं!

अनघा मात्र नेमका तोच विचार करू लागली होती. खरं तर तो एकच विचार 'आपली इतकी काळजी घेणाऱ्या मित्राची साथ आयुष्यभर लाभली तर आणखी काय हवं?' कुणालचं 'केअरिंग नेचर' होतं. तो एक चांगला मित्र होता. यात शंकाच नव्हती... पण! त्याच्या स्वभावाचे इतरही काही पैलू होते. मुख्य म्हणजे तो काहीसा सणकी होता. नेहमी आपलं तेच खरं करणारा होता. स्वतःला तो 'थिंकर' समजत असे, पण बऱ्याच बाबतींत त्याचे विचार तिरपागडे असत, 'प्रॅक्टिकल' नसत. हे सगळं माहिती असल्यानं ग्रूपमधले कुणी त्याच्याशी वाद घालत नसत.

अनघाच्या मनातलं तिनं एका मैत्रिणीला बोलून दाखवलं तसं तिनं आणि ग्रूपमधल्या इतरांनी तिला सावध केलं, परोपरीनं समजावलं. तशी अनघालाही त्याच्या सणकी स्वभावाची कल्पना होतीच, पण भावनेच्या भरात ती तिकडे दुर्लक्ष करत होती. भानावर आली, तसं तिलाही कळून चुकलं, कुणाल हा मित्र म्हणून कितीही चांगला असला तरी 'जोडीदार' म्हणून एकंदरीत 'कठीण'च होता. तिनं तो विचार सोडून दिला.

पुढे वर्षभरातच कुठलीतरी अगम्य 'कल्पना' डोक्यात घेऊन कुणालनं नोकरी सोडली आणि तो थेट दुबईलाच निघून गेला. अनघाचं एका सुस्वभावी डॉक्टरशी लग्न झालं. आज दोघांचा संसार सुखात सुरू आहे.

तात्पर्य काय, भावनेला दुय्यम लेखू नये पण केवळ भावनेच्या भरात कुठलाही महत्त्वाचा निर्णय घेऊ नये – 'लग्ना'चा तर नाहीच नाही. म्हणूनच शहाणी मंडळी सुचवतात – व्हेन देअर इज अ कॉन्फ्लिक्ट बिटविन युअर हेड अॅन्ड हार्ट... लिसन टू युअर हेड! हृदयाचं नव्हे, बुद्धीचं ऐका. त्यामुळं थोडी चुटपूट लागून राहिली, तरी निदान पश्चात्तापाची वेळ येत नाही! मी मात्र त्यापुढे जाऊन असं म्हणेन – विचार व भावना यात नेमका काय संघर्ष आहे, कशामुळे आहे ते जाणून घ्या आणि तो संघर्ष मिटवता आला तर पाहा. तसं होऊ शकलं तर सोनेपे सुहागा! कुठलाही निर्णय मग तुम्ही विचारपूर्वक, मनःपूर्वक आणि हृदयपूर्वक घेऊ शकाल. हेही शक्य असतच... फक्त त्यासाठी एक तर तुम्हाला 'हृदया'ला 'समजवावं' लागतं किंवा मग 'बुद्धी'ला तरी पटवावं लागतं! दोन्हींमध्ये 'तह' घडवून आणावा लागतो!!

द्वंद्व तिसरं : स्त्री आणि पुरुष

हे तर आपल्यासाठी सर्वांत कळीचं द्वंद्व आहे. ते मिटवल्याशिवाय 'सुसंवादी सहजीवना'चा विचारही आपण करू शकत नाही. अर्थात या द्वंद्वाचं मूळ आहे ते 'पुरुषी मानसिकते'मध्ये! काय असते ही पुरुषी मानसिकता? ती प्रत्येक पुरुषात असतेच का? आजच्या तरुण मुलांमध्येही ती आहे काय? मला विचाराल तर 'असते' आणि 'नसते' असं दुहेरी उत्तर आहे या प्रश्नाचं!

तरुण मुला-मुलींचे ग्रुप्स मी नेहमीच पाहत असतो. त्यांच्यात कसले 'हँगअप्स' नसतात. मुलं मुलींना बरोबरीच्या नात्यानंच वागवत असतात. विशेषतः विविध स्पर्धांमध्ये भाग घेताना, सगळे मिळून एक दिलानं... अगदी झोकून देऊन काम करत असतात. खूपच आश्वासक चित्र असतं ते. पण हीच तरुण मुलं जेव्हा मोठी होतात, 'नवरा' या भूमिकेत शिरतात, तेव्हा त्यांच्याही नकळत त्यांचं वागणं बदलू शकतं. 'पुरुषी मानसिकता' उफाळून येत असते.

आपल्याला फार खोलात शिरायचं नाहीय, पण या 'पुरुषी मानसिकते'नं शतकानुशतके स्त्रियांवर अत्याचार केला आहे, हे विसरून चालणार नाही. म्हणूनच आजच्या तरुण-तरुणींनी या 'पुरुषी मानसिकते'विषयी सजग राहायला हवं. तिला ठामपणे नाकारायला हवं. त्यासाठीचा सर्वांत महत्त्वाचा फन्डा आहे –

स्त्री ही पुरुषापेक्षा कुठल्याही अर्थानं दुय्यम नाही.

माफ करा... हा काही 'उदार दृष्टिकोन' नव्हे. हे एक इतिहाससिद्ध असं ढळढळीत वास्तव आहे. कसं, ते एकदा पक्कं समजून घ्या.

मला खात्री आहे, हे एकदा समजून घेतल्यानंतर कुठलाही (प्रामाणिक) पुरुष स्त्रीला कमी लेखणार नाही... त्याहीपेक्षा म्हणजे कुठलीही स्त्री स्वतःला कमी लेखणार नाही!

मौज अशी आहे की, जी गोष्ट स्त्रीची कमतरता मानली जाते तीच तर तिची सर्वोच्च क्षमता असते. अगदी साधी गोष्ट आहे. निसर्गाच्या दृष्टीनं मानवजातीसाठीचं सर्वांत महत्त्वाचं काम, सर्वांत महत्त्वाची जबाबदारी कोणती? अर्थातच सृजनाची व संगोपनाची. त्याशिवाय मानवजात अस्तित्वातच राहणार नाही. स्त्री जर (पुरुष समजतात तशी) 'अबला' असती तर हे सर्वांत महत्त्वाचं काम निसर्गानं तिच्यावर सोपवलं असतं का? हे तर खरंच ना की – जगातील सर्वांत बलवान पुरुष असो की सर्वांत बुद्धिमान – तो एका स्त्रीच्या पोटीच जन्म घेत असतो, तिच्या आधारानंच वाढत असतो! मग अशी स्त्री 'दुर्बल' कशी? कनिष्ठ कशी?

सृजनाची शक्ती निसर्गानंच स्त्रीला बहाल केली आहे. अगदी आदिम काळापासून आपल्याकडे हेच मानलं गेलं आहे – स्त्री म्हणजे शक्ती आणि शक्ती म्हणजे स्त्री. निसर्गानं सोपविलेली मातृत्वाची जबाबदारी पेलण्यासाठीच स्त्रीची सारी वैशिष्ट्यं विकसित झाली आहेत. वात्सल्य, ममता, प्रेम, दया, संयम, निष्ठा, चिकाटी, दूरदृष्टी, योजकता, कल्पकता, प्रसंगावधान, सहकार्य, विवेक व सुरक्षिततेची समज – ही सारी काय स्त्रीच्या दुर्बलतेची लक्षणं आहेत? नक्कीच नाहीत. पण त्याहीपेक्षा महत्त्वाचं म्हणजे मानवाच्या 'प्रगती'त स्त्रीनं जे काही योगदान दिलं आहे तेही थक्क करणारं आहे. आज शेतीशिवाय आपण जगूच शकत नाही. पण या शेतीचा शोध कुणी लावला? अपत्य संगोपनाच्या ध्यासातून आणि निरीक्षणशक्तीतून स्त्रीनंच शेतीचा शोध लावला. औषधी वनस्पतीही शोधल्या आणि सर्वांत महत्त्वाचा असा 'अग्नी'चाही शोध लावला. त्याच आधारे खाद्यसंस्कृती विकसित केली. भाषेची निर्मिती ही तर मानवी जीवनातली क्रांतीच होती. आपल्या बाळाशी संवाद साधता साधता स्त्रीनंच भाषा घडवली, म्हणूनच आपण आजही 'मातृभाषा' हाच शब्द वापरतो. अधिक चांगला 'संवाद' साधण्यासाठी पुढे मग स्त्रियांनीच स्वर, संगीत यांची जोड भाषेला दिली. हस्तोद्योगांतून कलात्मकता विकसित केली.

'जगणं व जगवणं' या मूळच्या ओबडधोबड निसर्गतत्त्वाला स्त्रीच्या सर्जनशीलतेनं एक विशेष उंची प्राप्त करून दिली. हे अगदी वादातीत सत्य आहे की, मानवजातीच्या प्रारंभीच्या प्रदीर्घ काळात – स्त्रीनंच साधली प्रगती, स्त्रीनंच घडवली संस्कृती! निसर्गतः स्त्री ही बुद्धिमान, संवेदनशील होती... मानसिक व भावनिक पातळीवर पुरुषापेक्षा

समृद्ध होती म्हणूनच तिला हे सारं साधता आलं. पुढे याच मातृत्वाच्या व सुरक्षिततेच्या कारणांसाठी तिला घराशीच बांधून ठेवलं गेलं, 'चूल आणि मूल' हेच तिचं कार्यक्षेत्र ठरवलं गेलं... मुख्य म्हणजे शिक्षणाच्या अधिकारापासून तिला वंचित ठेवलं गेलं. तिच्या माथी कनिष्ठत्व, दुय्यमत्व कोरलं गेलं. आपल्या मूलभूत हक्कांसाठी स्त्रियांना खूप संघर्ष करावा लागला. पण इथे हेही नमूद करायला हवं, जी प्रगती – शिक्षणाचा हक्क मिळताच – स्त्रियांनी अवघ्या शे-दीडशे वर्षांत करून दाखवली, तीसुद्धा पुरुषांनी मार्गात उभे केलेले असंख्य अडथळे पार करून! अर्थ अगदी स्पष्ट आहे – स्त्री कोणत्याही दृष्टीनं पुरुषापेक्षा कनिष्ठ नाही, दुय्यम नाही, कांकणभर सरसच आहे.

अर्थात स्त्री-पुरुष समानता आता तत्त्वतः मान्यही झालेली आहे, पण ती प्रत्यक्षात मात्र पूर्णतः आलेली नाही. आपल्याकडेच नव्हे जगभरात अनेक क्षेत्रांत, अनेक बाबतीत आजही स्त्रियांना समान संधी नाकारली जाते. हे चित्र कधी बदलायचे ते बदलो, पण निदान आजच्या तरुणांनी ही समानता मनोमन स्वीकारली पाहिजे आणि तरुणींनी ती हक्काने घेतली पाहिजे. मात्र हेही लक्षात घेतलं पाहिजे – 'स्त्रियांनी नोकऱ्या करणं आणि पुरुषांनी भाकऱ्या थापणं' हा समानतेचा अर्थ नव्हे. ती इतकी ढोबळ, उथळ असूच शकत नाही. 'समानता' म्हणजे स्त्रियांनी 'पुरुषासारखं' होण्याचा प्रयत्न करणं नव्हे. उलट असं अनुकरण करणं म्हणजे एक अर्थी पुरुषश्रेष्ठत्व मान्य करण्यासारखंच आहे. म्हणूनच आपला पुढचा 'फन्डा'ही तितकाच महत्त्वाचा आहे.

स्त्री-पुरुष समान आहेत, सारखे नाहीत.

स्त्री-पुरुष भेद

भेद तर आहेतच, पण भेद आहेत म्हणून तर आकर्षण आहे. स्त्री-पुरुष मिलनातून हे जीवन उमलत असतं, म्हणूनच परस्परांवाचून दोघांचंही अस्तित्व अधुरंच नव्हे, अशक्य आहे. अर्थात 'नर आणि मादी' याखेरीजही स्त्री-पुरुष नात्याचे कितीतरी पैलू आहेत, जे दोघांमधल्या (शारीरिकच नव्हे तर) मानसिक भेदांवरच आधारित आहेत. दोघांच्या वृत्तीमध्येही भेद आहेत. हे भेद जाणून घेतले तर तुम्ही स्वतःला अधिक चांगलं ओळखू शकाल आणि जोडीदारालाही समजून घेऊ शकाल. मी तर म्हणेन सर्वच स्त्री-पुरुषांनी या भेदांचं भान ठेवलं तर जगातले निम्मे गैरसमज दूर होतील. संघर्षही निम्म्यानं कमी होतील! कुठून आले हे भेद? मुळात हे भेद हजारो वर्षांच्या उत्क्रांतीतून उद्भवले आहेत. स्त्री व पुरुष वेगवेगळ्या पद्धतीनं घडले, विकसित झाले. कारण प्रारंभीची हजारो वर्ष पुरुष हा शिकारी होता. सावजाच्या मागे धावणारा – लंचचेंझर – होता, तर स्त्री ही घरटं सांभाळणारी, मुलांना जन्म देणारी, त्यांचं संगोपन

करणारी होती. या वेगळेपणामुळे प्रारंभापासून दोघांच्या अंतःप्रवृत्तीमध्ये फरक राहिला. त्या वास्तवाचा प्रभाव आजही स्त्री-पुरुषांच्या विचार व वर्तनावर टिकूनच आहे.

जीवनाकडे बघण्याचे दोघांचे दृष्टिकोन वेगळे आहेत. दोघांच्या प्राथमिकता, प्राधान्यक्रम वेगळे आहेत. त्यांच्या उपजत क्षमतांमध्येही फरक आहे. काही अपवाद तर असतातच, पण सामान्यतः स्त्री व पुरुष यांच्यातील भेद असे सांगता येतील :

- पुरुष तर्कानं जगतो, स्त्री अनुभूतीनं.
- स्त्रियांना नाती टिकवणं महत्त्वाचं वाटतं, तर पुरुषांना उद्दिष्ट गाठणं महत्त्वाचं वाटतं.
- स्त्रियांना सामूहिक कृती करायला आवडतात, तर पुरुषांना एकट्याला झगडून काही मिळवायचं असतं.
- पुरुषांमध्ये एकावेळी एकाच कामाचं आकलन आणि ते पूर्ण करण्याचं कसब असतं तर स्त्रियांमध्ये एकाच वेळी अनेक कामं करण्याचं कौशल्य असतं.
- स्त्रियांना सुसंवाद, सहकार्य, सर्जकता, नेटकेपणा, बारकावे – यांत रस असतो. पुरुषांच्या तुलनेत त्यांच्याकडे संयम, चिकाटी व लवचिकता अधिक असते.
- स्त्रियांना भाषिक, भावनिक गोष्टींमध्ये रस असतो, तर पुरुषांना यांत्रिक-तांत्रिक गोष्टींमध्ये स्वारस्य असतं. स्त्रियांची भाषिक क्षमता अधिक असते तर पुरुषांना गणित, मितिज्ञान, विज्ञान यात अधिक रूची असते.

अर्थात आज संगणकाचं युग आहे. संगणक क्षेत्रात स्त्रिया पुरुषांच्या बरोबरीनं काम करताहेत, मग भेद राहिला कुठे असा प्रश्न येऊ शकतो. भेद आहे तो वृत्तीत, दृष्टिकोनात आणि प्राधान्यक्रमात. एका सर्वेक्षणानुसार 'तुम्ही संगणक क्षेत्र का निवडलं?' यावर बहुसंख्य स्त्रियांनी 'आर्थिक स्वातंत्र्य व क्षमतेचं साधन म्हणून' असं उत्तर दिलं. याउलट बहुसंख्य पुरुषांनी 'उच्च तंत्रज्ञान, गणिती प्रज्ञेला वाव, गेम्स/प्रोग्रॅम्स यांद्वारे तंत्रज्ञानाशी खेळता येणं' अशा कारणांसाठी हे क्षेत्र निवडलं, असं उत्तर दिलं. हे खरंय की आज कितीतरी मोठ्या प्रमाणात स्त्रिया नोकरी, व्यवसाय करू लागल्या आहेत. त्याचं मुख्य कारण त्यांना आर्थिक स्वातंत्र्य हवं आहे. पुरुषांवर अवलंबून राहण्याची त्यांची तयारी नाही. परंतु (अलीकडील एका चाचणीनुसार) आजही सुमारे ८० टक्के स्त्रिया कुटुंब आणि मुलांचं संगोपन, यालाच सर्वोच्च प्राधान्य देतात, याउलट ८७ टक्के पुरुष 'आपलं काम' हीच सर्वांत महत्त्वाची गोष्ट मानतात.

मुळात हा 'संप्रेरका'चा खेळ आहे. स्त्रीच्या शरीरामध्ये इस्ट्रोजेन आणि प्रोजस्टेरॉन या संप्रेरकांचं प्रमाण अधिक असतं. या संप्रेरकांच्या आधारेच स्त्री तिच्यावरील मातृत्वाची

जबाबदारी अधिक चांगल्या पद्धतीनं पार पाडू शकते व तिच्यात संगोपक वृत्ती विकसित होतात.

पुरुष मात्र स्वभावतः संगोपक कमी, आक्रमक अधिक असतात. पुरुषांच्या शरीरातलं टेस्टोस्टेरॉन हे संप्रेरक पुरुषांच्या आक्रमकतेला कारणीभूत असतं. मुलांना मैदानी, मर्दानी खेळाचं आकर्षण असतं ते त्यामुळेच! अंगभूत टेस्टोस्टेरॉनमुळे करिअरच्या क्षेत्रातही पुरुष स्पर्धा करून अधिकाधिक यश मिळवण्याचा प्रयत्न करीत असतात. एकूणच पुरुषाचा प्रवास शरीराकडून मनाकडे असतो तर स्त्रीचा मनाकडून शरीराकडे!

खरं तर स्त्री आणि पुरुषांचं मन, शरीर घडवताना निसर्गानं त्यांना मोठं वरदान दिलं आहे. निसर्गाच्या या वरदानाचा अधिकाधिक उपयोग करून परस्परपूरक ठरण्याच्या आपापल्या क्षमतांचा जाणीवपूर्वक विकास करत जाणं हे सहजीवनातील यशाचं गमक ठरू शकतं. मात्र हा फक्त एक भाग झाला, दुसरा मुद्दाही महत्त्वाचा आहे, हे तर शास्त्रीय सत्य आहे की, स्त्री-पुरुषांच्या जडणघडणीत संप्रेरकांचा मोठा वाटा असतो, पण त्याचबरोबर कौटुंबिक आणि सामाजिक संस्कारांचाही प्रभाव असतोच. नैसर्गिक भेद तर असतातच पण स्त्री-पुरुष दोघांना समाजाकडून वेगळं 'घडवलं'ही जात असतं.

मानसतज्ज्ञ डॉ. आनंद नाडकर्णी यांनी हे अगदी नेमक्या शब्दांत मांडलं आहे. ते म्हणतात, 'नेचर' म्हणजे जनुकीय संचित, 'नर्चर' म्हणजे कौटुंबिक संस्कार, 'कल्चर' म्हणजे भोवतालची संस्कृती या तीन घटकांमधून प्रत्येक पुरुषाची आणि स्त्रीची 'सिग्नेचर' तयार होत असते. हे सगळं जरी खरं असलं तरी हेही तितकंच खरं — माणूस काही संप्रेरकांचा आणि संस्कारांचा गुलाम नसतो. विवेक आणि इच्छाशक्ती — या दोन्ही निसर्गानंच त्याला बहाल केलेल्या अनमोल देणग्या आहेत. विवेकाच्या आधारे आणि इच्छाशक्तीच्या जोरावर माणूस जैविक ऊर्मींवर व संस्काराच्या प्रभावांवर — काही अंशी तरी — नक्कीच नियंत्रण ठेवू शकतो. तीच तर खरी काळाची गरज आहे.

स्त्री-पुरुष दोघांनीही आता समाजानं लादलेल्या
'साचेबंद प्रतिमां'तून बाहेर पडायला हवं.

खरं सांगायचं तर पुरुषांनाही अनेकदा 'पुरुषपणा'चं ओझंच होत असतं. जीवनातल्या स्वाभाविक समाधानाला ते पारखं करीत असतं. हळुवार भावनांची अभिव्यक्ती करण्यापासून रोखत असतं. त्यामुळेच पुरुष 'सह'जीवनातल्या सहज आनंदालाही मुकत असतात. त्याचवेळी स्त्रियांनाही स्वतःचा विकास साधण्यापासून वंचित ठेवलं जात असतं. हक्काच्या संधीही नाकारल्या जात असतात. हे बदलायला हवं.

स्त्री जेव्हा 'स्त्री' म्हणून नव्हे तर माणूस म्हणून जगू-वागू शकेल तेव्हा पुरुषही 'पुरुष' म्हणून नव्हे तर माणूस म्हणून जगू शकतील. पुरुष असल्याचं दडपण घेण्याची त्यांनाही गरज भासणार नाही. शेवटी 'माणूस'पण म्हणजे तरी काय?

प्रत्येक स्त्रीत थोडा 'पुरुष', प्रत्येक पुरुषात थोडी 'स्त्री' असते.

या स्त्री-पुरुष प्रवृत्तींचा किंवा असंही म्हणता येईल संगोपक व आक्रमक प्रवृत्तींचा समतोल म्हणजे माणूसपण. आपला यापुढील प्रवास हा असा 'माणूसपणा'च्या दिशेनं व्हायला हवा!

स्त्री-पुरुष संबंध

सूर्य रोज उगवतो म्हणून तो जसा शिळा होत नाही, चांदणे नित्याचे म्हणून त्याची मोहकता जशी कमी होत नाही, त्याप्रमाणे मनुष्यजातीच्या जन्मापासून, त्या जन्मालाही कारणीभूत झालेलं स्त्री-पुरुष संबंधाचं आकर्षण कधी ओसरलेलं नाही. प्रत्येक पिढीला त्याचा ताजेपणा, नावीन्य व सौंदर्य तेवढंच अपूर्व वाटत आलं आहे. सर्वांत मूलभूत आणि नैसर्गिक असलेला हा संबंध अर्थातच अनिवार्य आहे... त्याशिवाय सृष्टी चालणारच नाही. स्त्री-पुरुष एकमेकांशिवाय राहू शकत नाहीत. ते एकत्र यावेत म्हणून निसर्गानंच त्यांच्यामध्ये एक जबरदस्त आकर्षण निर्माण करून ठेवलं आहे. तरुणाईला साहजिकच या 'संबंधा'बद्दल कमालीचं कुतूहल असतं. मात्र अगदी आजही त्यासंदर्भात फारसं खुलेपणानं बोललं जात नाही.

खरं तर तारुण्यात प्रवेश करताना सर्वांनाच लैंगिक प्रश्न अक्षरशः भेडसावत असतात. ते कसे हाताळावेत, उमजत नसतं. कुणाला विचारायचीही भीती असते.

खरी संस्कृती कुठली?

केवळ बरोबरीची स्पर्धा निर्माण न करता स्त्रिया व पुरुष यांना एकाच प्रकारची 'माणसं' समजून खुलेपणानं उमलण्याची संधी दिली जाते, ती संस्कृती. स्त्री-पुरुषांना आपल्या जन्मजात गोष्टी घेऊनही अर्थपूर्ण जीवन जगण्याचे मार्ग खुले असतात, ती संस्कृती. जन्मजात गोष्टींमध्ये अभाव असला, तरी तो अभाव ओलांडून जाण्यासाठीचे रस्ते उजळत जातात, ती संस्कृती. समानता आणि स्वातंत्र्य यावर आधारलेला, संपन्नता आणि समृद्धीकडे अधिकाधिक 'माणसां'ना घेऊन जाऊ पाहणारा समाज निर्माण करते ती संस्कृती.

— विद्या बाळ (संवाद)

मित्रांकडून, इकडून-तिकडून काही अर्धवट कळत असतं. त्यामुळे उलट गोंधळ वाढतच असतो. यावर खरा उपाय आहे तो विद्यार्थिदशेतच मुला-मुलींना लैंगिक शिक्षण देण्याचा. पण त्याबद्दल आजही आपल्याकडे दुमत आहे. जणू काही तो फक्त 'चावट चर्चांसाठी राखीव' विषय आहे! आता तर काय थेट 'पोर्नो कल्चर' आलं आहे. लैंगिकतेचे धडे (शिक्षकांऐवजी) पोर्न स्टारकडूनच तरुणाईला दिले जात आहेत! भरीस भर म्हणून समाजमाध्यमांतून प्रसृत केले जाणारे 'मॉडर्न सेक्शुअल ट्रेन्ड्स्' आहेत, मुलांच्या झोपा उडवणाऱ्या बोल्ड 'वेब वाहिन्या' आहेत.

अशा परिस्थितीत सर्वांत मूलभूत आणि नैसर्गिक अशा या 'संबंधां'कडे पाहण्याचा निकोप दृष्टिकोन येणार कुठून? चक्रावलात ना? 'सेक्स'कडे पाहण्याचा निकोप दृष्टिकोन? हे काय भलतंच! मित्रहो, हे 'भलतंच काहीतरी' नसून हे 'सांस्कृतिक व आध्यात्मिक आहे!'

पुन्हा एकदा चक्रावलात ना?

तुम्ही चक्रावणं स्वाभाविक आहे. पण 'सेक्स'ही संकल्पना अगदी मूलभूत स्वरूपात आणि निकोप दृष्टीनं समजून घ्यायची असेल तर – थेट भारतीय संस्कृतीकडेच वळावं लागतं. होय, आनंदाची आणि अभिमानाची गोष्ट अशी की जगभरातल्या सर्व संस्कृतींमध्ये 'सेक्स'कडे डोळसपणेच नव्हे तर कलात्मकतेनं व उदात्ततेनं पाहणारी – भारतीय संस्कृती ही एकमेव संस्कृती आहे. खरा मुद्दा आहे तो 'कामप्रेरणा' समजून घेण्याचा. कारण जे काही 'उत्पात' होत असतात ते या कामप्रेरणेमुळेच. ती जितकी मूलभूत असते तितकीच बलवत्तर असते. ऐन तारुण्यात तर अगदीच अनावर असते.

'कामप्रेरणे'मुळे शरीरावर, मनावर आणि बुद्धिवरही खोलवर परिणाम होत असतात. तिच्या या सर्वंकष प्रभावाची आपल्याला कल्पना नसते, पण कुठल्याही क्षणी ती तुमच्या संस्कारांवर, विवेकावर कुरघोडी करू शकते. नीट जाणून घेऊन योग्य पद्धतीनं हाताळली नाही तर ती फारच घातक ठरू शकते. भारतीय संस्कृतीत या 'कामप्रेरणे'कडे पाहण्याचा दृष्टिकोन अगदीच वेगळा आहे.

मला खात्री आहे, तो समजून घेतल्यानंतर आजच्या तरुणाईचा 'सेक्स'कडे बघण्याचा दृष्टिकोन नक्कीच बदलून जाईल. तो बदलणं आवश्यकच नव्हे, अत्यावश्यक आहे. 'मॉडर्न सेक्शुअल ट्रेन्ड्स'च्या नावाखाली आज जे काही प्रसृत केलं जातं, त्यानं तो उथळच नव्हे विकृत करून टाकला आहे. भारतीय संस्कृतीत मात्र – विश्वाच्या आरंभीच्या 'परमात्म्या'च्या मनात उत्पन्न झालेलं पहिलं बीज हे 'कामप्रेरणे'चं होतं, असं मानलं गेलं आहे. लैंगिकतेला कामभावनेचा दर्जा देऊन, सृजनाच्या प्रेरणेशी निगडित करून, एका उच्च पातळीवर नेऊन ठेवलं आहे.

मैथुनं परमं तत्त्वम। हा दृष्टिकोन खरोखरी अपूर्व व विलक्षण आहे. ओशोंच्या 'संभोग से समाधि तक'चंही हेच सूत्र आहे. आपल्यापैकी अगदी प्रत्येकालाच प्रेम मिळावं, असं वाटत असतं. कुणावर तरी तनामनानं ते करावंसं वाटत असतं. ही प्रेमाची ऊर्मी, ही प्रेमाची तहान ही खरी त्या 'प्रेम तत्त्वा'ची अर्थात परमात्म्याचीच ओढ असते. म्हणूनच ओशो म्हणतात, 'जे प्रेमानं, प्रसन्न मनानं समागम करू शकतात तेच उच्च आनंदाची अनुभूती घेऊ शकतात. त्यांच्या 'कामशक्ती'चं 'प्रेमशक्ती'त रूपांतर होत असतं... तिचा उत्कर्ष होत असतो.'

जगभरातल्या बहुतेक सर्व प्राचीन संस्कृतींमध्ये – माणसाला सेक्ससंबंधी ज्या ज्या गोष्टींचं आकर्षण वाटत आलं आहे, ती ती गोष्ट 'पाप' असल्याचं सांगितलं गेलं आहे. भारतीय संस्कृती मात्र याला अपवाद आहे. 'लैंगिकते'सारखा संवेदनशील विषय त्या काळातील भारतीय विचारवंतांनी किती डोळसपणे, उघडपणे आणि संकोचरहित मांडला होता याची साक्ष म्हणजे वात्स्यायनांचे कामसूत्र आणि खजुराहोची कामशिल्पं.

आजच्या 'मानसशास्त्रा'तही 'सेक्स' संदर्भातल्या निकोप दृष्टिकोनाचं महत्त्व अधोरेखित केलं जातं. मानसतज्ज्ञ डॉ. विद्याधर बापट म्हणतात, 'आजची मुलं-मुली इंटरनेटवरील बऱ्या-वाईट साइट्सवरची माहिती आणि पोर्न फिल्म्स यांद्वारे आपली जिज्ञासा पूर्ण करण्याचा प्रयत्न करतात पण ती काही शास्त्रीय माहिती नसते. ती उत्तेजना निर्माण करणारी आभासी दुनिया असते. त्यातून मेंदूतील नैसर्गिक कामभावनेची निकोप वाढ खुंटायला लागते. त्यातील प्रेमभावनेचं महत्त्व, जोडीदाराविषयीचा आदर... या गोष्टींचं महत्त्व वाटेनासं होतं. स्त्री-पुरुष संबंध म्हणजे फक्त आणि फक्त शारीरिक संभोग, ही कल्पना तयार होऊ लागते. त्याचे अनेक अनिष्ट परिणाम संभवतात. वास्तविक कामभावना ही एक सुंदर नैसर्गिक आदिम भावना आहे. मानवामध्ये ती प्रेमभावनेशी, स्त्री सन्मानाशी, जबाबदारीच्या जाणिवेशी जोडली जायला हवी.'

'काम भावने'तून 'प्रेम भावने'कडे

मुळातच 'सेक्स' ही क्रिया जितकी शारीरिक आहे, तितकीच भावनिक आहे, मानसिक आहे; तशीच वैचारिक आहे. 'सेक्स' म्हणजे फक्त 'अंगसंग' नव्हे, तो एक 'आनंदसोहळा' असतो. म्हणूनच माणसाला जसजशी या 'आनंदा'ची ओळख होत गेली तसतसा तो अधिकाधिक उत्कट आनंदाचा, अधिक अद्भुत अशा 'कामसुखा'चा शोध घेऊ लागला. ज्या जोडीदाराकडून ते मिळू लागलं, त्या जोडीदाराविषयी साहजिकच त्याच्या मनात आवड निर्माण होऊ लागली. त्यातूनच विशिष्ट जोडीदाराची आकांक्षा आणि अपेक्षाही निर्माण झाली. शरीरासंबंधाबरोबरच मग त्या जोडीदाराशी भावनिक अनुबंधही निर्माण होत गेले. आपलेपणाची जाणीव, आस्था (केअरिंग टेन्डन्सी) निर्माण झाली आणि

त्याचबरोबर हक्काची भावनाही. अशा या भावनिक अनुबंधातूनच मग अवतरली – अवघ्या जगाला अक्षरशः संमोहित करणारी प्रेमभावना – प्रणयप्रितीची संकल्पना.

या 'प्रेमा'ला अतिशय उत्कट, उदात्त, अद्भुत पातळीवर नेऊन बसवलं जातं, पण मुळात ते... 'शृंगारिक प्रेम'च असतं आणि ते नैसर्गिक अशा आकर्षणातूनच निर्माण होत असतं. मात्र हेही तितकंच खरं की, स्त्री-पुरुषाच्या प्रेमभावनेत काही फरक निश्चित असतो. पुरुषांच्या 'प्रेमभावने'त प्रेम असतंच, पण तरीही शारीरिक आकर्षण अधिक असतं. स्त्रीच्या प्रेमभावनेत मात्र 'प्रेमा'ला अधिक महत्त्व असतं. शारीरिक आकर्षणाखेरीजही पुरुषांच्या इतर गुणांमुळे स्त्री त्याच्याकडे आकर्षित होत असते. अर्थातच 'प्रेमा'विषयी आपण पुढेही बोलणार आहोतच...

द्वंद्व चौथे : यश आणि आनंद

आपण फक्त लग्नाचा किंवा स्वातंत्र्याचा विचार करत नाही आहोत... अर्थपूर्ण, आनंदी जीवनाचा विचार करतो आहोत. काही तरुण-तरुणी महत्त्वाकांक्षी असतात. त्यांची स्वप्नं मोठी असतात. लग्न केल्यामुळे त्यावर मर्यादा येतील असं त्यांना वाटत असतं. पण त्याचवेळी लग्न न केल्यामुळे आपण काही खास अशा आनंदाला वंचित राहू, असंही त्यांना जाणवत असतं. हिंदीत अशाच अर्थाचं एक वचन आहे. 'कुछ लोग सपनोंके लिए अपनोंसे दूर रहते है, तो कुछ लोक अपनोंके लिए सपनोंसे दूर रहते है!' म्हणजे हे द्वंद्वच झालं. एका अर्थी हे 'यश आणि आनंद' यातलंच द्वंद्व असतं. ते मिटवता आलं नाही तर कायमच दोलायमान अवस्थेत राहावं लागतं.

यश आणि आनंद या 'संकल्पना' समजून घेणं म्हणूनच आवश्यक ठरतं. 'कुछ पाने के लिए, कुछ खोना पडता है!' हे तर सारेच जाणतात; पण मुळात आपल्याला नेमकं काय मिळवायचं आहे आणि ते मिळवताना आपण काय गमावणार आहोत... हे तर कळायला हवं! यश सर्वांनाच हवं असतं, पण 'यशा'विषयी बहुतेकांच्या फारच ढोबळ कल्पना असतात, त्याही इतरांचं 'यश' पाहून बनवलेल्या असतात. पण जे तुम्हाला इतरांचं यश 'दिसतं' ते खरं यश 'असतं'च असं नाही. 'भरपूर पैसा' ही काही यशाची संकल्पना नव्हे. प्रतिष्ठा, सत्ता हेही यश नव्हे. 'यशा'ची अगदी सोपी, सरळ व्याख्या करायची झाली तर यश म्हणजे आयुष्यात काही साध्य करायचं ठरवणं आणि ते करून दाखवणं.

तेव्हा सर्वप्रथम आपल्याला आयुष्यात नक्की काय हवं आहे हे तुम्हाला ठरवावं लागेल, उद्दिष्ट पक्कं करावं लागेल. तसं तर आयुष्यात सगळंच महत्त्वाचं असतं, पण तुमच्यासाठी सर्वांत महत्त्वाचं काय हे नक्की करावं लागेल. त्यासाठी अर्थातच जे कमी महत्त्वाचं आहे, ते सोडायची तयारीही ठेवावी लागेल. *नॉट फेल्युअर बट लो ॲम्बिशन इज क्राइम'* हे आपण शालेय वयात ऐकलेलं असतं. होय, महत्त्वाकांक्षा जरूर असावी;

पण ती पेलणारी हवी! अतिमहत्त्वाकांक्षेमुळे आपण मिळालेल्या यशाचा आनंदही घेऊ शकत नाही.

आपण यशाची सांगड नेहमी अंतिम निकालासोबत घालत असतो, पण ते खरं यश नव्हे. आपल्या प्रयत्नांचा दर्जा सतत वरचा राखणं म्हणजे यश. यश हे सर्वस्व ओतण्यात, स्वतःचं सर्वोत्तम ते देण्यात असतं.

सक्सेस इज ट्राइंग टू रीच द बेस्ट विदिन यू!

पैसा, प्रतिष्ठा, पारितोषिक हे केवळ त्याचे आनुषंगिक परिणाम असतात. तुमच्या यशावरचं ते फक्त शिक्कामोर्तब असतं. केवळ त्या परिणामांना ध्येय मानून तुम्ही प्रयत्न करता, तेव्हा तुमच्या प्रयत्नांमधली जान हरवून जाते आणि तुमचं यशही हळूहळू हरवू लागतं.

कुठलंही यश हे छोटं मोठं नसतं, यश हे यश असतं. मिळालेला यशाचा आनंद घेत घेतच पुढं जायचं असतं. पण अशीही मंडळी असतात, जी अधिकाधिक यश कमावण्याच्या नादात 'आनंद'च गमावून बसतात. डॉ. आनंद नाडकर्णी म्हणतात त्याप्रमाणे – 'ही मंडळी प्रचंड महत्त्वाकांक्षी असतात... साहजिकच वर्कहोलिकही. सतत कामाचा विचार, करिअरची चिंता आणि अर्थातच न पेलणारा स्ट्रेस.'

यशामुळे त्यांना प्रतिष्ठा मिळत असते. पैशामुळे सुखसोयी मिळत असतात... पण तरीही 'आनंद' दूरच राहतो. त्यामुळेच त्यांना आपण हे सगळं का करतोय, असाही प्रश्न पडत असतो. अनेकदा जे कमावण्याचा अट्टाहास आपण करतोय ते सारंच व्यर्थ आहे, असंही जाणवत असतं, पण हे मान्य न करता ही मंडळी पळवाटा शोधतात. त्यांना 'इझी प्लेअर्स' म्हणता येईल. हे 'इझी प्लेअर्स' सगळ्या सोप्या, इन्स्टंट गोष्टींच्या मागे लागतात. लग्न, कमिटमेंट हे त्यांना नकोसं असतं. त्यापेक्षा धडाधड अफेअर्स, ब्रेक-अप, फ्लर्टिंग, तासन्तास चॅटिंग, ड्रिंक्स, महागडं शॉपिंग... असे तात्पुरते 'रिलॅक्स' होण्याचे मार्ग अवलंबिले जातात. आतून मात्र अस्वस्थ, असुरक्षितच वाटत असतं, एकटेपण जाणवत असतं. ना आंतरिक संवाद... ना काही अर्थपूर्ण संबंध... इतके कष्ट करून, इतकं यश मिळवूनही पदरी काय पडलं, हा प्रश्न सतावत राहतो?

तुम्हाला हे असं यश मिळवायचं आहे काय?

मुख्य म्हणजे तुम्हाला फक्त 'करिअर'मध्ये यशस्वी व्हायचं आहे की आयुष्यात यशस्वी व्हायचं आहे? विख्यात लेखिका शोभा डे यांचं उदाहरण इथे देता येईल. 'आयुष्यात मी काय मिळवलं?' यासंदर्भात त्या म्हणतात, 'घरदार, सोनंनाणं, हिऱ्या-मोत्यांची अभिलाषा मी कधीच धरली नव्हती. पण छोट्या-छोट्या आनंदाने आयुष्याची खुमारी वाढवणाऱ्या क्षणांवर मात्र मी मनापासून प्रेम केलं. आयुष्यात मला कुठल्याही शिखरावर झेंडा रोवायचा नव्हता. काहीही सिद्ध करून दाखवण्याची

खुमखुमी नव्हती. माझ्या वाट्याला आलेला प्रत्येक बरा-वाईट क्षण मी उत्कटतेने जगले एवढंच.'

मौज ही आहे की असं जगत असतानाच त्यांनी भरभरून यश, नावलौकिकही मिळवला.

तुम्हाला हे ठरवावं लागेल, की ('काहीही' करून) तुम्हाला फक्त यशस्वी व्हायचं आहे की उत्कटतेनं, आनंदानं जगायचं आहे! खरं तर हा काही फार मोठा पेच नाहीय. मुळात यशाला आनंदाचं आणि आनंदाला यशाचं वावडं नसतंच. जे करताना तुम्हाला आनंद मिळत असतो, ते तुम्ही अगदी मनापासून, जीव ओतून करत राहता... साहजिकच त्यात यशही मिळत जातं. खरं तर आनंद हेच यशाचं रहस्य आहे, असंही म्हणता येईल!

दस्तुरखुद्द सचिन तेंडुलकर यानं तसं म्हटलंही आहे. अतिशय उत्तुंग यश मिळवलेल्या, अवघ्या ४०व्या वर्षी 'भारतरत्न' हा सर्वोच्च बहुमान प्राप्त केलेल्या सचिनला जेव्हा हा प्रश्न केला, 'व्हॉट इज द सिक्रेट ऑफ युअर सक्सेस?'

करिअर की जीवनशैली?

आजच्या यंत्रयुगात माणूस यंत्रासारखंच काम करतोय, अथक्... पण म्हणून त्यानं आपल्या आयुष्यातला जिव्हाळा हरवून बसता कामा नये. हा जिव्हाळा देणारी नातीगोती जपायला हवीत. आपलं कुटुंब, मित्र यांचं आपल्या जीवनात अनन्यसाधारण स्थान आहे. ते तसंच राहायला हवं. त्यांच्याशी तुमचं शेअरिंग व्हायला हवं. या सर्व गोष्टींचा 'जीवनशैली'त अंतर्भाव होतो. हे सारं असलेली जीवनशैली म्हणजेच 'समृद्ध जीवनशैली.'

फक्त पैसा आणि त्यानं मिळणाऱ्या भौतिक गोष्टी आपली जीवनशैली समृद्ध करू शकत नाहीत. आरामात राहणं, चांगलं खाणं, चांगल्या ठिकाणी फिरायला जाणं... यासाठी पैसा लागतो. तो हवाच, पण पैशाची फक्त मज्जाच करायची का? कधी एखादं छानसं पुस्तक वाचायचं नाही? कधी एखादी मस्त सीडी ऐकत नुसतंच लोळायचं नाही? कधी नुसतंच पावसात भिजायला जायचं नाही? कधी रिकामपणी घरात सगळ्यांनी गप्पा मारत बसायचं नाही? आयुष्यातले हे छोटे छोटे आनंद जपणारी जीवनशैली 'करिअर'नं द्यायला हवी, की सतत पैशाच्या मागे धावत ठेवणारी?

प्रत्येकानं आपलं उत्तर शोधायचंय!

– डॉ. आनंद नाडकर्णी (मानसतज्ज्ञ)

त्यावेळी त्याचं उत्तर होतं, 'आय एन्जॉय प्लेईंग क्रिकेट!' सचिन आनंदासाठी खेळत राहतो – यश, वैभव, पुरस्कार हे सारं येत जातं.

अर्थात सचिननं पुढे जे म्हटलं आहे तेही महत्त्वाचं आहे. तो म्हणतो, 'केवळ शतकं करणं, सामने जिंकणं किंवा भरपूर पैसे कमावणं यातच सगळं सुख आहे, असं मला नक्कीच वाटत नाही. हे सगळं साजरं करायला आपली जवळची माणसं सोबत असणं, यातच खरा आनंद सामावलेला असतो. तरुणांना मी एवढंच सांगेन, भरपूर यश मिळवा, तुमची ध्येयं साकार करा. पण ती करत असताना तुमच्यासाठी कुणीतरी त्याग करत असतं, तुम्हाला मनापासून साथ देत असतं याचा विसर पडू देऊ नका. स्वतःच्या जीवनाची यशस्वी वाटचाल करताना आजूबाजूचे आनंदी कसे राहतील याचाही विचार करा. कारण त्यातून मिळणारा आनंद आणि समाधान हेच खरं दीर्घकाळ टिकणारं असेल.'

एका अर्थी आनंद हेसुद्धा माणसाचं 'आंतरिक यश'च तर असतं!

मैत्री, प्रेम, नातेसंबंध

'लग्न' ही माणसाची गरज असते का? एक तर निश्चित की, ती काही अन्न, वस्त्र, निवारा, इतकी मूलभूत गरज नव्हे. ज्या गोष्टी जिवंत राहण्यासाठी आवश्यक असतात, त्या फक्त 'तगण्याच्या गरजा' असतात; पण ज्या गोष्टी माणूस म्हणून रसपूर्ण, अर्थपूर्ण जगण्यासाठी आवश्यक असतात त्या 'जगण्याच्या गरजा' असतात. मागच्या प्रकरणात आपण पाहिलं की, माणसाला संवादाची भूक असते, संबंधाची आणि सहवासाचीही भूक असते. 'शेअरिंग'ची ही गरज असते. लग्न ही त्यासाठी उपलब्ध असलेली एक सोय आहे. लग्न करायचं की नाही, हा प्रश्न अलाहिदा, पण आयुष्य आनंदानं जगायचं असेल तर मुळात एक 'माणूस' म्हणून असलेल्या आपल्या 'गरजां'चं पुरेसं भान हवं. फक्त 'व्यावहारिक' नव्हे तर 'भावनिक' गरजांचंही! तसं तर माणसाला आयुष्यात खूप काही हवं असतं – यश, वैभव, प्रतिष्ठा. अपेक्षित यश मिळालं नाही की आपण हळहळतो. हवा तेवढा पैसा मिळाला नाही तरी आपण हळहळतो, निराश होतो. प्रश्न असा आहे... मित्र-मैत्रिणी नाहीत म्हणून आपण कधी हळहळतो का? मैत्री हीसुद्धा आपली एक आंतरिक गरज असते, आयुष्यात तीही खूप मोलाची असते. याचं आपल्याला भान असतं का? मैत्रीची 'किंमत' आणि त्यातली 'गंमत' आपल्याला खरंच कळलेली असते का?

मिर्झा गालिबचा एक सुंदर शेर आहे – तो म्हणतो, 'चलो दौलत की बात करते है, बताओ तुम्हारे दोस्त कितने है?' अर्थ सरळ आहे – दोस्ती हीच खरी दौलत असते. मैत्रीची श्रीमंती हीच खरी जीवनाची समृद्धी असते, पण आज जीवनाचा वेग कमालीचा वाढला आहे. प्रत्येक क्षेत्रात, प्रत्येक पावलावर स्पर्धा आहे, जो तो 'पळा पळा, कोण

पुढे पळे तो' या शर्यतीत धावतो आहे. आधुनिक तंत्रज्ञानामुळं आपलं दैनंदिन जगणं सुखसोयींनी समृद्ध होत असलं तरी नात्यांसाठीचा अवकाश मात्र आक्रसत चालला आहे. जो तो भौतिक, व्यावहारिक गरजांमध्ये इतका गुरफटला आहे, की भावनिक गरजांसाठी वेळच उरला नाहीय. आज आपल्याला सारंच इन्स्टंट, फटाफट हवं असतं. तसं ते मिळतही असतं, पण मैत्रीचं नातं हे जुळावं, जमावं, जोपासावं लागतं. त्यासाठी वेळ तर लागतोच, पण मानसिक 'गुंतवणूक'ही लागते. आजच्या 'जगण्याच्या वेगा'त अशा 'गुंतवणूकी'साठी अवसरच राहिलेला नाही. हे जरी मान्य केलं तरी हेही तितकंच खरं की, मैत्रीची गरज संपलेली नाहीय! किंबहुना ती वाढलीच आहे. म्हणूनच 'मैत्रीची गरज' नव्यानं अधोरेखित करणं गरजेचं झालंय.

'मैत्रीचा कोपरा' या लेखात अपर्णा देशपांडे म्हणतात, 'मौजमजा, मस्ती, धिंगाणा करण्यासाठी भरपूर मित्रमैत्रिणी असतात, पण तरीही खास असे एक-दोन तरी मित्र हवेतच. आजच्या जगात, नोकरी-व्यवसायात क्षणाक्षणाला 'लढाई' असते, अशा वेळी कुणीतरी सोबतीला असावं लागतं... म्हणूनच तुमचं भलं चिंतणारा, वेळोवेळी तुम्हाला सावध करणारा 'मित्र' हवाच!'

मनातलं प्रत्येक वादळ आई-वडील किंवा जोडीदारासोबत वाटून नाही घेता येत. तिथे शांतपणे ऐकून घेणारा मैत्रीचा कान हवा. स्पर्धेच्या युगात, 'तू चिंता करू नकोस, तुझ्यात क्षमता आहे,' असा विश्वास देणारा शब्द हवा. सैरभैर मनाला शांत करणारा श्वास हवा. आयुष्याच्या कठोर वास्तवाशी निडर होऊन भिडायला, प्रत्येकाला एक तरी मित्र हवाच!

तसा तर 'मैत्रीचं मोल' हा न संपणारा विषय म्हणता येईल; पण आपल्याला आपल्या मुख्य विषयाकडे – अर्थात 'स्त्री-पुरुष मैत्री'कडे वळायला हवं.

स्त्री-पुरुष मैत्री

आजच्या तरुणाईसाठी 'स्त्री-पुरुष मैत्री' हा काही 'इश्यू' राहिलेला नाहीय. कुठलाही तरुण मुला-मुलींचा ग्रुप गप्पा मारताना, हसता, खिदळताना पाहिला, तर हा मुला-मुलींचा ग्रुप आहे असं जाणवत नाही, फक्त तरुणाई जाणवते. कॉलेजमध्ये असे ग्रुप्स अगदी सहज जमतात. त्यात प्रत्येकीला अनेक मित्र असतात, प्रत्येकाला अनेक मैत्रिणी असतात (इथे आपण फक्त मैत्रीबद्दल बोलतो आहोत, वन टू वन 'प्रेमा'बद्दल नाही.) कुठे भेटायचं, कधी भेटायचं, काय करायचं हे काही प्रश्न नसतातच. कॉलेजचं खुलं प्रांगण असतं, शिवाय नाट्य, कला स्पर्धा, ऑक्टिव्हिटिज् अशी एकत्र येण्यासाठी सुंदर निमित्तं असतात. तिथं मुलं-मुली एकदिलानं, विनासंकोच अगदी समरस होऊन भाग घेताना दिसतात. अशा मैत्रीतून खूप काही निष्पन्न होत असतं. एकमेकांना हक्काचा 'सपोर्ट' मिळत असतो. एक गोष्ट तर स्पष्ट जाणवते, 'देअर आर नो हँगअप्स.'

पण... कॉलेजचे दिवस सरून, बाहेरच्या जगात प्रवेश करताना मात्र सगळीच परिमाणं बदललेली असतात. एखाद्या कंपनीमध्ये, ऑफिसमध्ये अथवा संस्थेमध्ये, कुणाही दोघांची (अर्थात 'ती'ची व 'त्या'ची) मैत्री जुळते, तेव्हा तो (कुजबुजत्या) चर्चेचा विषय होतो. सहकाऱ्यांचा 'वॉच'तर असतोच, पण 'समाजा'चीही नजर असते. घरच्यांचे 'प्रश्न'ही सुरू होतात. अशी मैत्री गैर मानली जाते किंवा त्यासंदर्भात इतरांचे काही आक्षेप असतात असं नाही, पण अशा मैत्रीनंतर दोघं प्रेमात तरी पडणार किंवा त्यांच्यात 'ते' तरी घडणार, हे बहुतेकांनी गृहीत धरलेलं असतं – किंबहुना तशी त्यांची खात्रीच असते!

'मैत्री रिफ्रेश करताना' या लेखात अजिंक्य कुलकर्णी म्हणतात, 'आपल्याकडे वर्षानुवर्षं स्त्री-पुरुष नातं हे गृहीतकांवर आधारित आहे. स्त्री-पुरुष मैत्री म्हणजे एक पायरी समजली जाते – त्या दोघांचं पुढे लग्न होईल याची! होय, समाजात हे गृहीतच धरलं जातं, अगदी आजही...'

'फ्रेंडस् विथ बेनिफिट्स' आणि 'नो स्ट्रिंग्ज ऑटॅच्ड' हे दोन चित्रपट त्याचं उत्तम उदाहरण. दोन्हीतले नायक-नायिका 'आमच्यात फक्त मैत्री आहे!' हे दाखवण्यासाठी झटत असतात, पण सरतेशेवटी व्हायचं ते होतंच आणि मैत्रीचं रूपांतर प्रेमात होतं. म्हणजे 'लग्न'ही ओघानं आलंच. शेवट तर हवाच आणि तोही सुखान्त! चित्रपटात ते अपरिहार्य असतंच, पण तेच घडणं आपल्या समाजातही अपेक्षित असतं. तसं घडलं म्हणजे 'चला... ठरलं एकदाचं' असं म्हणून निःश्वास टाकायला (आणि दुसऱ्या एखाद्या 'प्रकरणा'कडे वळायला) मंडळी मोकळी होतात! 'कुछ कुछ होता है' मधला शाहरूखही सांगत असतो – 'प्यार दोस्ती है! अगर वो मेरी सबसे अच्छी दोस्त नहीं बन सकती तों मैं उससे कभी प्यार करही नहीं सकता... क्योंकी दोस्ती बिना प्यार तो होताही नहीं!'

या अशा 'फिल्मी संवादा'चा प्रभाव वर्षानुवर्षं तरुणाईवर पडत असतोच. मैत्रीशिवाय प्रेम होऊच शकत नाही. हे मान्य केलं तरी मैत्री असली की प्रेम व्हायलाच हवं, असं थोडंच आहे? मैत्री ही प्रेमात पडण्यासाठीची पायरी असते का? लग्नापर्यंत न पोहोचू शकलेलं प्रेम हे 'असफल प्रेम' मानलं जातं. त्याच धर्तीवर 'प्रेमा'पर्यंत न पोहोचू शकलेली मैत्री ही 'असफल मैत्री' मानायची का?

'प्रेम' आणि 'मैत्री' यात मूलतःच काही फरक असतो की नाही? आपण हे पाहिलंच आहे की 'प्रेम' ही मुळात 'शृंगारिक प्रेमभावना'च असते. विशेषतः पुरुषांसाठी 'प्रेमा'तही शारीरिक आकर्षण महत्त्वाचं असतं. पण मैत्रीचं काय? स्त्री-पुरुष मैत्रीतही हे आकर्षण असतं का? भले अव्यक्त असेल... सुप्त स्वरूपात असेल; पण असतंच का? तसं असेल तर स्त्री-पुरुषांमध्ये निखळ मैत्रीची शक्यता किती राहते? एक तर निश्चित,

शक्यता कितीही कमी असो... आवश्यकता तर असतेच! आपण स्त्री-पुरुष सहजीवनाचा –त्यातही सुसंवादी, समृद्ध सहजीवनाचा विचार करतो आहोत. त्यासाठी तर अशी मैत्री हा अगदी कळीचा मुद्दा ठरतो. पण निखळ मैत्री हा 'आदर्श' झाला, 'वास्तव' काय आहे?

मेन आर फ्रॉम मार्स, विमेन आर फ्रॉम व्हीनस या अतिशय गाजलेल्या पुस्तकाचे लेखक जॉन ग्रे म्हणतात, 'पुरुषाचा मेंदू हा प्रथम बाईमधली मादी, तिचं सौंदर्य पाहतो, आणि नंतर तिच्या आवडीनिवडी, स्वभाव वगैरे. पुरुष स्त्रीशी मैत्री करतो त्यामागे सुप्त शारीरिक आकर्षण असतंच...' अशा परिस्थितीत स्त्री-पुरुषांमध्ये निखळ मैत्री असू तरी शकते काय? ती खरंच 'निखळ' असते की नाईलाजाने तशी ठेवली जाते? तसं असेल तर तिला 'निखळ' तरी का म्हणावं? अगदी धारदार प्रश्न आहेत. अशा साऱ्या प्रश्नांची नेमकी उत्तरं देण्यासाठी एखादा निष्णात मानसतज्ज्ञच हवा. तोही डॉ. आनंद नाडकर्णी यांच्यासारखा! सुदैवानं त्यांनी ती अगदी निःसंदिग्ध स्वरूपात दिलीही आहेत. ते म्हणतात –

- स्त्री आणि पुरुष यांच्यातल्या परस्पर आकर्षणाच्या अनंत छटा असतात. रूढ समजुतीप्रमाणे प्रौढ स्त्री आणि पुरुष यांच्यात 'अफेअर'च असतं. लग्न म्हणजे मान्यताप्राप्त अफेअर, एवढंच!
- स्त्री-पुरुष मैत्री महत्त्वाची असतेच, पण त्या नात्यातही असणाऱ्या शारीर-प्रेम-आकर्षणाच्या छटांना नाकारायचं कशाला? त्यांचा स्वीकार करून, संयमानं अभिव्यक्ती करता येतेच की!
- प्रेम किंवा आकर्षण म्हणजे शरीरसंबंध म्हणजेच व्यभिचार इतके ठोकळेबाज विचार कशासाठी?
- स्त्री-पुरुष नात्यातले अनेक पदर गवसावेत, यासाठीच तर मैत्री आवश्यक असते. मैत्री म्हणजेच स्वीकार, समानता आणि आदर.
- स्त्री-पुरुष नात्याचा एक आविष्कार शारीर प्रेममय समागमात निश्चितच आहे, पण तो प्रत्येक नात्याचा अंतिम टप्पा असायलाच हवा का?

हा प्रश्न करून डॉ. नाडकर्णी हेही स्पष्ट करतात –

'शरीरांचा संवाद हा मनांच्या संवादाला अधिक सौंदर्यमय करण्यासाठी यावा. क्षणिक लालसेची वादळी अभिव्यक्ती म्हणून नको. तसंच वर्चस्वाची खूण म्हणूनही नको. खरा प्रश्न आहे तो दोघांच्या भावनिक परिपक्वतेचा. स्वतःच्या विवेकाला साक्षी ठेवून जे स्त्री-पुरुष अशा नात्यांमध्ये खंबीर राहतात ते एक नवा इतिहासच लिहीत असतात.'

तात्पर्य,

'निखळ' हे लेबल लावा, लावू नका – स्त्री-पुरुषांमध्ये खूप चांगली-अगदी जिवाभावाची मैत्री असू शकते, अर्थपूर्ण, बहुपदरी असं नातंही असू शकतं, जे जीवन व भावजीवन दोन्ही समृद्ध करणारं ठरू शकतं.

'प्रेम' नावाचं प्रकरण

प्रेम! या अडीच अक्षरी संकल्पनेवर, आजवर किती कविता, किती कथा लिहिल्या गेल्या असतील, किती पटकथा गुंफल्या गेल्या असतील, त्याची गणतीच नाही करता यायची. प्रेम ही संकल्पना जितकी गूढ आहे, तितकीच प्रेमाची अनुभूतीही गूढ आहे. ती व्यक्त करणं शब्दांमध्ये मांडणं सोपं नसतंच. म्हणून तर गुलजार म्हणतात :

सिर्फ एहसास है ये

रूहसे महसूस करो

प्यार को प्यार ही रहने दो

कोई नाम ना दो।

प्रेमात कुणी ठरवून पडत नसतं... म्हणूनच तर त्याला 'पडणं' म्हणतात. प्रेमात पडायला कुठली वेळ, कुठला मुहूर्त नसतो. प्रेमाची जन्मवेळ सांगता येत नाही, म्हणूनच त्याची कुंडलीही मांडता येत नाही. सुधीर मोघे म्हणतात त्याप्रमाणे :

'दाटून आलेल्या संध्याकाळी अवचित सोनेरी ऊन पडतं

तसंच काहीसं, पाऊल न वाजवता... आपल्या आयुष्यात प्रेम येतं!'

प्रेम आयुष्यात येतं आणि सारंच बदलून जातं... 'आजकल पाँव जमींपर नहीं पडते मेरे' अशी अवस्था होते.

'जब भी खयालों में तू आये... मेरे बदनसे खुशबू आये... महके बदन में रहा जाये ना...' ही सुद्धा प्रेमाचीच किमया!

असं हे अद्भुत प्रेम आपल्यालाही लाभावं, आपल्याही आयुष्यात यावं... ही तर अगदी प्रत्येकाचीच आंतरिक इच्छा असते. कुणीतरी आपल्या प्रेमात आहे, त्या व्यक्तीसाठी आपण 'कुणीतरी खास' आहोत... ही भावना किती सुखद, किती रोमांचकारी असते, हे प्रेम अनुभवलेल्या व्यक्तीच सांगू जाणो... कुसुमाग्रज तर म्हणतात, 'प्रेम म्हणजे जीवनाचा सारांश!' हे सगळंच किती सुंदर आहे... पण हेही तितकंच खरं, तुमच्या आयुष्यात तो 'योग' असावा लागतो!

मुळात जिच्यावर आपला जीव जडावा, अशी व्यक्ती भेटणं हाच निव्वळ योगायोग असतो. भेटलीच तर आपल्याला ती आवडते, तसं तिला आपण आवडणं हे जमायला लागतं. दोघंही एकमेकांना आवडत असले तरी ते एकत्र येणं जमायला लागतं. एकत्र

माझ्या मित्रा

ऐक ना,
मला दिसते नुसते चमकते अपरंपार आभाळ
अलीकडे दाट काळ्या रात्रीची शांत झुळझुळ
बासरीच्या एखाद्या माधवी स्वरासारखा
तीव्रमधुर तिथला वाऱ्याचा वावर
आणि मुक्त असण्याची त्यात एक मंद पण निश्चित ग्वाही
कितीदा पाह्यलेय मी हे स्वप्न, झोपेत आणि जागेपणीही!

आज तुला ते सांगावेसे का वाटले कळत नाही
पण थांब, घाई करू नकोस,
अर्धे फुललेले बोलणे असे अध्यार्वर खुडू नाही.
हे ऐकताना हसशील, तर मर्द असशील;
स्वप्न धरायला धावशील माझ्यासाठी
तर प्रेमिक असशील,
समजशील जर शब्दांच्या मधल्या अधांतरात
धपापतेय माझे काळीज
तर मग तू कोण असशील?

स्वप्नच होशील तर परमेश्वर असशील,
हाती देशील तर पती असशील,
आणि चालशील जर माझ्यासोबत
त्या उजळ हसऱ्या स्वप्नाकडे
समजून हेही, की ते हाती येईल, न येईल,
पण अपरिहार्य माझी ओढ, माझे कोसळणे, धापत धावणे
आणि माझा विश्वास, की माझे मलाच लढता येईल,
तर मग तू कोण असशील?

मित्र असशील माझ्या मित्रा!

– अरूणा ढेरे

आलेच तर ते टिकून राहणं जमायला लागतं. सगळाच योगायोगाचा अन् एकमेकांना आयुष्यभर सांभाळण्याचा खेळ!

व. पु. काळे म्हणतातच... **'फक्त एक क्षण भाळण्याचा, बाकी सारे सांभाळण्याचे!'**

कविमंडळींनी मात्र या 'अरेरावी' भावनेचं विलक्षण स्तोम माजवून ठेवलं आहे. 'क्षण एक पुरे प्रेमाचा... वर्षाव पडो मरणांचा!' हे त्याचं ढळढळीत उदाहरण. क्षणभराचं प्रेम महत्त्वाचं... जगणं महत्त्वाचं नाही? आपण काही फक्त प्रेम करण्यासाठी जन्माला येत नसतो. प्रेम कितीही अनमोल असलं तरी तोच जीवनाचा एकमेव उद्देश नसतो. म्हणूनच 'प्रेमा'च्या निव्वळ 'कविकल्पनां'मध्ये न रमता आपण आता प्रत्यक्ष, जीवनाच्या संदर्भात ते 'समजून' घेणार आहोत. या 'रोमँटिक' संकल्पनेचा शक्य तितका 'प्रॅक्टिकल' विचार करणार आहोत, अर्थात 'प्रेम' या भावनेची योग्य ती बूज राखून!

प्रेम : एक जैविक प्रक्रिया

प्रेमाचं आपण 'हृदया'शी नातं जोडतो, पण काही मानववंशशास्त्रज्ञांच्या मते ती एक जीवशास्त्रीय लैंगिक गरजेतून निर्माण झालेली भावना आहे. स्त्री-पुरुष प्रेमाच्या मुळाशी पुनरूत्पादन हीच खरी प्रेरणा असते. आपण प्रेम या कल्पनेचं कितीही उदात्तीकरण केलं असलं, तरी ती मुख्यतः मानवी वंश टिकून राहण्यासाठी निसर्गानंच निर्माण केलेली उपाययोजना आहे.

डब्ल्यू. सॉमरसेट मॉमनं तर म्हटलंय, 'प्रेम ही निसर्गानं माणसाची केलेली फसवणूक आहे. निसर्गाला फक्त माणसाची जात टिकून राहण्याशी मतलब होता. केवळ त्याच हेतूनं त्यानं माणसाला 'प्रेमा'त पाडून गंडवलं किंवा असंही म्हणता येईल, गंडवून प्रेमात पाडलं!'

थोडक्यात प्रेम ही एक जैविक प्रक्रिया आहे. मेंदूत धुंदी निर्माण करणारी रसायनं निर्माण होतात, म्हणून तिला रासायनिक प्रक्रियाही म्हणता येईल. हे सर्व घडतं जे मुख्यतः डोपामाईन या चेता रसायनामुळे. मौज म्हणजे प्रेमात आणि व्यसनी माणसात – दोहोंतही डोपामाईन याच चेतारसायनाचा अतिरेक होतो. त्यामुळेच व्यसनी माणसांची सगळी लक्षणं प्रेमातही दिसतात. प्रेमाचीही नशा चढते! थोडक्यात... या अशा एका उपद्व्यापी रासायनिक प्रक्रियेला उगाचंच रम्य, अद्भुत पातळीवर बसवलं गेलं आहे! काही जण तर आपण प्रेमात आहोत, या भावनेच्याच प्रेमात असतात. डॉ. स्टॅनबर्ग यांच्यासारख्या मानसशास्त्रज्ञाला मात्र प्रेम ही केवळ जैविक/रासायनिक प्रक्रिया नव्हे तर 'उत्क्रांत झालेली एक उपयुक्त भावना' वाटते. नैसर्गिक आकर्षण हे असतंच, पण त्याखेरीज आणखीही दोन महत्त्वाचे घटक असतात. ते म्हणजे घनिष्ठता आणि बांधिलकी...

'बांधिलकी'त जबाबदारीही येतेच. थोडक्यात आकर्षण, घनिष्ठता आणि बांधिलकी या तीन घटकांमुळे 'प्रेमाचा त्रिकोण' पूर्ण होतो.

हा त्रिकोण पूर्ण झाला आहे, हे ओळखायचं कसं? त्यासाठी डॉ. स्टॅनबर्ग यांनी 'प्रेमाची लक्षणं' दिली आहेत, जी निश्चितच पटणारी आहेत. मुख्य म्हणजे ती अनुभवता व पडताळता येतील अशी आहेत. ती लक्षणं अशी :

- परस्परांबद्दल 'विशेष' शारीरिक आकर्षण असणं.
- परस्परांबद्दल आस्था, जिव्हाळा, आदर वाटणं.
- 'त्या' व्यक्तीसह आनंद अनुभवण्याची उत्कट इच्छा असणं.
- त्या व्यक्तीबरोबर विचार, भावना शेअर करावंसं वाटणं.
- एकमेकांचा आधार वाटणं, एकमेकांवर विसंबून राहणं.
- दोघांमध्ये आंतरिक संवाद, भावनात्मक सुसंवाद असणं.
- दोघांनाही जणू 'एक'पणाची अनुभूती येणं.

ही अशी लक्षणं असतील तरच ते उत्क्रांत व टिकाऊ प्रेम ठरतं. विख्यात मानसतज्ज्ञ सिग्मंड फ्रॉईड यांनीही, प्रेम करता येणं हे मानसिक प्रगल्भतेचं 'लक्षण' मानलं आहे.

'प्रेम' काही 'सेम' नसतं!

'प्रेम म्हणजे प्रेम म्हणजे प्रेम असतं... तुमचं आमचं 'सेम' असतं!' असं मंगेश पाडगावकर म्हणतात. हे ऐकायला छान वाटतं, पण हेही तितकंच खरं 'तुमचं आमचं' प्रेम 'सेम' नक्कीच नसतं. प्रत्यक्षात 'प्रेमा'चे अनेक प्रकार असतात, कारण मुळात स्त्री-पुरुष आकर्षणाच्याही विविध छटा असतात. शारीरिक, भावनिक, बौद्धिक अशा विविध आकर्षणांपैकी कुठलं अधिक प्रभावी आहे, या आधारे हे प्रकार ठरत असतात.

डॉ. शशांक सामक यांनी प्रेमाचे एकूण आठ प्रकार सांगितले आहेत, ते असे...

एक : कोवळं प्रेम (काफ लव्ह)

यात शारीरिक आकर्षणाचाच भाग अधिक असतो. साहजिकच ते उत्छृंखल व बेजबाबदार असतं. असं प्रेम टिकाऊ असूच शकत नाही.

दोन : प्रथमदर्शनी प्रेम (लव्ह ॲट फर्स्ट साइट)

हे प्रेम तसं कुठल्याही वयात होऊ शकतं. हे बरंचसं भावुक असतं व त्याचा उगम काहीसा अनाकलनीय असतो. तरुण वयातलं प्रथमदर्शनी प्रेम शारीरिक तर प्रौढ वयातलं – भावनिक किंवा बौद्धिक असू शकतं. तरुण वयातलं असं प्रेम टिकणं कठीणच. अनेकदा ते दुसऱ्या भेटीतही डळमळीत होऊ शकतं! प्रौढ वयातलं प्रथमदर्शनी प्रेम मात्र जर नंतर पुरेसं गंभीर व जबाबदार होत गेलं तर ते टिकूही शकतं.

तीन : लुब्ध प्रेम (इनफॅच्युएशन)

अचानक एखाद्या व्यक्तीविषयी तीव्र ओढ वाटणं म्हणजे लुब्धता. 'प्रेम आंधळं असतं' असं म्हणतात, ते बहुधा याच प्रेमाच्या बाबतीत! प्रिय व्यक्ती असामान्य, अद्वितीय असल्याचा या प्रेमात 'साक्षात्कार' होतो. त्याला वास्तवाचा काही आधार नसतो. कालांतराने या प्रेमाची तीव्रता ओसरत जाण्याची दाट शक्यता असते.

चार : सहवासोत्तर प्रेम

हाच प्रेमाचा सर्वसाधारण असा प्रकार. वारंवार सहवासातून वाटणाऱ्या शारीरिक आकर्षणाला भावनिक आकर्षणाचीही जोड मिळाली की हे प्रेम फुलतं. हेच प्रेम सर्वांत जबाबदार, डोळस व परिपक्व असतं.

पाच : साहचर्य प्रेम (कम्पॅनियनशिप लव्ह)

दिवस-रात्र संपर्कात असणाऱ्या व्यक्तींत हे निर्माण होणं अपेक्षित असतं. नाही झालं तर प्रयत्नानं हे प्रेम करण्याची कला आत्मसात करता येते. मित्रता व जबाबदारीची जाणीव या आधारे विवाहित स्त्री-पुरुषांसाठी हे प्रेम 'कष्टसाध्य' असतं. ते आवश्यकही असतं!

सहा : दयार्द्र प्रेम (कम्पॅशनेट लव्ह)

यात दयेची, कणवेची भावना असली तरी थोडीबहुत वासनाही असतेच.

सात : वासनांध प्रेम (पॅशनेट लव्ह)

तसं तर याला अनावर, उसळतं, झपाटलेलं प्रेम असंही म्हणता येईल, पण प्रत्यक्षात यातली 'पॅशन' ही वासनेचीच असते. त्यामुळेच हे प्रेम सुख ओरबाडून घेणारं, मालकी हक्क सांगणारं असतं. शारीरिक आकर्षण कमी झालं की हे संपुष्टात येतं.

आठ : उदात्त प्रेम (प्लेटॉनिक लव्ह)

हे अशारीरिक प्रेम असतं असं मानलं जातं. पण ही फक्त कविकल्पना आहे. 'आपल्याला शरीरंच नाहीत आणि आपली मनंच केवळ एकमेकांशी संवादत राहतील,' अशी काही प्रेमिकांची भाबडी कल्पना असते. प्रत्यक्षात अत्यल्प का होईना शारीरिक आकर्षण असतंच. काही वेळा हे आकर्षण दडवण्यासाठीही 'उदात्त प्रेम' या कल्पनेची ढाल पुढे केली जाते.

खरं तर हे आकर्षण दडवण्याची काही गरज नसते. प्रेम या नितांत सुंदर भावनेमुळे शरीरसंबंधही पवित्र होत असतात! असो... डॉ. सामक यांच्या या अतिशय सुस्पष्ट विवेचनातून समोर येणारे काही महत्त्वाचे मुद्दे असे सांगता येतील.

- प्रेम काही एकाच प्रकारचं नसतं. प्रेमाचे अनेक प्रकार असल्यामुळे वेगवेगळ्या वयात, वेगवेगळ्या परिस्थितीत, वेगवेगळ्या प्रकारचं प्रेम उद्भवू शकतं...

अनुभवता येतं. त्यामुळे 'एका व्यक्तीनं आयुष्यात एकदाच प्रेम केलं पाहिजे' असा कायदा प्रेमाच्या प्रांतात लागू होत नाही. 'स्त्री आयुष्यात एकदाच प्रेम करते,' हेही तितकंसं खरं नाही. पुरुषांच्या मानानं स्त्रियांमध्ये 'पुन्हा' प्रेमात पडण्याचं प्रमाण कमी असू शकेल, एवढंच!

- 'सहवासोत्तर प्रेम' हाच डॉ. सामक यांना प्रेमाचा सर्वांत स्वाभाविक, विश्वासार्ह प्रकार वाटतो. प्रत्यक्षातही हाच प्रकार साधारणतः पाहायला मिळतो. कुठल्याशा निमित्तानं दोघं एकत्र येतात आणि सहवासातून परस्परांबद्दल ओढ वाटू लागते, प्रेम जुळू लागतं.

'हे नेमकं कसं घडतं' हे 'कोडं' मेघना पेठे यांनी *नातिचरामि*मध्ये खूपच सुंदर उलगडलं आहे. त्या लिहितात :

'ती एक 'शोधप्रक्रिया'च असते. वैचारिक, भावनिक, आंतरिक... काहीतरी दोघांचंही एकच दुःख, दोघांचाही एकत्र आनंद किंवा दोघांचाही एकच छंद असतो, कधी एकच व्यवसाय असतो तर कधी जगण्याकडे बघण्याचा दृष्टिकोन एकच असतो. अशा एखाद्या सामायिक गोष्टीतून 'शोधप्रक्रिये'चा समान धागा सापडतो. मग हळूहळू एकमेकांबद्दलचा सहानुभाव, सोबतीच्या जाणिवेतून येणारा जिव्हाळा... कधी स्पर्धासुद्धा... हे सारं एका विशिष्ट क्षेत्रापुरतं न राहता त्याचं रूपांतर एकमेकांना समग्र जाणून घेण्याच्या 'सर्वव्यापी कुतूहला'त होतं. यामुळेच सखी-सखा, सहचर, आई-मूल, गुरू-शिष्य... अशा सगळ्याच भूमिका एकाच संबंधात निभावता येतात.

इथेही कामप्रेरणा असतेच, पण अत्यंत तरल आणि प्रच्छन्न. तो या प्रवासातला एक अटळ टप्पा असतो, 'मंजिल' नव्हे. असं हे नातं, आयुष्यालाही पुरून उरू शकतं.

होय, सहवासातून जुळणारं प्रेम हे अधिक डोळस, जबाबदार व परिपक्व असू शकतं... म्हणूनच ते टिकाऊ ठरतं. अर्थात ही परिपक्वता दोघांच्या मानसिक व वैचारिक जडणघडणीवर अवलंबून असते.

डॉ. सामक यांचा 'साहचर्य प्रेमा'संदर्भातला मुद्दाही महत्त्वाचा आहे. मुख्य म्हणजे तो रूढ संकेतांना छेद देणारा आहे. प्रेम हे नेहमी 'व्हायला'च हवं असतं असं नाही तर ते 'करता'ही येतं, असं डॉ. सामक यांचं प्रतिपादन आहे. लग्नानंतर पति-पत्नींमध्ये जर मित्रत्वाचं नातं असेल तर एकत्रित जबाबदारीच्या जाणिवेतून त्या 'मैत्री'चं रूपांतर 'प्रेमा'तही करता येतं. होय... 'प्रेम करण्याची कला' शिकताही येते. संसार सुखाचा व्हावा असं वाटत असेल तर ती शिकणं नक्कीच उपयुक्त ठरू शकतं. ही एक सर्वच विवाहितांना दिलासा देणारी, मार्गदर्शक ठरणारी गोष्ट आहे. **प्रेमातून विवाह झालेला नसला तरी विवाहातून प्रेम होऊ शकतं!**

असंख्य पैलू प्रेमाचे!

'प्रेम' या भावनेला अनंत कंगोरे असतात हे खरंय... म्हणूनच तर प्रेमाचे अनेक प्रकार असतात, पैलू असतात. तेही जाणून घ्यायला हवेत.

'प्रेमा'ची आस तर प्रत्येकाच्या अंतरंगात असते, पण सर्वांना ते लाभतंच असं नाही. साहजिकच ज्यांना ते लाभतं, त्यांचा इतरांना हेवा वाटत असतो. पण – ज्यांना प्रेम मिळालेलं असतं, ते सारेच सुखी, स्वस्थ असतात का? असं दिसत तरी नाही. काहीजण हाती आलेलं प्रेम निसटेल की काय म्हणून धास्तावलेले असतात. त्यामुळेच ते प्रिय व्यक्तीकडे सतत प्रेमाचे पुरावे मागत राहतात. त्यातही मौज (खरं तर मेख) अशी की प्रेम कितीही मिळालं तरी अजून हवंसं वाटतं... जे मिळतं तेही प्रेम माणसाला 'खेळवत'च राहतं. परिणामी प्रेम अनुभवलेल्या प्रेमिकांचाही प्रेमावरचा विश्वास डळमळीत होत जातो... असं का होतं?

या प्रश्नाचं अगदी नेमकं उत्तर डॉ. ऋजुता विनोद यांनी दिलं आहे. ते त्यांच्याच शब्दांत जाणून घ्यायला हवं. त्या म्हणतात, 'प्रेम ही जी गूढ अनुभूती आहे, तिचे असंख्य पैलू असतात, असंख्य छटा, रंग, रूप, प्रतिक्रिया असतात. या विविध छटांमध्ये कमालीचा अंतर्विरोध आढळतो. कित्येकदा दोन टोकांचं वाटतं, तरीही ते प्रेम असतं.'

'प्रेमात जशी उत्कटता आणि गंभीरता आहे, तशीच चंचलता आणि अधीरताही आहे. स्वर्गीय आनंद आहे, तशीच असह्य अस्वस्थताही आहे. आशा आहे, तशीच निराशा आहे, अपेक्षाही आहे, निरपेक्षताही आहे. ते शरीरी आहे, तसेच अशरीरी आहे. शाब्दिक आहे, तसंच निःशब्दही आहे. त्यात संकोच आणि लज्जा आहे, तशीच धिटाई आणि बंडखोरी आहे. समर्पण आहे, तसंच स्वामित्व आहे. त्यात हळुवारपणा आहे तसाच आवेश आणि धसमुसळेपणाही आहे. हसू आहे, तसेच अश्रू आहेत. मुख्य म्हणजे ते तुमच्या-आमच्या 'नियंत्रणा'च्या पलीकडचं आहे. प्रेमाच्या या व्याप्तीची, विलक्षण वैविध्याची आपल्याला कल्पना नसते आणि ती अनुभवण्याची इच्छाही नसते.'

'आपल्याला मोह पडतो, तो प्रेमातील फक्त एका विशिष्ट पैलूचा. विशेषतः तरुण वयात एका ठराविक पैलूचाच आग्रह धरला जातो. काळ बदलतो, वय वाढतं... तशा त्या पैलूत विविध छटा मिसळत जातात, हे लक्षात येत नाही. जीवनामध्ये प्रगल्भता येत जाते, तसा प्रेम या अनुभूतीच्या अनेकविध पैलूंचा अनुभव आपल्याला यावा, त्यांची जाण यावी, ही अपेक्षा असते; पण तसं होत नाही. त्यामुळे प्रेमाची गतिमानता आणि त्यातली स्थित्यंतरं आपल्याला उमजत नाहीत आणि इथेच सगळा घोळ होतो.'

डॉ. विनोद यांच्या विवेचनाचं तात्पर्य अगदी स्वच्छ, स्पष्ट आहे. एका विशिष्ट पैलूचाच आग्रह न धरता, प्रेमाच्या अनेकविध पैलूंचं भान ठेवायला हवं आणि त्या विविध पैलूंचा अनुभवही घेता यायला हवा. प्रेमाची गतिमानता आणि स्थित्यंतरे समजून घ्यायला हवीत आणि ती स्वीकारायला हवीत.

विमला ठकार म्हणतात त्याप्रमाणे, 'प्रेमात पडलं की आपण घोटाळतो, एकाच व्यक्तीच्या भोवती गोलगोल फिरतो. त्या व्यक्तीला पकडून ठेवण्यात, बिलगण्यात एक सुरक्षितता वाटते. हे प्रेम नसतं, सुरक्षिततेचा भ्रम असतो.

'माझ्यावर प्रेम करणारं कुणी सोबत नसेल तर मी जगणार कसं,' असा प्रश्न पडणं याचा अर्थ आपल्याला जीवनाचं भय वाटतं आहे. ज्याला जीवनासोबत जगण्याचंच भय वाटत आहे तो मजेत कसं जगणार? आणि प्रेम तरी कसं करणार?

खरं प्रेम कुणाला बांधत नाही आणि चिकटूही देत नाही. कायमचं आश्रित बनू देत नाही. कुणाला तरी आपल्यावर अवलंबून ठेवायचं, 'तुझ्याशिवाय मी जगू शकत नाही.' असं तिच्या तोंडून वदवून घ्यायचं, हा त्या व्यक्तीचा अपमान आहे. सतत तुमचाच ध्यास घेत, जप करत ती व्यक्ती बसली तर ती जगणार कशी? तुमचं प्रेम त्या व्यक्तीला जीवनाच्या जवळ नव्हे, जीवनापासून दूर नेतं आहे. हा जीवनाचा उपमर्द आहे आणि त्या व्यक्तीचाही. प्रेम म्हणजे मालकी हक्क नव्हे, बांधून ठेवतं तेही प्रेम नव्हे. प्रेम माणसाला बळ देतं, दुबळं बनवत असेल तर ते प्रेमच नव्हे. 'खरं प्रेम' तर नव्हेच नव्हे!'

ओशोंचं एक फारच सुंदर वचन आहे. ते म्हणतात, **डोन्ट 'फॉल' इन लव्ह, 'राइझ' इन लव्ह.'** प्रेमात 'पडू' नका, प्रेमात 'उन्नत' व्हा! आपण कुणावर तरी खरंखुरं प्रेम करू शकतो, आपलं मन तितकं खुलं, उमदं, निर्मळ आहे. ही भावना, स्वतःला 'अपलिफ्ट' करणारी असते. यू फील गुड अबाऊट युअरसेल्फ, यू फील इलेव्हेटेड! 'खरं प्रेम' निरपेक्ष असतं, बिनशर्त असतं. असं प्रेम हे एकतर्फीही असू शकतं. प्रतिसादाची अपेक्षा असली तरी ती अट नसते, आग्रह नसतो. खऱ्या प्रेमात अहंकाराला स्थान नसतं. प्रत्यक्षात मात्र या अहंकारातूनच बरेचसे अनर्थ घडत असतात. गौरी देशपांडे यांनी त्या संदर्भात म्हटलं आहे, 'प्रेम ही भावना एका व्यक्तीच्या मनात दुसरीबद्दल उत्पन्न होते, तेव्हा ती आवर्जून परतफेडीची जोरदार मागणी करत राहते. ती मागणी पुरी न झाल्यास ती हळूहळू खेद, खंत, निराशा इथून ते दुःस्वास, तिरस्कार इथपर्यंतही अनेक अंडी पिल्ली जन्माला घालते. या प्रेमापायी मानसिकच काय, शारीरिक हिंसाही माणसाच्या हातून घडते आणि तिचे समर्थनही केले जाते.' हे कुठल्याही अर्थानं 'प्रेम' असूच शकत नाही.

प्रेम आणि लग्न

खरं प्रेम हे कुठल्याच उद्देशानं केलं जात नाही. एखादा हेतू साध्य करण्यासाठी केलं जातं ते खरं प्रेमच नव्हे. प्रेमाचा हेतू प्रेम हाच असतो. प्रेम हेच प्रेमाचं साध्य असतं. कुणावर तरी जीव लावणं, भरभरून प्रेम करणं ही आपलीच एक आंतरिक गरज असते. प्रेम करतो तेव्हा आपण स्वतःचीच एक गरज पुरी करत असतो.

प्रेमात पडल्यावर त्या व्यक्तीचा सहवास सतत हवासा वाटणं हे अगदी स्वाभाविक आहे. आयुष्यभराची साथ मिळाली तर आनंदीआनंदच. ज्या व्यक्तीवर प्रेम आहे तिच्याशीच लग्न का करू नये, हा मुद्दा अगदी बिनतोड आहे. पण तरीही लग्न हा प्रेमाचा उद्देश नव्हे, एकमात्र तर नव्हेच नव्हे. खऱ्या प्रेमाला काही उद्देश असलाच तर तो 'प्रिय व्यक्तीचा आनंद' हाच असू शकतो. त्या व्यक्तीच्या आनंदातच आपल्याला आनंद वाटणं – या पातळीवर प्रेम पोहोचतं, तेव्हाच ते खरं प्रेम ठरतं. प्रेम करणं म्हणजे फक्त देणं... काहीतरी देत राहणं. प्रेमाची परिणती विवाहात होऊ शकली तर उत्तमच. पण... प्रेम आणि विवाह या दोन वेगळ्या संकल्पना आहेत, याचं भान असायला हवं. प्रेमाला वयाचं, जातीचं, रंगरूपाचं, आर्थिक परिस्थितीचं... कसलंच बंधन नसतं... लग्न हे तर मुळातच एक बंधन असतं. प्रेम ही एक तरल, उत्कट भावना असते... लग्न हा विचारपूर्वक केलेला करार असतो. प्रेमाचा संबंध अंतरीच्या ओढीशी असतो. लग्नाचा संबंध समाजाच्या मान्यतेशी असतो. प्रेम करायचं असं ठरवता येत नाही, लग्न ठरवल्याशिवाय करताच येत नाही.

लग्न म्हणजे प्रेमावरचं शिक्कामोर्तब नव्हे किंवा आयुष्यभराच्या प्रेमाची गॅरंटीही नव्हे. तसं असतं, तर प्रेमविवाहानंतर घटस्फोट झालेच नसते. प्रत्यक्षात... नियोजित विवाहापेक्षा प्रेमविवाहांमध्ये घटस्फोटाचं प्रमाण अधिक दिसतं. शिवाय तुटताना या प्रकारात उभयतांमधील कटुताही अधिक दिसते. असं का होतं?

यासंदर्भात ओशोंनी म्हटल्याप्रमाणे – 'प्रेमाचा सर्वसामान्य प्रकार हा फार बालिश असतो. तारुण्यातला तो एक खेळ असतो. तो फार वेगानं खेळला जातो. कारण निसर्गाचा रेटा जबरदस्त असतो. भोवतालच्या जगाचं भान विसरण्याच्या त्या प्रेमात उदात्तता वगैरे जाणवते खरी, पण नंतर ती राहत नाही. कारण तुमच्या 'आंतरिक फुलण्या'शी अशा प्रेमाला काही घेणं देणं नसतं. म्हणूनच बहुतेक प्रेमिकांमध्ये नंतर कटुता निर्माण होते.'

जॉर्ज बर्नाड शॉ तर म्हणतात, 'प्रेमात पडून लग्न करणं म्हणजे, नशेनं झिंगलेल्या अवस्थेत लग्न करण्याइतकंच मूर्खपणाचं असतं.' एक तर निश्चित, रोमँटिक वृत्तीचं प्रेम आणि त्यातून जुळणारं लग्न हे फार कच्च्या पायावर उभं असतं. म्हणूनच प्रेमविवाहातली धुंदी, घाई, बेहिशोबीपणा... हे सारं लग्नाच्या बाबतीत महागात पडू शकतं. 'सूर

जुळताना'मध्ये वंदना सुधीर कुलकर्णी म्हणतात त्याप्रमाणे, 'प्रेमात पडणं गैर नाही... ते नैसर्गिक आहे. पण या नैसर्गिक गोष्टीकडून त्याही पलीकडे, माणसाला अधिक शोभणाऱ्या गोष्टीकडे जायला हवं. म्हणजे विचार करायला हवा. नुसतं भावनाशील न राहता, विवेकी, व्यावहारिक बनायला हवं.'

प्रेमाला लग्नाचं वावडं नसतं... नसावं. पण लग्न हा स्वप्निल वृत्तीनं, भावनेच्या भरात करण्याचा व्यवहार नव्हे. प्रेमासाठी लग्नाची अट नसते, लग्नासाठी प्रेम पुरेसं नसतं. सहिष्णुता, मनमिळाऊपणा, दुसऱ्याच्या मनाची कदर, मैत्री, सहानुभूती हे गुण असले आणि 'प्रेम' नसलं, तरी संसार सफल होऊ शकतात!

प्रेमा तुझा रंग कसा ?

'प्रेमभंग' हा शब्दच मुळात चुकीचा आहे. प्रेम ही एक उत्कट, तरल भावना आहे, तिचा भंग कसा होईल? भंग होतो तो अपेक्षेचा, प्रेमाचा नव्हे!

अर्थात आताशा 'प्रेमभंग' होत नाहीत, 'ब्रेकअप' होत असतात. आजकाल मुलं-मुली जितकी चटकन प्रेमात पडतात, तितकाच चटकन त्यांचा 'ब्रेकअप'ही होत असतो. त्यांना सगळंच कसं 'इन्स्टंट' हवं असतं. चटकन प्रेमाच्या स्वीकाराची अपेक्षा आणि चटकन तोडण्याचीही भाषा. ब्रेकअप ॲन्ड मूव्हऑन!

हे तसं 'कूल' वाटलं तरी आपण ज्या 'प्रेमा'विषयी बोलतो आहोत त्यातून इतकं चटकन 'मोकळं' होणं शक्य नसतं. 'तू नहीं और सही' हा 'फंडा' तिथे चालत नसतो, कारण तिथे मन गुंतलेलं असतं. 'पीआरजी' म्हणजे 'पोस्ट रिलेशन ग्रीफ' तर असतेच. दुःख होणं अगदीच स्वाभाविक असतं. त्यातून संयमानं, विचारपूर्वक, प्रयत्नपूर्वक बाहेर यावं लागतं. दुःख प्रमाणाबाहेर जाऊ नये, याची दक्षता घ्यावी लागते. आपण हे तर पाहिलंच आहे की 'प्रेमभंग' हा वस्तुतः 'अपेक्षाभंग' असतो. अशा वेळी, प्रेमाच्या अवास्तव, फिल्मी कल्पनांचा प्रभाव नाकारून, वास्तवाचं भान ठेवता आलं तर त्या 'अपेक्षाभंगा'चं दुःख सुसह्य होतं.

प्रेमाची एक तद्दन फिल्मी कल्पना म्हणजे... मेड फॉर इच अदर! ही केवळ कल्पनाच असते. फक्त एकमेकांसाठी अगदी 'परफेक्ट' अशा कुठल्याही दोन व्यक्ती नसतात. प्रेमाच्या भरात असे अवास्तव/रोमँटिक भास होत असतात, एवढंच! जी व्यक्ती म्हणजे आपलं 'जीवनसर्वस्व' वाटते, ती व्यक्ती आपल्याला आयुष्यात काही योगायोगानं भेटलेली असते. केवळ त्या एका व्यक्तीमुळेच आपल्या आयुष्याला अर्थ यावा इतकं काही आपलं आयुष्य फुटकळ नसतं. आपल्याला ती व्यक्ती नव्हे, तिचं प्रेम हवं असतं. तुम्हाला प्रेम देऊ शकतील अशा इतर अनेक व्यक्ती जगात अस्तित्वात असतात. त्यांची तुमची अजून गाठ पडलेली नसते एवढंच. दोन गोष्टी सर्वांत महत्त्वाच्या —

पहिली गोष्ट, कारण कोणतंही असो, प्रेमाचं लग्नात रूपांतर होऊ शकत नाही, हे स्पष्ट झाल्यानंतर त्या वस्तुस्थितीचा स्वीकार करावा. दुःख झालं तरी कटुता अगदी कसोशीनं टाळावी. 'प्रिय व्यक्ती'ला शुभेच्छा देण्याचा उमदेपणा दाखवता आला तर फारच उत्तम. तेही 'प्रेमा'चंच लक्षण असतं!

दुसरी गोष्ट, प्रेमभंग झाल्यावर वैफल्यग्रस्त होणं, करिअरकडे दुर्लक्ष करणे, लग्न न करण्याचा निर्णय घेणं – थोडक्यात 'देवदास' होणं टाळायला हवं! 'देवदास' झालात तरच तुमचं प्रेम खरं होतं हे सिद्ध होईल, असला भंपक विचार करू नये. मुख्य म्हणजे प्रेम हा विषयच वर्ज्य करणं, मनाची कवाडं कायमस्वरूपी बंद करणं आणि त्यामुळे जीवनातील एका सुंदर भावनेला मनातून हद्दपार करणं – अशा टोकाला जाऊ नये. स्वतःला अशा आनंदापासून कायमस्वरूपी वंचित ठेवू नये. अर्थात तुम्ही काहीही ठरवलंत तरी जे व्हायचं ते चुकत नाही.

त्यासंदर्भात इंग्रजीत एक अतिशय मजेशीर वाक्य आहे. त्याचं मराठी भाषांतर असं – 'माझ्या हृदयाचं दार बंद करून मी 'नो एन्ट्री'चा बोर्ड लावला होता, तरीही प्रेम प्रवेशलं आणि मिश्किल हसत म्हणालं, 'सॉरी, मी निरक्षर आहे. मला वाचता येत नाही!' '

शेवटी काळ हे तर सर्व दुःखांवरचं रामबाण औषध असतं. 'प्रेमभंगा'चं दुःखही कालांतरानं ओसरतंच. मानसतज्ज्ञ डॉ. अल्बर्ट एलिस यांच्या मते 'एखादी व्यक्ती प्रेमभंगामुळे कितीही गर्तेत गेली असली, तरी पुन्हा पालवी फुटून बहर येणं, नैसर्गिक असतं.' म्हणूनच निसर्गावर विश्वास ठेवावा... आणि प्रेमावरही!

प्रेमातही क्रम असतात

'स्त्री-पुरुष प्रेम' हे कितीही सुंदर, लोभस असलं, तरी आयुष्यातलं ते एकमेव प्रेम नव्हे... पहिल्या क्रमांकाचं तर नव्हेच नव्हे!

होय, प्रेमातही क्रम असतात आणि त्यात सर्वांत पहिल्या क्रमांकावर असतं ते तुमचं स्वतःवरचं प्रेम! सरळ आहे... जो स्वतःवरही प्रेम करू शकत नाही, तो दुसऱ्यांवर काय प्रेम करणार? 'आय लव्ह यू' म्हणताना सर्वांत प्रथम येणारा आणि म्हणूनच सर्वांत महत्त्वाचा शब्द असतो तो 'आय'. तुम्हाला स्वतःची 'आयडेंटिटी' हवी, अस्मिता हवी, तीच नसेल तर तुमच्या प्रेमाला विचारतो कोण? प्रेम करणारं कोण आहे, यावरच या प्रेमाचं 'मोल' ठरत असतं!

तुमचं दुसरं प्रेम हवं ते जीवनावर. कुणावर प्रेम करण्याअगोदर तुम्ही प्रथम जीवनावर प्रेम करायला शिकलं पाहिजं. या जन्मावर, या जगण्यावर एकदा नव्हे शतदा प्रेम करावे! अगदी खरंय... तुमच्या अंतरंगातच प्रेम नसेल तर ते तुम्ही देणार कुठून?

तिसऱ्या क्रमांकावर येतं ते तुमचं 'स्वातंत्र्या'वरचं प्रेम. स्वातंत्र्य हा तर तुमचा जन्मसिद्ध अधिकारच असतो. म्हणून तर स्वातंत्र्यासाठी प्रसंगी प्राणही पणाला लावले जातात. कसं जगायचं, कशासाठी जगायचं, करिअर कुठलं करायचं, प्रेम कुणावर करायचं... हे सारं ठरवण्याचं स्वातंत्र्य तुम्हालाच असायला हवं आणि हे स्वातंत्र्य तुम्ही मनःपूर्वक जपायला हवं.

चौथ्या क्रमांकावर येतं ते तुमचं तुमच्या 'कामा'वरचं प्रेम. प्रश्नच नाही. एकवेळ प्रेमाशिवाय जगू शकाल तुम्ही, पण कामाशिवाय जगूच शकणार नाही. म्हणूनच तेही तुम्ही अगदी 'जीव ओतून'च करायला हवं. तुमचं 'काम' हीच तर तुमची खरी ओळख असते; ती गमावून कसं चालेल? समजा तुम्ही कलावंत असाल तर तुमचं पहिलं इमान तुमच्या कलेशी हवं. कुणाच्या प्रेमात पडलात तर तिच्यासाठी तुम्ही कला सोडून द्याल काय? आणि कराल काय मग? नुसतंच त्या व्यक्तीवर प्रेम करत बसाल? तसं काही कराल तर तिलाच तुम्ही नकोसे व्हाल!

यानंतर – म्हणजेच 'क्रमांक पाच' वर येतं ते तुमचं लाडकं स्त्री-पुरुष प्रेम! मित्रहो, ज्या प्रेमासाठी तुम्ही आसुसलेले असता ते प्रेम आयुष्यात पहिल्या नव्हे, पाचव्या क्रमांकावर येतं, हे अगदी पक्कं लक्षात ठेवा. विशेषतः 'ओ साथी रे, तेरे बिना भी क्या जीना' असं एखादं गाणं ऐकताना किंवा गुणगुणतानाही!

नाती जोपासताना...

माणूस जन्माला येताना बरोबर काही 'नाती' जोडतच जन्माला येत असतो. ही सारी रक्ताची नाती असतात. ती पुरेशी वाटत नसतात किंवा हवी तशी नसतात म्हणून असेल, माणूस जन्मभर नवीनवी माणसं जोडतच राहतो. लग्नामुळे तर नाती जणू 'द्विगुणित' होत असतात!

नात्याच्या संदर्भात बोलायचं झालं तर, माणूस हा काहीसा अजब प्राणी आहे! जगानं मला कुणीतरी 'खास' समजावं, अशी त्याची अपेक्षा असते; पण त्याच वेळी जगानं मला 'आपलं' मानावं, असंही त्याला वाटत असतं. एकीकडे त्याला 'मी इतरांपेक्षा वेगळा आहे,' हे स्वतःचं वेगळेपण जपायचं असतं आणि दुसरीकडे 'मी इतरांना हवा आहे' हे 'जुळलेपण'ही हवं असतं. 'सेन्स ऑफ आयडेंटिटी' त्याला प्रिय असतो, पण त्याच वेळी 'सेन्स ऑफ बिलाँगिंग'ही हवा असतो. डॉ. नंदिनी दिवाण यांनी म्हटल्याप्रमाणे, 'माणसाचं एक स्वायत्त, स्वतंत्र व्यक्तित्व असतं आणि एक सापेक्ष, परावलंबी व्यक्तित्व असतं. आपल्याच या दोन व्यक्तित्वांचा समतोल साधणं आवश्यक असतं. आपण सर्व एक स्वतंत्र 'व्यक्ती' असतोच... शिवाय इतरांचेही 'कुणी' असतो. या विविध नात्यांमुळे, भूमिकांमुळे आपल्या 'स्व'ला आकार येतो, व्यापकता येते, अर्थपूर्णता येते.'

नाती महत्त्वाची असतातच. नात्यांमुळेच तर आपली 'ओळख' निर्माण होते. शिवाय विविध नात्यांत वावरताना आपलीही आपल्याला नव्यानं ओळख होते. आपल्याला व्यक्तित्वाचे विविध पैलू आपण अनुभवतो. नाती आपल्याला खूप काही शिकवत असतात. 'माणूस' म्हणून घडवत असतात, समृद्ध करत असतात. नात्यांमधली विविधता ही जगण्यातली रंगत वाढवीत असते. आपल्या जीवनाचा अविभाज्य घटक असतात ही नाती. नाती जोडण्या न जोडण्याचं स्वातंत्र्य माणसाला असतंच, पण ती त्याची गरजही असते. कुणाजवळ तरी मन मोकळं करता येणं, भावना व्यक्त करता येणं, विचार/कल्पना 'शेअर' करता येणं, हे मानसिकदृष्ट्या हिताचंच नव्हे, तर आवश्यक असतं.

आजच्या स्पर्धेच्या, धावपळीच्या जगात माणसा-माणसातला संवाद तुटत चाललाय, माणूस माणसाला दुरावत चाललाय पण त्याचवेळी ताणतणाव प्रचंड वाढल्यामुळे माणसाची संवादाची, नातेसंबंधाची गरज वाढली आहे. आजच्या तरुणाईचा मात्र 'फन्डा' आहे – 'जमेल तिथं आणि जमेल तोवरच नातं!' कुठे कुणात गुंतायचं नाही. कुणाला मिस करणं... म्हणजे उगाच वेळ आणि शक्ती वाया घालवणं. नात्यांचा गोतावळा म्हणे स्थैर्य, सुरक्षितता वगैरे वगैरे देतो. इथे हवंय कुणाला स्थैर्य? आम्हाला कसं इन्टेन्स जगायचंय, मोकळं जगायचंय... मैत्री, प्रेम, लग्न, ग्रुप्स... सगळ्याच आघाड्यांवर सतत 'एक्सप्लोअर' करत जगायचंय...

हा 'अ‍ॅप्रोच' चुकीचा आहे का? मुद्दा तो नाहीय...

मुद्दा आहे तो 'नातं' म्हणजे काय... यासंदर्भातही फन्डाज् 'क्लिअर' असण्याचा. आज काळ कितीही बदलला असला तरी माणसाचं 'अंतरंग' बदललेलं नाही. त्याची आंतरिक ओढ बदललेली नाही. त्याची नात्यांची आणि प्रेमाची भूक संपलेली नाही. 'नात्यां'च्या भराभर स्प्रिंट मारणाऱ्या आजच्या तरुणाईनं हे समजून घ्यायला हवं की मुळात कुठल्याही नात्याचा आधार 'प्रेम' हाच असतो. सर्व नाती शेवटी प्रेमावरच अवलंबून असतात... तीच खरं 'नात्या'चं बिरूद मिरवू शकतात. प्रेमाची भूक ही माणसाला जन्मापासून ते अगदी अखेरपर्यंत असते. प्रेम ही एक विशाल, व्यापक संकल्पना आहे आणि नातेसंबंधाचा पैसही तसाच विशाल आहे. नात्याची किंमत कळली तर त्यातली गंमतही अनुभवता येते.

नाती जपावी कशी?

मानसतज्ज्ञ डॉ. संज्योत देशपांडे म्हणतात त्याप्रमाणे, 'नातं जोडणं, टिकवणं ही एक कला आहे. ते एक कौशल्यही आहे. पण तो केवळ कौशल्याचा खेळ नव्हे! तसं झालं तर त्यात कृत्रिमता येते, जी नात्यातली मौजच घालवून टाकते.'

अर्थात मानसतज्ज्ञांनीच दिलेली सूत्रं आत्मसात केली तर नाती जोपासण्याचं 'कौशल्य'ही विकसित करता येतं. ती सूत्रं अशी...

- कुठलंही नातं हे दुहेरी असतं. त्यात दोघांच्या उत्स्फूर्त सहभागाची गरज असते.
- नातं जोडतानाही 'स्वतःचा विचार' महत्त्वाचा असतोच. नातं जोडण्यामागे आपला हेतू काय आहे, आपल्या नेमक्या काय अपेक्षा आहेत, काय गरजा आहेत याची प्रथम स्वतःलाच स्पष्टता हवी.
- मात्र 'स्वतःचा विचार' म्हणजे 'स्वतःपुरता विचार' नव्हे. नात्यामध्ये समोरच्या माणसाच्या गरजा व अपेक्षा यांचीही जाणीव असावी लागते. थोडक्यात, दोघांनाही आपण 'योग्य कारणा'साठी नात्यात आहोत, असं वाटायला हवं. जिथं दोघांचंही हित साधलं जातं, दोघांची माणूस म्हणून वाढ होत जाते, असंच नातं हे दीर्घकाळ टिकू शकतं.
- कुठल्याही दोन व्यक्ती एकमेकांसारख्या नसतात. अर्थात या वेगळेपणामुळेच नात्यात जिवंतपणा, खुमारी येत असते. हा वेगळेपणा, ही भिन्नता डोळसपणे स्वीकारावी लागते. एकमेकांच्या विचारांचा, मूल्यांचा आदर करणं महत्त्वाचं... त्यातूनच आवश्यक तो समंजसपणा येत असतो व 'अहंकार' काबूत ठेवणं शक्य होत असतं.
- परिपूर्ण कुणीच नसतं, ना आपण ना समोरची व्यक्ती. म्हणूनच जर नातं टिकवायचं असेल तर गुणदोषांसह परस्परांचा स्वीकार करायला हवा.
- अर्थात नातं टिकवण्यासाठी दोघांनीही स्वतःत काही 'बदला'चीही तयारी ठेवावी लागते. त्यातही महत्त्वाचं म्हणजे आपण समोरच्याला बदलू शकत नाही, तेव्हा सुरुवात स्वतःपासूनच करणं श्रेयस्कर ठरतं!
- नातं कधीही गृहीत धरायचं नसतं. समोरच्याला गृहीत धरायचं नसतं आणि स्वतःलाही गृहीत धरलं जाणार नाही, याची दक्षता घ्यायची असते! नकार देणं आणि नकार स्वीकारणं – दोन्हीही जमावं लागतं. नम्रतेनं पण तितक्याच ठामपणे नकार देता यायला हवा आणि समोरच्याचा नकार उमदेपणानं स्वीकारताही यायला हवा.
- नात्यात प्रत्येकाची काही भूमिका असते, काही जबाबदारी असते. ती दोघांनीही समजून घ्यायला हवी. त्यासाठीच नात्यांमध्ये मोकळेपणा, प्रामाणिकपणा हवा. परस्परांवरील विश्वासाच्या आधारेच कुठलंही नातं दृढ होत असतं.
- संवाद व संवेदनशीलता हा तर कोणत्याही नात्याचा मूलभूत पाया असतो. संवाद साधता येणं ही एक 'कला' असते. त्याचबरोबर समोरच्याच्या भावना अचूक जाणता येणं हे एक 'कौशल्य' असतं. त्यासाठी 'एम्पथी'ची म्हणजेच सह-अनुभूतीची गरज असते. दुसऱ्याच्या भूमिकेतून तुम्ही विचार करू शकलात – इफ यू पुट युअरसेल्फ इन हीज शूज – तर हे कौशल्य आत्मसात करता येतं.
- नात्यामध्ये जवळीक हवी, तशीच पुरेशी 'स्पेस'ही हवी.

कठल्याही नात्यात तीव्र भावनिक निकटता ही त्रासदायक ठरू शकते. समोरच्या व्यक्तीला ती नकोशी वाटू शकते आणि त्यामुळे आपल्याला अपेक्षाभंगाचं दुःख होऊ शकतं. हे टाळण्यासाठी नात्यामध्ये 'हेल्दी डीटॅचमेन्ट' ही हवी. समोरच्या व्यक्तीनं नेहमी आपल्याला हवं तसंच वागावं, तिनं सर्व निर्णय आपल्याला विचारूनच घ्यावेत असा हट्ट करणं म्हणजे त्या व्यक्तीवर स्वतःचं नियंत्रण लादण्याचा प्रयत्न करणं. 'प्रेमा'च्या नावाखाली केली तरी ही नात्यातली हुकुमशाहीच असते. ती टाळायलाच हवी. डॉ. संज्योत देशपांडे म्हणतात त्याप्रमाणे, 'मुळात तुम्ही 'माणूस' म्हणून कसे आहात व नात्यात किती मनापासून सहभागी आहात यावरच त्या नात्याची गुणवत्ता, त्याचा जिवंतपणा अवलंबून असतो. नात्यामध्ये नेहमीच आपलं माणूसपण जपणं महत्त्वाचं असतं. **कुठलंही सुंदर, निकोप नातं हे निकोप मनातूनच उमलत असतं.'**

नाती प्रवाही असतात

नाती विविध प्रकारची असतात. प्रत्येक नात्याचं स्वरूप, त्याचा आवाका... हे सारं वेगळं असतं.

नाती प्रवाही असतात, सतत बदलणारी असतात. प्रसंगानुसार नात्यांतल्या भूमिकाही बदलत असतात. काही नाती इतकी लवचीक असतात की वर्षानुवर्षांचे ताण सहन करूनही तुटत नाहीत आणि काही इतकी दृढ रूजलेली असतात की वर्षानुवर्षं भेटीगाठी नाही झाल्या तरी टवटवीत राहतात. काही केवळ प्रासंगिक असतात, काही दुरूनही जोपासता येतात. काही नाती बहुपेडी असतात... अशी नाती दीर्घकाळ टिकू शकतात. स्त्री-पुरुष नात्यांमध्ये अशा बहुपदरी नात्याची शक्यता अधिक असते. सर्वांत महत्त्वाचं म्हणजे अशा नात्यांमधून परस्परांचा आधार, प्रेम, समाधान तर मिळतंच, पण त्यातून खूप काही निष्पन्नही होऊ शकतं. त्यासंदर्भात हे एक उदाहरण मी देऊ इच्छितो. खरं तर चित्रपटाचं दिग्दर्शन करणारी एकच व्यक्ती असते, पण सुमित्रा भावे-सुनील सुकथनकर ही मराठी चित्रपटसृष्टीतली पहिली दिग्दर्शकद्वयी! दोघांच्या वयातही खूप अंतर होतं, पण दोघांचं 'ट्युनिंग' अतिशय उत्तम होतं. त्यामुळेच त्यांनी विश्वास बसू नये इतके, विविध विषयांवरचे, सामाजिक आशय असणारे उत्तम उत्तम चित्रपट दिले. राष्ट्रीय पातळीवरचे सर्वोच्च पुरस्कारही पटकावले.

आपल्या 'नात्या'संदर्भात बोलताना सुमित्रा भावे यांनी म्हटलं होतं, 'कुठल्याही बंद चाकोरीत बसवता न येणारं असं आमचं बहुपदरी नातं आहे. सर्व सुखदुःखाच्या प्रसंगात एकमेकांना साथ देत, एकमेकांच्या सर्जक क्षमतांना खुलवत, एकमेकांना समृद्ध करत जाणारं असं हे नातं आहे.' हाच कुठल्याही नात्याचा अंतिम निकष असतो — नातं दोघांनाही समृद्ध करणारं हवं! नात्यामध्ये दोघांनीही एकमेकांना काही द्यावं लागतं.

'मीच फक्त देत असतो किंवा असते,' असं कुणाला जाणवू लागलं की त्या नात्यातली 'गंमत' संपते. एक मात्र खरं – कुठलंही नातं हे आपोआप टिकत नसतं. ते प्रयत्नपूर्वक, जाणीवपूर्वक टिकवावं लागतं. कितीही प्रेम असलं तरी ते आयुष्यभर नैसर्गिकरीत्या फुलत राहील, अशी अपेक्षा करता येत नाही. डॉ. आनंद नाडकर्णी म्हणतात त्याप्रमाणे, **'सतत फुलत राहण्याची 'गॅरंटी' द्यायला नातं म्हणजे काही प्रॉमिसरी नोट नव्हे.'**

नातं तुटताना...

कुठलंही नातं तुटताना दुःख तर होतंच... हताश व्हायला होतं. स्वतःचा किंवा समोरच्या व्यक्तीचा राग येतो. आपणच कमी पडलो, असा 'गिल्ट'ही जाणवतो. अशा वेळी काय करावं?

अगदी सरळ आहे... ते नातं तुटू नये यासाठी (अजूनही) जे करता येणं शक्य आहे ते ते करावं. आत्मपरीक्षण करावं, जे घडलं त्याकडे तटस्थपणे पाहावं. समोरच्या व्यक्तीशी बोलावं, स्वतः विचार करावा. त्या व्यक्तीलाही विचारासाठी पुरेसा वेळ द्यावा. मात्र हे सगळं करूनही नातं टिकू शकलं नाही तर...

'मनोविष्कार'मध्ये केतकी गद्रे त्यासंदर्भात सुचवतात... 'कुठल्याही नात्याची 'एक्सपायरी डेट' उलटली, नाते संपले हे सत्य पचवणे माणसाला कठीण जाते, परंतु ते जितक्या लवकर आपण स्वीकारू, तितक्या लवकर आपण स्वतःला सावरू शकू. आपल्या आयुष्यातील प्रत्येक नात्याचे काही प्रयोजन असतेच. नाते तुटले तरी त्या व्यक्तीबरोबर व्यतीत केलेले आनंदी क्षण, तिच्याकडून शिकलेले आयुष्याचे धडे, त्या व्यक्तीकडे पाहून आपल्या व्यक्तित्वात केलेले सकारात्मक बदल, आपल्या अडचणीच्या काळात त्या व्यक्तीकडून झालेली मदत हे सारं आठवावं. नात्यात ज्या चुका घडल्या त्यातून बोध घ्यावा. इतर नात्यांमध्ये त्या कटाक्षाने टाळाव्यात...'

इथे हेही लक्षात घ्यावं, काही नाती 'तुटणं'च फायद्याचं असतं. नाती 'पोषक' असतात, तशीच 'शोषक'ही असतात. पोषक नाती प्रयत्नपूर्वक जोपासावीत, शोषक नात्यांतून शक्य तितक्या लवकर मोकळं व्हावं. मात्र तिथेही कटुता टाळावी. **'इफ वुई कान्ट रिमेन फ्रेन्ड्स, लेट अस डिपार्ट ॲज वेलविशर्स'** अशी भूमिका ठेवावी.

एक तर निश्चित, एखाद्या व्यक्तीशी असलेलं आपलं नातं कायम तसंच राहील, हे गृहीत धरू नये. आयुष्याच्या विविध टप्प्यांवर आपले सहकारी, मित्र बदलणं हे स्वाभाविक असतं. त्यासाठी मानसिक तयारी ठेवावी.

शेवटी माणसामाणसांतील संबंध हाही एक प्रकारचा व्यवहारच असतो, देवाणघेवाण असते. ही देवाणघेवाण शक्य तितकी दोघांच्या समान हिताची असायला हवी. उभय दृष्टीनं 'व्यवहार' समतोल हवा. पण गंमत अशी की अशा व्यवहारात, जो घेतल्यापेक्षा (कुठल्या ना कुठल्या स्वरूपात) समोरच्याला 'अधिक काही' देतो, तोच

सर्व दृष्टींनं 'शहाणा' ठरतो. एक तर तो ताठ मानेनं राहू शकतो. दुसरं म्हणजे तो माणसं जोडू शकतो आणि खरी गंमत म्हणजे असाच माणूस व्यावहारिकदृष्ट्याही अधिक यशस्वी ठरू शकतो – कारण अशा माणसाला जगात फारशी स्पर्धा नसते!

आभासी नात्यांचं महाजाल!

आजचा जमाना आहे जागतिकीकरणाचा आणि समाजमाध्यमांचा जागतिकीकरणामुळे अनेक गोष्टींचं इन्स्टंटीकरण, सपाटीकरण होत आहे, तसंच ते प्रेमाचं आणि नात्याचंही होऊ द्यायचं, की नात्यातला अर्थ अन् प्रेमातली गोडी निकरानं ठेवायची, हा खरा प्रश्न आहे.

सोशल मीडिया अर्थात समाजमाध्यमं तर आपल्या दैनंदिन जीवनाचा अविभाज्य घटक बनली आहेत. आज घरबसल्या संगणकात आपल्याला जग बघता येतं. जगभरातल्या समानधर्मींशी – परिचय नसतानाही, प्रत्यक्ष न भेटताही मैत्र जुळवता येतं. मैत्री, प्रेम, नातेसंबंध, जीवनशैली, सामाजिकता या साऱ्याच संदर्भात नवमाध्यमांमुळे खूप काही बदल घडताहेत. ज्यांना वाढायचं आहे, विस्तारायचं आहे, त्यांच्यासाठी

कझिन्स डे – उत्सव नात्याचा!

पूर्वी मुलांना आई-बाबांच्या घराखेरीजही चार-चार हक्काची घरं असायची. कधी एकदा परीक्षा संपते आणि सुट्टीत काका, मामा, आत्या किंवा मावशीकडे जातोय, असं मुलांना व्हायचं. सुट्टीत किंवा एखाद्या कार्याच्या निमित्तानं चुलत-मावस-आते-मामे भावंडं एकत्र जमून धमाल करीत असत.

हल्ली एकुलतं मूल असतं, घरात कुणी भावंडं नसल्यामुळे त्याला कुणाशी काही वाटून घ्यायची, 'शेअरिंग'ची सवयच नसते. शाळा, क्लासबरोबरच मोबाइल-टीव्हीमध्ये ते मग्न असतं. आत्ताच्या काळात जशी काका, मामा, आत्या, मावशी ही नाती संपुष्टात येत चालली आहेत, तशीच चुलत, मावस, मामे, आत्येभावंडंही कमी व्हायला लागली आहेत. जी आहेत, त्यातलीही आपापल्या कामांमुळे, अंतरामुळे किंवा अन्य कारणांमुळे दूर गेलेली आहेत. 'मामाचं गाव' जणू कृत्रिमरीत्या तयार केलेलं पर्यटनस्थळ झालंय. भावनिक नातंच कमी झालंय. अशा वेळी एरवी न भेटणाऱ्या भावंडांसाठी 'राखी पौर्णिमे'सारखंच आणखी एक निमित्त आत्ता मिळालं आहे. २४ जुलै या दिवशी साजरा होणारा 'वर्ल्ड कझिन्स डे'. काहींना ते 'फॅड' वाटू शकेल पण काहींसाठी ते, सगळ्या भाऊ-बहिणींनी एकत्र येण्यासाठी – नात्यांचा उत्सव साजरा करण्यासाठीचं सुंदर निमित्तही असू शकेल.

जागतिकीकरणाचं नेटरूपी अंग नक्कीच उपयोगी आहे. पण... सारंच काही आलबेल नाहीय... नक्कीच नाहीय... सर्वांना व्यक्त होण्यासाठी तिन्ही त्रिकाळ खुलं असणारं मुक्त व्यासपीठ मिळालं आहे, पण त्यातूनच एक विलक्षण विरोधाभास निर्माण झाला आहे. 'संपर्क' अतोनात वाढला असला तरी 'संवाद' क्षीण झाला आहे. 'मॅन इज अ सोशल ॲनिमल' असं आजवर म्हटलं जात असे. आता मात्र 'मॅन इज अ 'सोशल मीडिया' ॲनिमल' असं म्हणण्याची वेळ आली आहे!

आजचा तरुण आभासी विश्वात 'सामाजिक', तर वास्तवात 'एकटा जीव सदाशिव' असा होताना दिसतो आहे. एकटं राहणं, लग्न न करणं हे आपण समजू शकतो पण एकटं राहणं वेगळं आणि एकलकोंडं असणं वेगळं, स्वतंत्र राहणं वेगळं आणि समाजाशी फटकून राहणं वेगळं! मुद्दा असा आहे... समाजमाध्यमांत रममाण झालेल्या आजच्या तरुण-तरुणींना संग, सोबत, सहवास, संवादाची गरज भासतेय की नाही? मैत्रीचं, प्रेमाचं 'नातं' तरी त्यांना हवंय की नाही? त्याही पलीकडचे – जीवन समृद्ध करणारे असे काही नातेसंबंध असतात – ते त्यांना हवेत की नाही? की या साऱ्याची भूक ते 'व्हर्च्युअली'च भागवणार आहेत? ज्या समाजात ते राहताहेत, त्या समाजाशी तरी त्यांना काही 'देणं घेणं' आहे की नाही?

आज असं दिसतंय, अनेक तरुण-तरुणींना 'सोशल मीडिया' हवाय, पण 'सोशल लाइफ' नको आहे. 'मनोविष्कार' सदरातील 'आसक्ती ऑनलाइन' या लेखात मानसतज्ज्ञ डॉ. केतकी गद्रे यांनी या संदर्भातील काही महत्त्वाच्या मुद्द्यांकडे लक्ष वेधलं आहे ते असे आहेत :

- इंटरनेटचं विशाल विश्व बऱ्याच जणांना हक्काचं, विश्वासाचं आणि जीवाभावाचं वाटतं. या विश्वाला 'व्हर्च्युअल रिॲलिटी' मानलं जातं. इंटरनेटचा वापर हा जसा सोयीचा, माहिती व ज्ञानात भर घालणारा, (नव्या संबंधांची, नव्या संधींची) दालनं खुली करणारा, त्वरित संवादासाठी साहाय्य करणारा, जगाला जोडणारा व जवळ आणणारा आहे, तशीच बऱ्याच जणांसाठी ती एक पळवाट आहे. आसक्तीचे केंद्र आहे, असे काही संशोधकांचं म्हणणे आहे.

- या प्रवृत्तीचे कारण हे की बरेच लोक दैनंदिन तणावपूर्ण आयुष्याशी झगडत असतात आणि त्यातून बऱ्याचदा कोषात जातात. या कोषात इंटरनेटचे भव्य विश्व दडलेले असू शकते. खऱ्या विश्वातल्या गोष्टीपेक्षा या आभासी विश्वातल्या बऱ्याच गोष्टींवर नियंत्रण ठेवता येतं, हा त्यांचा अनुभव असतो. प्रत्यक्षातील आपल्या प्रतिमेत बदल घडवून आणणे अवघड असते, परंतु आपल्या 'ऑनलाइन प्रतिमे'ची निवड करता येते. आपण कसे खुशीत आहोत, कसे मस्त जगत आहोत हे दाखवण्यासाठी तसेच फोटो, सेल्फी, स्टेटस व पोस्ट ठेवता येतात. परंतु त्यामुळेच 'असण्या'पेक्षा 'दाखवण्या'लाच जास्त महत्त्व येतं!

- या विश्वात ते इतके रमतात की तीच 'स्वाभाविक जीवनशैली' मानू लागतात. त्यामुळे कधी कधी कौटुंबिक, आत्मीय नात्यांपेक्षा तांत्रिकरीत्या जोडलेल्या नात्यांना अधिक वेळ व प्राधान्य दिले जाते. त्यासाठी अधिक लक्ष व ऊर्जा जास्त खर्च होत असल्याने खरीखुरी आत्मीय नाती गोत्यात येताहेत का इकडे दुर्लक्ष होतं.
- इंटरनेट हे एक अद्भुत अस्त्र आहे. त्याचा योग्य वापर आणि आदर केला गेला पाहिजे; परंतु हे न विसरता की हे माध्यम आपल्या सोयीसाठी बनवलं गेलं आहे. इंटरनेटवर व्यतीत केलेला वेळ आणि कुटुंब व जिवलगांबरोबर गुंतवलेला वेळ यात नेहमी समतोल राखला जायला हवा. ई-मेल्सची देवाणघेवाण करणे आणि कुटुंबाबरोबर एकत्रित जेवणाचा आस्वाद घेणे यात फरक आहे. एखाद्याच्या खळखळून हसण्याला केवळ एखादे LOL पुरेसा पर्याय ठरू शकतो का? आपल्या सहवासाची गरज भासत असलेल्या जिवलगांना सांत्वनपर रडका Emoji पाठवणे पुरेसे, साजेसे आणि (सगळ्यात महत्त्वाचे म्हणजे) आत्मिक बंध जोडणारे आहे का, याचा आपणच विचार करायला हवा!

वास्तवात जगण्यापेक्षा 'आभासी विश्वा'त रमताना आपण सारे आज फार मोठ्या 'विसंगतीं'सह जगत आहोत. 'समाज माध्यमा'च्या अतिवापरामुळे आपण माध्यमांच्या आहारी गेलो आहोत आणि 'समाजा'पासून तुटत चाललो आहोत! लाभलेलं आयुष्य सुखानं आणि सुरक्षित जगणं हा प्रत्येक माणसाचा हक्क आहे – जो त्याला समूहजीवनानं बहाल केलेला आहे. समूहजीवनातच माणसाला शांती व स्थैर्याचा अनुभव घेता येतो. पण तो आज या समूहजीवनाकडेच जणू पाठ फिरवतो आहे. किंबहुना खऱ्याखुऱ्या 'जगण्या'च्या अनुभवालाच मुकतो आहे.

मौज अशी आहे की आज यच्चयावत सारेच, सोशल मीडियावर, अगदी रोजच्या रोज खूप काही शेअर करीत असतात. पण ते 'भासमान शेअरिंग' असते ज्यातून नव्या एकटेपणाचा जन्म होत असतो. एक तर निश्चित – व्हर्च्युअल खांद्यावर डोकं ठेवून रडता येत नसतं!

आजवर यासंदर्भात अनेक 'सर्वेक्षणं' केली गेली आहेत, त्या सर्व सर्वेक्षणांचा निष्कर्ष हाच आहे – 'सोशल मीडिया'च्या वाढत्या वापरामुळे आजच्या तरुणांमध्ये एकलकोंडेपणा, एकटेपणा, औदासिन्य, नैराश्य वाढताना दिसत आहे. 'फोमो' हा तर केवळ सोशल मीडियातून उद्भवलेला आजार. फोमो अर्थात 'फिअर ऑफ मिसिंग आऊट' हा आजार म्हणजे इतरांच्या 'अपडेट्स' आणि 'पोस्ट्स' पाहून त्यांच्यापेक्षा आपण मागे पडत असल्याची भावना व चिंता निर्माण होणे. सोशल मीडिया वापरणाऱ्यांमध्ये हे प्रमाण ७० टक्क्यांपर्यंत पोचल्याचे काही तज्ज्ञांचे मत आहे. हे निश्चितच चिंताजनक आहे.

खरं तर एकूणच – समाज माध्यमांवरचं वाढतं अवलंबित्व, त्यातूनच एकाग्रतेची आणि सखोल आकलनाची घटलेली क्षमता, प्रत्यक्ष आयुष्यातील कृतिशून्यता, खासगीपणावर आणि निर्णय स्वातंत्र्यावर होणारं आक्रमण... अशा साऱ्याच बाबी चिंताजनक आहेत. याशिवाय 'समाज माध्यमां'तून प्रसृत होणाऱ्या धादांत खोट्या बातम्या, बनावट व्हिडिओज्, त्यातून केला जाणारा द्वेषमूलक अपप्रचार आणि व्यक्तिगत फसवणुकीच्या असंख्य घटना तर आहेतच. प्रश्न एवढाच आहे – आपण यातून काही बोध घेणार आहोत की नाही?

माणसाला 'मित्र' किती?

हल्ली 'फेसबुक'मुळे मित्र जोडणं अगदी सोपं झालंय. काहींना तर पाच-पाच हजार मित्र असतात. हे 'फेसबुक फ्रेन्डस्' खरंच आपले 'मित्र' असतात का? आपल्याला 'खरे मित्र' किती असू शकतात? रॉबिन डनबार यांनी या प्रश्नाचं उत्तर शोधण्याचा प्रयत्न केला. त्यासाठी त्यांनी संख्याशास्त्रातील तंत्र वापरून संशोधन केलं, तेव्हा त्यांना आढळून आलं ते असं –

अगदी पुरातन काळात जेव्हा माणूस शिकार करून जगत असे तेव्हा एका जमातीत जास्तीत जास्त १५० माणसं असत. अकराव्या शतकातील ब्रिटीश गावे असोत की हल्लीच्या जमान्यातील ख्रिसमस भेटींची यादी – दोन्हीकडे १५० हाच आकडा दिसतो. अर्थ सरळ आहे, माणूस जास्तीत जास्त १५० लोकांबरोबर अर्थपूर्ण नाते जोडू शकतो. या मर्यादेला 'कॉन्फिडन्स लिमिट' असं म्हणतात. हे १५० अर्थपूर्ण संबंध सोडले तर बाकीचे फक्त 'ओळखी'चे असतात... तेही जास्तीत जास्त ५००!

अर्थात १५० माणसांच्या गटांतही माणूस स्वतःची वेगळी वर्तुळं आखतो आणि सांभाळतो. १५० पैकी साधारण ५० हे त्याचे 'मित्र' असतात. त्यातलेही फक्त १५ त्याचे 'चांगले मित्र' असतात, तर जिवाभावाचे असे फक्त पाचच! 'फेसबुक'वर ज्यांचे हजारो फ्रेन्डस् असतात, त्यातल्या किती 'मित्रां'ना खासगी संदेश पाठवले जातात, किती मित्रांच्या खासगी बाबींवर 'कमेंट' केल्या जातात. याचं निरीक्षण केल्यानंतरही डनबार यांना पुन्हा हेच आकडे आढळले! ५, १५, १५० आणि ५००!

थोडक्यात काय... फेसबुकवर तुमचे पाच हजार 'मित्र' असले तरी 'चांगले मित्र' फक्त पंधरा असतात, जिवाभावाचे मात्र फक्त पाचच!

विचार पर्यायांचा

......

आयुष्यावर खूप काही बोललं जातं. आपणही बोलणार आहोतच, पण तत्पूर्वी 'एकटेपणावर बोलू काही!' तेही आता आवश्यक झालं आहे. आपण हे पाहिलंच आहे की बहुसंख्य जपानी मंडळी आता एकटं राहणंच पसंत करू लागली आहेत. पार्टीसुद्धा एकट्यांनं करू लागली आहेत. कुणी सांगावं, काही दिवसांनी हॉटेलच्या रूमबाहेर लावले जातात तसं 'डोन्ट डिस्टर्ब'चे बोर्ड्स जपानमधल्या घराघरांवर लटकताना दिसतील! (कोरोनाच्या प्रादुर्भावानंतर त्यांच्या मानसिकतेत काही फरक पडला का, हा एक अभ्यासाचाच विषय ठरेल!)

फक्त जपानमध्येच नव्हे, अवघ्या जगभरात आता एकटं राहणाऱ्यांचं प्रमाण दिवसेंदिवस वाढतंच आहे. त्यामुळेच एकटेपण समजून घेणं अपरिहार्य झालं आहे. अर्थात एकटेपणाच्याही विविध छटा असतात. एकांतात असणं, एकटं राहणं आणि एकटेपणा अनुभवणं या तीन 'भिन्न' अवस्था आहेत. अनेकदा या तिन्हींची गल्लत केली जाते. शिवाय हाही एक महत्त्वाचा मुद्दा आहे की तुम्ही लग्न केलंत तरीही या तिन्ही अवस्थांपासून तुमची सुटका नसते. तुम्हाला एकांताची गरज असते, कधी ना कधी एकटं राहावं लागतं आणि एखाद्या टप्प्यावर 'एकटेपण'ही अनुभवावं लागतं. आपण एकटं का आणि कशासाठी आहोत याबद्दल पुरेशी स्पष्टता नसेल तर हव्याहव्याशा एकटेपणाकडून, असह्य, नकोशा एकटेपणापर्यंत तुमचा प्रवास होऊ शकतो. म्हणूनच या तिन्ही अवस्था समजून घ्यायला हव्यात. प्रथम 'एकांता'वर बोलूयात.

एकांत तर आवश्यकच असतो. सतत इतरांच्या सोबतच राहिलो आपण, तर स्वतःसोबत, स्वतःसाठी जगणार कधी? सदैव कोलाहलातच राहिलो आपण तर

स्वतःशी संवाद साधणार कधी? तीही आपली एक मानसिक गरज असते, म्हणूनच एकांत हा अनेकदा हवाहवासाही असतो. आयुष्य इतकं वेगानं पुढे जात असतं, इतक्या काही घटना अवतीभवती घडत असतात की आपल्याला निवांतपणे विचार करायलाही फुरसत नसते; पण तो तर करावाच लागतो. त्याशिवाय आयुष्यातले महत्त्वाचे निर्णय घेणार कसे?

एकटं असतानाच आपण वाचन, चिंतन, मनन करू शकतो. आजूबाजूला कुणी नसताना, पूर्ण शांततेतच या गोष्टी शक्य असतात. अशा एकांतातच नव्या कल्पना सुचत असतात, मनात कविता फुलत असतात. कलावंताची कलासाधना ही अशा एकांतातच होत असते. एकांतातच आपण आत्मपरीक्षण करू शकतो. आपल्या गुणदोषांचं, चुकांचं मूल्यमापन करू शकतो. त्यातून आपल्याला स्वतःचीच नव्यानं ओळख होते. आयुष्याला काही दिशा मिळू शकते.

आपण नेहमीच कशा ना कशाच्या मागे धावत असतो, काही ना काही मिळवण्याच्या प्रयत्नात असतो. अशा वेळी अधूनमधून एकांतात जाण्याची गरज असते. आपण खरंच समाधानी आहोत का, ज्यासाठी आपण आटापिटा करतो आहोत, ते मिळाल्यामुळे आपण खरंच सुखी होणार आहोत का? आणि नाही मिळालं तर आयुष्य व्यर्थ गेलं – असं मानणार आहोत का? अशा सर्व प्रश्नांची उत्तरं आपली आपणच शोधायची असतात आणि ती फक्त एकांतातच मिळू शकतात. जीवनाच्या प्रवासात सतत कितीतरी नवी माणसं आपल्या संपर्कात येत असतात. नवी नाती-नवे संबंध जोडले जात असतात... यातली किती आणि कुठली नाती, कुठले संबंध आपल्याला अर्थपूर्ण वाटतात. याचा लेखाजोखाही आपण एकांतातच घेऊ शकतो. एकांत आपल्या आंतरिक प्रगतीला पूरकच ठरतो.

पूर्वी अनेक संत, महात्मे निर्मनुष्य स्थळी... एखाद्या गुहेमध्ये जाऊन चिंतन करीत असत. अमेरिकन विचारवंत थोरोही जंगलात तळ्याकाठी झोपडी बांधून एकटा राहिला होता. अर्थात तुमचा आमचा एकांत हा काही क्षणांचा, काही तासांचाही असू शकतो म्हणूनच 'एकांत' वेगळा आणि 'एकटं राहणं' वेगळं.

आता थोडं 'एकटं राहणं' याविषयी बोलूया.

एक लक्षात घ्या, इथे आपण (लग्न न करता) आयुष्यभर एकटं राहण्याच्या निर्णयाविषयी नाही बोलत आहोत... ते पुढे येईलच. इथे आपण काही काळ एकटं राहणं... खरं तर एकटं राहावं लागणं, या संदर्भात बोलत आहोत. इच्छा असो नसो... शिक्षणासाठी, नोकरी-व्यवसायासाठी किंवा अन्य काही कारणांमुळे आयुष्यातल्या कुठल्या ना कुठल्या टप्प्यावर, काही काळ एकटं राहण्याचा प्रसंग कुणावरही येऊ शकतो. हे अपरिहार्यपणे आलेलं 'एकटं राहणं' तुम्ही कसं स्वीकारता, कसं निभावून

नेता, हे महत्त्वाचं असतं. तुम्ही ते नाईलाजानं कसंबसं रेटू शकता, ते छान सार्थकी लावू शकता किंवा अगदी आनंदानं साजरंही करू शकता! हे सारं तुमच्या वृत्तीवर अवलंबून असतं. हे तर खरंय की माणसं जोडणं, माणसांसोबत राहणं ही आपली भावनिक गरज असते. आयुष्याच्या विविध टप्प्यांवर मिळणारी सोबत आवश्यक तर असतेच पण ती... आपलं जगणं समृद्ध अन् अर्थपूर्ण करणारीही असते. अर्थात तसेही आपण सहसा एकटे नसतोच. घरचं कुणी, मित्र-मैत्रिणी, सहकारी, शेजारीपाजारी, नातेवाईक असं सोबतीचं फार मोठं वर्तुळ असतं. या साऱ्यांचं आपल्या जीवनात एक महत्त्वाचं स्थान असतं. त्यांच्या सहभागाशिवाय आपलं जीवन अपूर्ण असतं. एका अर्थी आपल्या जीवनाचा प्रत्येक दिवस हा इतरांबरोबरच जोडलेला असतो. कुणी आपल्या सोबत असणं, ही नक्कीच एक सुखद भावना असते. दिलासा व आधार देणारी असते, तरीही... या सोबतीची इतकी सवय होते, की काही काळासाठीसुद्धा एकटं राहणं, एकटं असणं नकोसं वाटतं. काहींच्या तर थोडं जिवावर येतं. उठता-बसता सोबत हवीच! काहींना एकटं असताना जेवण नीट जात नाही, काहींना एकटं झोपायची भीती वाटते. अनेकजण हॉटेलमध्ये एकटं जाणं किंवा एकटंच फिरायला जाणंही टाळत असतात. मग प्रवासाला वगैरे एकटं जाणं तर दूरच राहिलं.

खरं तर आता 'सोलो ट्रॅव्हल' हा ट्रेन्ड आला आहे. बॅग पॅक करून अनेक मंडळी हल्ली एकटीच भटकायला निघतात. हा एक वेगळाच अनुभव असतो. त्यामुळे तुम्हाला जगाची आणि समाजाचीही काही वेगळीच ओळख होऊ शकते. हे एकटं असणं म्हणजे तुम्हाला मिळालेली 'स्पेस' असते. पण जेव्हा कुणा ना कुणाची सोबत ही आपली 'सवय'च नव्हे तर गरज होऊन बसते, तेव्हा आपणच स्वतःला, अनेक शक्यता नाकारत असतो. मुख्य म्हणजे आपण परावलंबी होत असतो.

लेखक सचिन कुंडलकर तर म्हणतात, 'सतत कुणाची तरी सोबत असण्याचा अलिखित नियम हे भारतीय समाजाचं फार मोठं दुर्दैव आहे. त्यातली 'सोबत' महत्त्वाची न राहता 'सतत' शब्दच फार मोठा करून ठेवला आहे आपण!' प्रत्येक वेळी कुणाची सोबत मिळेलच अशी काही कुणी हमी देऊ शकत नाही. दुःखाच्या, ताणतणावाच्या क्षणी कुणाची सोबतही दिलासा देत असते, यात शंकाच नाही... पण ती नाही मिळू शकली तर काय... हा प्रश्न राहतोच. तोही आपण स्वतःला विचारायला हवा. अशा वेळी आपण खचून जाणार आहोत, हात-पाय गाळून बसणार आहोत, की त्याही परिस्थितीत खंबीरपणे उभे राहणार आहोत... स्वतःच स्वतःला सावरणार आहोत? आनंदाच्या प्रसंगीही... क्वचित कुणी तो 'शेअर' करायला नसलं, तर स्वतःला कमनशिबी मानून स्वतःच त्या आनंदावर विरजण घालणार आहोत की एकटं असूनही तो आनंद पुरेपूर भोगणार आहोत? किमानपक्षी शांत अन् समाधानी राहणार आहोत?

एक तर निश्चित – कधी कधी स्वतःच्या सोबतीनंही जगता यायला हवं! 'साहचर्य' अनेक नात्यांत असतं. स्वतःबरोबर राहणं हेही एक प्रकारचं साहचर्यच नाही का? इतरांशी तर आपण नेहमीच बोलत असतो, अधूनमधून स्वतःशीही संवाद साधणं जमायला हवं. स्वामी विवेकानंद तर म्हणतात, 'दिवसभरातून एकदा तरी स्वतःशी संवाद साधा. तसं केलं नाहीत तर तुम्ही या जगातील एका चांगल्या व्यक्तीला भेटण्याची संधी गमावाल!'

एकटं असणं म्हणजे स्वतःसोबत वेळ घालवायची संधी! यालाच इंग्रजीत 'मी टाइम' म्हणतात. 'मी टाइम' म्हणजे माझा वेळ, माझ्यासाठीचा वेळ… मी स्वतःसाठी खास राखून ठेवलेला वेळ. या 'मी टाइम' मध्ये तुम्ही, तुम्हाला हवं ते काहीही करू शकता. मनसोक्त भटकू शकता, गाणी ऐकू शकता, स्वतःच्या छंदांमध्ये रमू शकता, नवं काही शिकू शकता… काही काळ एकटं राहण्यातही मौज असते, पण ती उमगायला हवी, घेता यायला हवी! अनेकांना ती घेताच येत नाही. विशेषतः स्त्रियांना. स्वतःबरोबर जगणं, स्वतःसाठी जगणं म्हणजे काय याचा बहुतेक स्त्रियांना विसर पडलेला असतो. एकांताची, एकटं असण्यातली मौज समजली नसेल तर स्त्रिया फार चटकन एकट्या, एकाकी पडतात. जगण्यातली उमेद हरवून बसतात. खरा प्रश्न एकटं राहण्याचा नाही, 'स्वतंत्र' होण्याचा आहे, स्वावलंबी होण्याचा आहे. तो एक 'प्रवास' असतो आणि तो आपला आपणच करायचा असतो.

आयुष्यभर एकटं राहायचं की नाही हा अगदी वेगळा मुद्दा आहे. तुम्ही एकटं असतानाही स्वस्थ, आनंदी असू शकता का? हा खरा प्रश्न आहे. विशेष म्हणजे, जो असा एकटा आनंदात राहू शकतो, तोच इतरांनाही आनंद देऊ शकतो. याउलट जो स्वतःच इतरांवर, त्यांच्या सोबतीवर अवलंबून असतो, तो इतरांना काय आनंद देणार?

त्यातही मौज अशी की, जो इतरांच्या सोबतीशिवाय (ही) आनंदात राहू शकतो, त्याचीच सोबत इतरांना हवीशी वाटते, कारण तो स्वतःच एक आनंदाचा स्रोत असतो. असो आता आपण 'एकटेपणा'कडे वळू.

येतं कुठून हे एकटेपण? खरं तर जगात आपण एकटेच येतो आणि जातोही एकटेच. जीवनाच्या प्रवासात… अगदी प्रत्येक टप्प्यावर – आपल्याला अनेकांची साथसोबत लाभत असते. पालकांची, गुरूंची, आप्तसुहृदांची… अगदी प्रतिस्पर्ध्यांचीही. अर्थात ही झाली फक्त माणसांची सोबत. तशी तर आपल्याला निसर्गाचीही अखंड सोबत असतेच. मग तरीही आपण स्वतःला एकटं कसं समजतो? 'एकटेपणा' आपण स्वतःवर ओढवून तर घेत नाही?

एक तर निश्चित, 'एकटेपण' ही एक मानसिक अवस्था असते. जेव्हा परिवारापासून, मित्र-मैत्रिणींपासून, अवतीभवतीच्या माणसांपासून तुटलेपण जाणवू लागतं… 'इतक्या

साऱ्या माणसांमध्ये आपलं असं कुणीच नाही,' असं वाटू लागतं, तेव्हा एकटेपणाची भावना दृढ होत जाते. खूप बोलावंसं वाटतं, काही सांगावंसं वाटतं. पण ते ऐकायला हक्काचं असं कुणीच जवळ नसतं. आपल्याला समजून घेऊ शकणारं कुणी नसतं!

एकटेपणाची भावना ही 'एकटी' कधीच येत नाही. निराशा, भीती, चिंता, उदासी, चिडचिड, राग अशी सारी नकारात्मक भावनांची पिलावळ सोबत घेऊन येते. आजच्या काळात हे 'एकटेपणा'चं प्रमाण वाढत आहे. बदलत्या जीवनशैलीमुळे ते वाढतच राहणार आहे. तरुणाईतही ते लक्षणीय आहे. ब्रिटनच्या गेल्या मंत्रिमंडळात 'मिनिस्टर फॉर लोनलीनेस' नेमला गेला होता, यावरून या प्रश्नाचं गांभीर्य ध्यानात येईल.

मेंदूला 'एकटेपणा'चं वावडं!

मंगला जोगळेकर यांनी या संदर्भातले काही महत्त्वाचे पैलू उलगडले आहेत ते असे... शिकागो विद्यापीठातील संशोधक जॉन केसियॉपो यांच्या संशोधनानुसार, माणसाच्या प्रगतीमध्ये 'सामाजिकते'चा मोठा वाटा असतो. आपण कुणाला हवे आहोत, आपल्यावर कुणी अवलंबून आहे, आपण जे करतो त्याचा कुणाला काही उपयोग होतो आहे, कुणी आपल्याला चांगलं म्हणतं आहे, आपली आठवण ठेवतं आहे, आपल्यावरचं प्रेम छोट्या छोट्या गोष्टींतून दाखवतं आहे, यातून आपल्याला जीवन जगण्याची उर्मी मिळते. मेंदूतील 'व्हेंटल स्ट्राएटम' हा भाग अशा प्रशंसेचा भुकेला असतो.

एकटेपणामुळे हळूहळू मेंदूचा उत्साह विरून जातो आणि आपल्या व्यक्तिमत्त्वाचा पाया डळमळीत होतो. म्हणूनच एकटेपणा टाळण्याचा प्रयत्न करणं म्हणजे मेंदूला नवचैतन्याची भेट देण्यासारखं आहे. आपले किती जणांशी संबंध आहेत, यापेक्षा त्या संबंधात आपलेपण, जिव्हाळा, प्रेम, विश्वास किती आहे हे महत्त्वाचं. पुरुषापेक्षा स्त्रियांना जास्त एकाकी वाटतं असंही निरीक्षणातून दिसतं. ज्यांना काही छंद आहेत, जीवनात ध्येय गवसलं आहे, ते स्वतःमध्ये आनंदी आहेत, ज्यांचा दृष्टिकोन आशावादी आहे, अशांना सहसा एकटेपणा सतावत नाही, असंही अभ्यासातून दिसतं.

एकटेपण आणि स्वभावाचाही जवळचा संबंध असतो. आपण इतरांना हवेहवेसे वाटावं, अशी काहींची स्वाभाविक गरज असते तर काही जण आपल्या कोषातच मग्न असतात. काही जण बोलघेवडे असतात, जे अगदी सहज माणसं जोडतात, मैत्री वाढवतात, काहींना मात्र एखादा मित्र मिळवणंही अवघड जातं. शिवाय वृत्तीचाही भाग असतो. काही माणसं एकटी असतानाही 'माणसांत' असतात... तर काही माणसांत असूनही 'एकटी'च असतात.

'एकटेपणा'ची जाणीव सौम्य स्वरूपाची असेल तर ती काही काळाने विरूही शकते, मात्र ती जर तीव्र स्वरूपाची असेल तर ती सहजासहजी संपणारी नसते. ही

मानसिक अवस्था योग्य रीतीने हाताळावी लागते आणि प्रयत्नपूर्वक त्या अवस्थेतून बाहेर यावं लागतं. म्हणूनच... या अवस्थेत इतरांची मदत मागायला कचरू नये. ती तुमची गरज असते आणि तुमचा अधिकारही. तुम्हाला समजु शकणारा एखादा मित्र जोडता आला, त्याच्याशी संवाद साधता आला तर उत्तमच. मित्र उपलब्ध नसेल तर समुपदेशकाची मदत घ्यावी. तेही 'मित्र'च असतात. आपली अस्वस्थता कशी हाताळावी, हे त्यांच्याकडून जाणून घेता येतं.

अर्थात 'एकटेपणा'चे काही फायदेही असतात. 'एकटेपणा'च्या काळात स्वतःची नव्यानं ओळख तर होतेच, पण आपल्यातील सुप्त क्षमतांचीही जाणीव होते. हळवेपणा

अकेले है, तो क्या गम है ?

'मित्रहो,

तुम्ही स्वतःला एकटं राहण्याची सवय लावून घ्या. *यू शुड बी ओके टू बी अलोन.* कारण *द जर्नी टू सक्सेस इज अ लोनली वन.* यशस्वी व्हायचं तर त्यासाठी बराच काळ एकाग्र चित्तानं काम करावं लागतं, सराव करावा लागतो, मेहनत घ्यावी लागते. या गोष्टी एकट्यानंच करायच्या असतात. तुम्हाला जितकं उंच जायचं असेल तितकं तुम्हाला एकटं राहण्याशी जुळवून घ्यावं लागेल. एकटेपणा किंवा एकांत आणि एकाकीपणा या वेगवेगळ्या गोष्टी आहेत. एकांतात एक 'सुकून' असतो, प्रशांतता असते तर एकाकीपणात उदासीनपणा असतो. तुम्ही एकटे असता तो काळ 'सुकूनवाला' असेल, हे तुम्हाला पाहावं लागेल. काही वेळा एकटेपणा 'बोअर' होतो. 'बोअरडम' ही एक दुखरी भावना असते, पण तुम्ही स्वतःला त्याची सवय लावून घ्या; कारण ही सवय कामी येते. 'मी अर्धा तास बोअर होऊ शकतो' याचा अर्थ 'मी अर्धा तास अभ्यास करू शकतो...' *सक्सेस इज जस्ट द ॲबिलिटी टू सस्टेन बोअरडम!*

तुम्हाला कंपनी द्यायला कुणीही व काहीही नसलं तरी शांतपणे व्यवस्थित तरुन जाण्याची क्षमता ही तुमची खूप मोठी ताकद तुम्ही स्वतःमध्ये निर्माण करू शकता. याचा अर्थ तुम्ही 'ॲन्टिसोशल' व्हावंत असा नाही तर याचा अर्थ हा, की मी माझ्यासाठी संपूर्ण आहे, खूश आहे. स्वतःसमवेतही आणि लोकांसमवेतही. तुम्हाला जर आयुष्यात काही मोठं करायचं असेल तर एकटं राहण्याची आणि त्या अवस्थेत खूश राहण्याची सवय लावून घ्या.'

– चेतन भगत

('सकाळ'च्या सप्तरंग पुरवणीतील 'जगणे सुंदर आहे' या सदरातून)

ते खंबीरपणा हा प्रवास करताना 'एकटेपणाची सोबत' उपयुक्तच ठरते. एकटेपणा आपल्याला खूप काही शिकवून जातो. पण हेही तितकंच खरं, एकटेपणा संपवावा लागतोच. योग्य वेळी त्या मानसिक अवस्थेतून सहीसलामत बाहेर पडावं लागतं. तेही नवी उमेद, नव्या ऊर्जेनिशी, कात टाकून आलेल्या झळाळीनिशी. 'एकटेपणा' येतो तोच मुळी ही संधी देण्यासाठी... पुन्हा नव्यानं सुरुवात करण्याची! आता वळूया 'पारंपरिक लग्न व कुटुंबा'शिवाय आयुष्य जगण्याच्या विविध पर्यायांकडे.

पर्याय पहिला : एकटा जीव सदाशिव...

प्रथम स्वेच्छेनं आयुष्यभर एकटं राहण्याच्या पर्यायाचा विचार करूयात. एकटं का राहायचं? कुठल्याही बंधनात अडकायचं नाही म्हणून? स्वतःला हवं तसं जगता यावं म्हणून? हे खरंय की लग्न न केल्यामुळे काही गोष्टींपासून तुमची सुटका होते, पण काही गोष्टींना तुम्ही मुकता त्याचं काय? हक्काची सोबत, संसारसुख, अपत्यसुख, कौटुंबिक नातीगोती, त्यातला जिव्हाळा अन् सुरक्षितता, स्थैर्य... या साऱ्या गोष्टी नाकारून काही माणसं संपूर्ण आयुष्य एकट्यानंच जगण्याचा निर्णय का घेतात?

प्रथम आपण पुरुषांच्या संदर्भात बोलूयात. काही वैज्ञानिक, संशोधक, कलावंत, समाजकर्मी... आपल्या ध्येयासाठी, स्वतःच्या आंतरिक ध्यासासाठी... आयुष्य समर्पित करता यावं म्हणून एकटं राहण्याचा निर्णय घेतात. अशा व्यक्ती या समाजासाठी खूप मोठं योगदान देत असतात, यात शंकाच नाही. पण ध्येयपूर्ती व वैवाहिक सहजीवन या दोन्हींची अतिशय सुरेख सांगड घालणाऱ्यांचीही उदाहरणं आहेतच.

अर्थात इतरही काही कारणं असतात, काहींना आयुष्यभर एकाच स्त्रीशी बांधिलकी नको असते तर काहींचा पिंडच 'एकटं' राहण्याचा असतो. लग्न, संसार, मुलंबाळं हे सगळं आपल्याला मानवणार नाही, असं त्यांना वाटत असतं. तरीही... एकटं राहणं हे सोपं नसतं, नक्कीच नसतं! म्हणूनच तर आजही (निदान आपल्याकडे तरी) असा निर्णय घेणारे अगदीच अल्पसंख्य आहेत. मीही त्यातलाच एक! मला पूर्ण कल्पना आहे, एकटं राहत असणाऱ्यांविषयी अनेकांच्या मनात अनेक प्रश्न असतात.

का एकटे राहतात ते?

त्यांची जीवनशैली कशी असते?

सगळंच एकट्यानं कसं निभावू शकतात ते?

आपल्या निर्णयाचा त्यांना पुढे पश्चात्ताप होत असेल काय?

विवाहित पुरुषांना अशा 'एकटा जीव सदाशिवां'बद्दल हलकीशी असूया असते. ते ती व्यक्तही करत असतात, पण ती फारशी मनापासून नसते, कारण लग्नातून मिळणारं सुख, विवाहित असण्याचे फायदे ते उपभोगत असतातच. कटकटी, त्रास नसतात असं

नाही, पण त्यांनी 'संसाराचा भाग' म्हणून त्या स्वीकारलेल्या असतात. आयुष्यभर एकटं राहणं, हे आपल्याला झेपणारं नव्हे, याची त्यांना पुरेपूर कल्पना असते. असो... मला वाटतं, इथे मी थोडं स्वतःविषयीच लिहायला हवं.

करिअर आणि लग्न – हे आयुष्यातले दोन सर्वांत महत्त्वाचे निर्णय (अनेकदा ते परस्परसंबंधितही असतात). दोन्हींबाबत मी स्वतः अगदीच वेगळे निर्णय घेतले. ते मी का घेतले, ते कसे निभावले – हे मी शक्य तितक्या (आणि आवश्यक तितक्याच) तपशीलात लिहिणार आहे. मला खात्री आहे, अनेकांना त्यांच्या अनेक प्रश्नांची उत्तरं त्यातून मिळू शकतात.

एक गोष्ट मात्र प्रारंभीच स्पष्ट करतो. कुठल्याही दृष्टीनं एक प्रातिनिधिक किंवा आदर्श उदाहरण म्हणून मी स्वतःविषयी लिहित नाहीय. मी फक्त माझी भूमिका, माझा अनुभव, माझा प्रवास थोडक्यात माझा 'फर्स्ट हॅन्ड एक्स्पिरियन्स' तुमच्यापुढे उलगडतो आहे. त्यातून काय घ्यायचं, काय नाही हे तुमचं तुम्हीच ठरवायचं आहे...

खरं सांगायचं तर पुढे मी हा असा एकटा राहीन याची मी कधी कल्पनाही केली नव्हती. मुळात मी अगदी मनापासून माणसांत रमणारा. लिहिण्याइतकंच (किंबहुना त्याहून अधिक) मला बोलणं प्रिय. *आय ॲम बोथ अ कम्पलसिव्ह रायटर ॲन्ड अ कम्पलसिव्ह टॉकर!* आता बोलायचं, म्हणजे समोर ऐकणारे हवेतच ना... माझ्या भोवती कायम मित्रांचा गराडा असे. (आजही वाचकांचा अन् विद्यार्थ्यांचा असतोच.) *आय वॉज अ सोशल ॲनिमल.* शाळा-कॉलेजमध्येही कुठल्या ना कुठल्या 'ॲक्टिव्हिटीज' सुरू होत्या.

लग्न तर करायचं होतंच, पण त्याअगोदर प्रेम करायचं होतं. ते तर मी गृहीतच धरलेलं होतं. त्यानुसार कॉलेजच्या शेवटच्या वर्षी रीतसर प्रेमात पडलोही. प्रेम करायचं ते लग्न करण्यासाठी हा ठाम समज ('ती'चा तर खूपच ठाम), त्यामुळे 'आपण आयुष्यभर एकमेकांना साथ द्यायची' हा वादा करूनच 'प्रेमा'चा ओनामा केला. कॉलेजच्या परिसरात आणि वातावरणात प्रेम जोमानं बहरत होतं. आज कुणाचा विश्वास बसणार नाही, पण त्यावेळी 'सुसंस्कृत' मुला-मुलींमध्ये... हातात हात घेणं (म्हणजे बोटे एकमेकांत गुंतवणे) एवढंच प्रेम शिष्टसंमत होतं. त्यामुळे आमचं प्रेम मुख्यतः भावनिक, काव्यात्मक आणि थोडं बहुत बौद्धिक, वैचारिक पातळीवरच 'बहरत' होतं.

मात्र लवकरच त्याला 'ब्रेक' लागला. तिच्या घरी कळलं तेव्हा कडाडून विरोध झाला. तिनं खूप समजून सांगण्याचा प्रयत्न केला, पण घरच्यांनी ऐकलं नाही. जात आडवी आली (होय जाता जात नाही म्हणतात, तीच!). अर्थात तसं त्यांनी स्पष्ट बोलून दाखवलं नाही. फक्त 'प्रेम वगैरे विसरा, प्रथम करिअरच बघा,' असं सुनावलं. तिच्यावर बंधनं घातली. अखेर आम्ही थांबायचं ठरवलं.

दुःख तर झालंच. आपला प्रेमभंग झाला, या कल्पनेनं रडलो वगैरेही. पण चारच दिवस, नंतर उठलो आणि अभ्यासाला लागलो. एम.ए. पुरं होत आलंच होतं. एम.बी.ए.ला ॲडमिशन घेतली. शिवाय 'कला सहकार' या संस्थेचा कार्यवाह झालो. एकांकिका लिहिल्या, सादर केल्या. सांगायचा मुद्दा – स्वतःला पुरतं गुंतवून टाकलं. पूर्वीपिक्षा अधिक जोमानं, आनंदानं सारं करीत राहिलो. मैत्रिणी तर होत्याच. त्यातल्या दोघी-तिघींशी 'प्रेमा'पर्यंतही पोहोचलो होतो. पण या ना त्या कारणानं 'विवाहा'पर्यंत नाही जाता आलं. पण खरं सांगू – आज मी विचार करतो, तेव्हा मला अगदी स्पष्ट जाणवतं – हे जे काही 'प्रेम' मी करत होतो, ते खऱ्या अर्थानं प्रेम होतं असं मला वाटत नाही. ते मुख्यतः 'लग्न करायचं' या अपेक्षेसह केलेलं प्रेम होतं. जेव्हा लग्न होणं शक्य नाही हे स्पष्ट झालं तसं ते प्रेम संपलं... मावळलं... संदर्भहीन झालं. पहिल्या वेळी निदान रडलो तरी होतो, नंतर *इट्स ओके, लेट अस डिपार्ट ॲज फ्रेन्ड्स,* असं म्हणण्याइतकी 'प्रगती' झाली होती.

दरम्यान एम.बी.ए. पूर्ण करून माझं 'कॉर्पोरेट करिअर' सुरू झालं होतं. साहजिकच काही 'प्रपोजल्स' येत होती. मला लग्न तर करायचं होतंच. मित्रांच्या मदतीनं मी स्वतःही काही चांगली 'प्रपोजल्स' शोधत होतो. अर्थात 'मुलगी बघण्या'चा 'कांदापोहे पॅटर्न' मान्य नव्हता. त्यामुळे त्या काळात जरा वेगळा असा एक 'डिसेन्ट' पर्याय आम्ही शोधला होता. 'बघायचं' वगैरे नाही, भेटायचं! तिनं तिच्या मैत्रिणीसह यायचं, मी माझ्या मित्रासह. एखाद्या छानशा हॉटेलमध्ये चहा/कॉफी घेत गप्पा मारायच्या. त्यानंतर वाटलं तर पुढचा विचार.

अशा पाच-सहा मुलींना भेटलो, पण गाडं काही पुढं सरकलं नाही. अखेर आम्ही तेही सत्र थांबवलं. त्याच सुमारास आयुष्यानं एक महत्त्वाचं वळण घेतलं. ते 'स्वतःच्या' संदर्भातलं तर आहेच, पण एकटं राहण्याच्या निर्णयाशीही संबंधित आहे. त्याबद्दल लिहायलाच हवं. शाळा, कॉलेजपासून मी कथा, कविता, विनोदी खूप काही लिहित होतो. पण सर्व्हिस सुरू झाली, दौरे सुरू झाले आणि लेखन पूर्ण थांबलंच. करिअर सुरू होतं पण स्वच्छंदी मन नोकरीत रमत नव्हतं, तिथल्या शिस्तीत मी बसत नव्हतो, तिथलं 'पॉलिटिक्स'ही रूचत नव्हतं.

तशातच एका मित्रानं अमेरिकन लेखिका आयन रँड हिची *दि फाउन्टन हेड* ही कादंबरी वाचायला दिली. बस... *डॅट वॉज द टर्निंग पॉईंट.* मला वेडंच केलं... कादंबरीनं आणि आयननंही. साम्यवादी रशियात जन्मलेल्या आयननं केवळ लिहिण्याचं स्वातंत्र्य मिळावं म्हणून अमेरिका गाठली होती. मातृभाषा नसलेल्या इंग्रजी भाषेवर प्रभुत्व मिळवून, क्रांतिकारी विचार मांडणाऱ्या कादंबऱ्या लिहिल्या होत्या आणि अक्षरशः इतिहास घडला होता. कादंबऱ्यांच्या लक्षावधी प्रती जगभर खपत होत्या. वाचकांना

झपाटून टाकत होत्या. अचानक माझं स्वतःचं लेखक होण्याचं स्वप्न उफाळून आलं. मी अगदी शांतपणे नोकरीचा राजीनामा दिला आणि बत्तीसाव्या वर्षी 'पूर्ण वेळ लेखक' म्हणून जगण्याचा निर्णय घेतला. पहिलंच नाटक... 'कुर्यात सदा टिंगलम्' रंगभूमीवर आलं. ते तब्बल २२ वर्षं चाललं! मागे वळून बघण्याचा प्रश्नच आला नाही. नाटकांचा, चित्रपटांचा धडाकाच सुरू झाला.

दरम्यान एक छोटीशी घटना घडली. माझ्या प्रेमात असल्याचा दावा करणाऱ्या एका मैत्रिणीनं थेट लग्नाचा प्रस्तावच ठेवला. पण एका प्रेमळ उपसूचनेसह, 'तू नोकरी करूनही लेखन करू शकतोस, पूर्ण वेळ लेखन ही तशी 'रिस्क'च असते...' थोडक्यात 'पुन्हा नोकरी करणार असशील तर मी लग्नाला तयार आहे!'

'सॉरी' म्हणण्यावाचून गत्यंतरच नव्हतं.

मला वाटतं, त्याच क्षणी मनानं कौल दिला, आता लग्नाच्या फंदात पडायचं नाही. खूप गोष्टी अगदी स्वच्छ, स्पष्ट झाल्या. मला माझं स्वातंत्र्य अधिक प्रिय होतं, माझा पिंड एकूणच कुठल्या बंधनात राहण्याचा नव्हता. *परहॅप्स आय वॉज बॉर्न टु बी अ फ्रीलान्सर... इन ऑल रिस्पेक्ट्स!* त्यानंतरची काही वर्षं तर कामाची इतकी झिंग चढली होती की 'आपण सिंगल आहोत... लग्न केलेलं नाही' असं काही जाणवलंच नाही. स्वतःला मी पुरतं झोकून दिलं होतं. नाटक, चित्रपट, टीव्ही, सिरियल, कथा, कादंबरी, स्तंभलेखन... सर्वच आघाड्यांवर 'लढत' होतो. शिवाय तालमी आणि शूटिंग... 'मैत्री'साठी सुद्धा वेळ नव्हता. प्रेम, लग्न तर दूरच राहिलं!

अर्थात लग्न केलं नव्हतं तरीही प्रारंभी मी एकटा राहत नव्हतो. सोमवार पेठेतल्या आमच्या घरी आई-वडिलांबरोबरच राहत होतो. पण नंतर कोथरूडला फ्लॅट घेतला आणि मी रीतसर एकटा राहू लागलो. म्हणूनच मी त्यासंदर्भात पुरेशा अधिकारवाणीनं बोलू शकतो.

जुळवून घेताना...

एकटं राहणं सोपं असतं का? अजिबात नाही. तेच तर सांगायचं आहे! तुमच्यापैकी कुणी एकटं राहण्याचा निर्धार करत असतील त्यांच्यासाठी तर हे फारच महत्त्वाचं आहे... तशा तर लग्न करतानाही खूप तडजोडी कराव्या लागतात. खूप गोष्टींशी प्रयत्नपूर्वक जुळवून घ्यावं लागतं, पण तुम्ही एकटं राहण्याचा निर्णय घेता तेव्हा तुम्हाला थेट 'एकटेपणा'शीच जुळवून घ्यावं लागतं!

'एकटा जीव सदाशिव' हे म्हणायला ठीक असतं, पण म्हणतात ना... 'जावे त्याच्या वंशा, तेव्हा कळे!' कधी कधी रिकामं घर खायला उठतं. बोलीभाषेत यालाच भुतासारखं एकट्यानं राहणं म्हणतात. थकूनभागून तुम्ही घरी परतता तेव्हा बंद दाराच

कुलूपच तुमचं 'स्वागत' करीत असतं! एकटं राहणाऱ्याला कसली 'फिकीर' नसते. आपलं आपण बिनधास्त राहायचं, असं काहींना वाटतं. ते खरं नव्हे. एकटं वाटणाऱ्याला 'टोटल सगळी'च फिकीर असते. सगळी कामं एकट्यालाच करावी लागतात. सगळी टेन्शन्स् स्वतःच घ्यावी लागतात.

मुख्य प्रश्न असतो तो घरकामाचा. तुम्ही एकटं राहू लागता, तेव्हा तुम्हाला पहिला साक्षात्कार होतो तो हाच – 'बाप रे, घरात एवढी 'कामं' असतात?' होय. कामासाठी बाई लावता येते, पण मित्रहो, एकटं राहणाऱ्याला विश्वासू कामवाली मिळणंही सोपं नसतं (मुळात तिला तुमच्याविषयी विश्वास वाटावा लागतो!). बरं कामवाली तरी कशाकशासाठी लावणार? झाडू, पोछा, डस्टिंग, धुणं, भांडी... अगदी यच्चयावत सगळी कामं तिच्यावर सोपवलीत तरी तिच्या वेळा सांभाळणं हे 'काम' असतंच. तुमचं सगळं वेळापत्रक ती 'धुळी'ला मिळवू शकते! ती उशीरा आली तर काय? आलीच नाही तर काय? गावी गेली तर काय? समर्थांनी... सॉरी समर्थांनी नाही... मीच कुठेतरी म्हटलं आहे... जो कामवालीवर विसंबला त्याचा कार्यभाग संपला!

स्पष्टच सांगू? तुम्हाला जर स्वतःचं घर झाडणं, भांडी घासणं, धुणं, स्वतःचे कपडे धुणं... या गोष्टींमध्ये कमीपणा वाटत असेल किंवा त्या करण्याचा अगदी मनस्वी कंटाळा असेल... अडचणीच्या वेळीही ती कामं करण्याची तयारी नसेल तर... अजिबात एकटं राहू नका, कथा-कवितांमधून रंगवला जातो तसा आळशी, बेफिकीर, अजागळ, उदास, त्रासलेला अन् केविलपणा 'बॅचलर' म्हणून जगू नका. त्यापेक्षा लग्न करा आणि 'मोकळे' व्हा!!

अर्थात या सगळ्या 'कामा'पेक्षा कळीचा प्रश्न असतो तो जेवणाचा. दोन्ही वेळच्या जेवणाचा! तोही रोजचा!! हॉटेलमध्ये रोज खाणं परवडणारं नसतं. डबा लावता येतो, पण त्याचाही नंतर कंटाळा येतो. स्वयंपाकासाठीसुद्धा 'बाई' हा पर्याय असतो, पण तिलाही सगळं वाणसामान, भाज्या आणून द्याव्या लागतात. बरेच 'सोपस्कार' असतात. काही नाही तरी निदान सकाळचा नाश्ता, चहा... तुमचा तुम्हाला करता यायला हवा (नाश्ता जसा होईल तसा आनंदानं खाता यायला हवा... चहासुद्धा जसा 'जमेल' तसा घुटके घेत पिता यायला हवा). तुम्हाला एकटं राहायचंय ना... स्वतंत्र, स्वतःच्या मनासारखं जगायचंय ना... जरूर जगा, पण आयुष्यभरासाठी हा एवढा मोठा निर्णय घेणार असाल तर एक छोटी गोष्ट जरूर करा. स्वतः स्वयंपाक करायला शिका. रोज तुम्हीच करा असं नाही, पण निदान गरज पडेल तेव्हा तो तुम्हाला करता यायला हवा ('कोरोना' काळात एकटं राहणाऱ्यांचे किती हाल झाले, ते तुम्ही पाहिले, वाचले, ऐकले असतीलच.) आणखी एक, तुमचं आजारपणही (शक्यतो) तुमचं तुम्हाला निभावता यायला हवं. झालंच तर तुमचे मूडस्विंग्स, करिअरमधले चढ-उतार वगैरे... तुम्ही स्वतः

होऊन एकटं राहण्याचा निर्णय घेतलाय ना, मग उगाच चिडचिड, त्रागा कशाला करायचा? पुन्हा तोही स्वतःशीच करणार ना!

मी एकटेपणाची एकच बाजू रंगवतोय, असं समजू नका. अनेकदा तिच्याकडे दुर्लक्ष होतं, म्हणून ती प्रकर्षानं मांडतोय, एवढंच. एकटं राहण्याचे फायदेही असंख्य आहेत. स्वातंत्र्य, स्वावलंबन, धाडस, बिनधास्तपणा, खंबीरपणा, आत्मविश्वास आणि अर्थातच आनंदीआनंद! एकटं राहण्यात एक वेगळीच झिंग असते, मस्ती असते; हवी तेवढी धमालही करता येते... मुख्य म्हणजे काही 'गोष्टीं'शी जुळवून घेता आलं तर... तुम्हाला हवं तसं जगता येतं!

स्वातंत्र्य आणि जबाबदारी

पुरुष एकटं राहण्याचा जाणीवपूर्वक निर्णय घेतात, तो सहसा त्यातून मिळणाऱ्या 'स्वातंत्र्या'साठी. एकाच स्त्रीबरोबर आयुष्यभराची बांधिलकी ज्यांना नको असते, असे पुरुष साहजिकच लग्नाचा पर्याय नाकारतात आणि एकटे राहतात. हे तर खरंच की अशा एकट्या राहणाऱ्या पुरुषांना मैत्रीचं, संबंधांचं पुरेपूर स्वातंत्र्य घेता येतं, पण आपण हे पाहिलंच आहे की कुठलंही स्वातंत्र्य अमर्याद नसतं. शिवाय स्वातंत्र्यासोबत जबाबदारी येतेच.

अलीकडेच एका नामवंत अभिनेत्याला 'तुम्ही लग्न का केलं नाहीत?' असा प्रश्न केला गेला तसं त्यांनी (डोळे मिचकावत) म्हटलं, 'लग्न केलं नसलं तरी माझे बरेच 'अकाउंट्स्' आहेत!' हे फक्त 'सेलेब्रेटिज'नाच जमू शकतं... त्यांनाच ते निभावता येतं आणि कदाचित शोभूनही दिसतं! तुम्ही एकटं राहण्याचा निर्णय घेतलात तर तुम्हालाही मैत्रीचं स्वातंत्र्य असेलच, पण त्यासंदर्भातल्या वास्तवाचं भान आणि जबाबदारीची जाणही असायला हवी. म्हणूनच हे नेहमी लक्षात ठेवा —

- मैत्रीसाठी योग्य व्यक्ती भेटणं हा तसा योगायोगाचा भाग असतो. तशी कुणी भेटलीच तरी मैत्री जुळण्यासाठी, फुलण्यासाठी पुरेसा वेळ द्यावा लागतो. त्याहीपेक्षा महत्त्वाचं म्हणजे तुमच्याप्रमाणेच त्याही व्यक्तीला मैत्रीसाठी स्वातंत्र्य असायला हवं.

- तुमची मैत्री ही समोरच्या व्यक्तीच्या स्वातंत्र्याची आणि तिच्या अस्मितेची कदर करणारी असली पाहिजे, तिला गृहीत धरणारी नव्हे.

- तुमच्या मैत्रीमुळे या व्यक्तीच्या आयुष्यात अकारण गुंतागुंत निर्माण होणार नाही, तिला कुठलाही त्रास होणार नाही, कोणत्याही प्रकारे तिचं नुकसान होणार नाही... याची खबरदारी तुम्ही घ्यायला हवी. तीही अंतिमतः तुमचीच जबाबदारी असते. स्वातंत्र्य, मग ते कुठल्याही संदर्भात असो, जेव्हा तुम्ही त्या स्वातंत्र्यासह येणाऱ्या

जबाबदारीचंही भान ठेवता, ती स्वीकारता; तेव्हाच तुम्ही आत्मसन्मान जपू शकता आणि तेव्हाच तुम्ही आनंदानं आणि अर्थपूर्ण जगू शकता!

एकटी? छे, स्वतंत्र!

आता एकट्या स्त्रियांविषयी बोलूयात. एखादी स्त्री एकटीनं राहण्याचा निर्णय का घेते? विवाह न करता स्वतंत्र राहणाऱ्या स्त्रियांचा काय अनुभव असतो? अशा स्त्रियांकडे समाज कुठल्या दृष्टीनं पाहतो? त्यांना सामावून घेतो का? नेमक्या याच प्रश्नांची उत्तरं शोधण्याचा प्रयत्न मंगला आठलेकर यांनी हे *दुःख कुण्या जन्माचे?* या पुस्तकात केला आहे. आपल्या विषयाच्या दृष्टीनं त्यातील आशय, त्यांची निरीक्षणे निश्चितच महत्त्वाची ठरतात. 'आपण लग्न करू नये असं एखाद्या स्त्रीच्या मनात का येत असावं?' या प्रश्नाचा मागोवा घेताना मंगलाताई म्हणतात, 'आपण लग्न करायचं नाही', 'आयुष्य एकटीनं जगायचं' असे निर्णय कुठली मुलगी विशी-बाविशीतच ठामपणे घेत असावी असं वाटत नाही. मात्र आजूबाजूचं 'वास्तव' बघताना, जोडीदाराबरोबर जमवून घेताना होणारी बायकांची दमछाक बघताना, सासरी होणाऱ्या त्यांच्या 'छळा'च्या कहाण्या ऐकताना, घरातल्या एखाद्या बाईचं विस्कटलेलं वैवाहिक आयुष्य बघताना आणि त्याचबरोबर स्वतःमधील क्षमता जाणताना हळूहळू 'लग्नाची काय घाई आहे... बघू नंतर!' असा विचार स्त्रिया करू लागतात. असं करता करता तिशी-पस्तिशी उलटली की लग्नाचा विचार तितक्या तीव्रतेनं करावासा वाटत नाही. शिवाय एकटं राहण्यातला मोकळेपणा, कुठल्याही नात्यात न गुंतता आवडेल तिथे आणि आवडेल तितकाच संपर्क – याची सवय जडते. नवीन जबाबदाऱ्यांचं, तडजोडीचं ओझं आता कशाला घ्या अंगावर, अशा विचारानं या स्त्रिया मग अविवाहित राहणंच पसंत करतात. अर्थात अशा सर्वच स्त्रिया लग्नसंस्थेच्या विरोधात असतात, असं नाही. लग्न ही गोष्ट त्या टाकाऊ मानतात, असं नाही. आयुष्यातल्या अनेक गरजा, तशी ती एक गरज. पण ती गरज आपल्या मनासारखी पूर्ण करता आली नाही तरी वाटेल ती तडजोड करून ती भागवलीच पाहिजे, असं त्यांना वाटत नाही. त्यासाठी आई-वडिलांचा, समाजाचा कितीही आग्रह असला तरी त्या आपल्या निर्णयावर ठाम असतात.

सगळीच लग्नं अपयशी असतात किंवा लग्न व्यवस्था ही मुळातच स्त्रियांवर अन्याय करणारी असते – असाही त्यांचा दृष्टिकोन नसतो. मात्र लग्न केलं तरच आयुष्य सुखाचं होतं, असं त्या समजत नाहीत. लग्न हा फक्त एक भाग असतो आयुष्याचा... संपूर्ण आयुष्य नव्हे, हे त्या जाणून असतात. काही स्त्रिया करिअर, महत्त्वाकांक्षेसाठी अविवाहित राहतात, काही केवळ घरच्या जबाबदारीमुळे, काही योग्य त्या वयात लग्न न जुळल्यामुळे तर क्वचित काही विशिष्ट कारण नसतानाही!

कारण कोणतंही असो, अशा एकट्या राहणाऱ्या स्त्रियांकडे बघण्याचा समाजाचा काय दृष्टिकोन असतो, यासंदर्भातली मंगलाताईंची निरीक्षणं अत्यंत परखड अशीच आहेत. त्या म्हणतात, 'एकटीनं जगणाऱ्या स्त्रियांकडे समाज पूर्वग्रहाच्या चष्म्यातून बघतो.' अर्थात समाज म्हणजे फक्त पुरुष नव्हे, त्यात स्त्रियाही आल्याच. तिच्या स्वतंत्र वृत्तीचा हेवा करणाऱ्या, तिच्यावर नजर ठेवून असणाऱ्या, तिच्याबद्दल वावड्या उठवणाऱ्या आणि ती खच्ची झाल्यावर 'सांत्वना'चा आव आणणाऱ्या स्त्रियाच असतात! पुरुषही सहानुभूतीच्या नावाखाली तिच्या एकटं असण्याचा फायदा घेऊ पाहतात.

शरीरसंबंधासाठी लग्न हा एकच समाजमान्य, शिष्टसंमत मार्ग असल्यानं अविवाहित राहणाऱ्यांवर समाजाचा आक्षेप असतो. बाई अविवाहित असेल तर ते फारच आक्षेपार्ह! अविवाहित स्त्रीला समाजाच्या मुख्य प्रवाहात जागा नाकारली जाते.

आजच्या स्त्रीला 'स्वातंत्र्य' मिळालंय असं म्हटलं जातं. त्याचा अर्थ काय, तर मुख्य म्हणजे तिला तिच्या इच्छेप्रमाणे कार्यक्षेत्र निवडता येऊ लागलंय आणि 'अविवाहित' राहण्याचं स्वातंत्र्यही तिला मिळालंय.

पण, तेवढ्यावरून आज समाजात 'स्त्री-पुरुष समानता' आलीय असं म्हणता येत नाही. कारण, स्त्री-पुरुषांना त्यांच्या आयुष्यात येणारे अनुभव 'समान' नाहीत, ते खूपच वेगळे आहेत. पुरुषाला येणारे अनुभव त्याच्या 'माणूस' असण्याशी संबंधित असतात, स्त्रीला येणारे अनुभव मात्र तिच्या 'बाईपणा'शीच संबंधित राहतात. आजही स्त्रियांचा 'स्त्री ते व्यक्ती' हा प्रवास खडतरच आहे. त्यांच्या स्वतंत्र इच्छा-आकांक्षाच्या पूर्तीसाठी त्यांना अनेकदा मानहानी सहन करावी लागते, विविध आरोपांना, चारित्र्यहननाला सामोरं जावं लागतं.

लग्न न करणाऱ्या स्त्रिया म्हणजे हेकट, बोअर, उदासीन, कोरड्या... अशीही एक सार्वत्रिक प्रतिमा असते. खरं तर स्वेच्छेनं अशा एकट्या, स्वतंत्र राहणाऱ्या स्त्रीनं स्वतःचं जीवन अधिक अर्थपूर्ण आणि सकारात्मक केलेलं असू शकतं, पण समाजाला मात्र तिचं जीवन अपुरं, अतृप्त आणि नकारात्मक वाटतं आणि तसं ते त्या स्त्रीला स्वतःलाही वाटायला हवं, असा समाजाचा पवित्रा असतो, प्रयत्नही असतो!

तशी तर आधाराची गरज... प्रत्येकाला असते. ती फक्त स्त्रीलाच असते असं थोडंच आहे? वेगवेगळ्या प्रसंगी, वेगवेगळ्या परिस्थितीत भावनिक, शारीरिक आधाराची गरज सर्वांनाच असते, तरीही निसर्गतःच स्त्रीच्या शरीराची जी वैशिष्ट्यपूर्ण रचना आहे त्यामुळे तिलाच आधाराची, संरक्षणाची गरज अधिक आहे, असं मानलं जातं. हे संरक्षण तिला बाप, भाऊ आणि नवरा यांच्याकडून मिळत असतं, अशीही समाजाची धारणा असते. मंगळसूत्र बाईचं रक्षण करतं हीच समजूत असल्यामुळे

विवाहित स्त्री ही समाजाचा एक भाग बनून जाते. मात्र एखादीनं लग्न केलं नाही म्हटल्यावर समाजाची तिच्याकडे पाहण्याची नजरच बदलते. त्या नजरेत असतो उपहास! एकटीने जगण्याच्या तिच्या निर्धाराचा उपहास! आणि होय... 'कसले पाश नसलेली मोकळी बाई' म्हणून उमटलेल्या कौतुकाआड असलेली चारित्र्यविषयक शंका!

पुरुष सारे 'श्रीयुत' पण बायकांत मात्र कुमारी, सौभाग्यवती आणि श्रीमती... अशी वर्गवारी! तीही कशावरून? त्यांच्या गुणवत्तेवरून नव्हे, तर त्यांच्या वैवाहिक स्थितीवरून... ती विवाहित असेल तर उत्तमच! कारण छान 'मार्गी' लागली. विधवा, घटस्फोटित असेल तर निदान कधीतरी लग्न झालं होतं म्हणजे अगदीच काही जातीबाहेर टाकण्यासारखी वगैरे नव्हे. पण लग्न न केलेली, एकटी राहणारी स्त्री म्हणजे जणू काही 'साऱ्या गावावरून ओवाळून टाकलेली' असाच तिच्याकडे पाहण्याचा दृष्टिकोन असतो. या सगळ्या शेरेबाजीला घाबरतच बायकांनी जगायचं असतं! अर्थात अशा शेरेबाजीची पर्वा न करता स्वतःला हवं तसं विमुक्त जगणाऱ्या स्त्रियाही असतात. 'आपण कोणत्या गोष्टी करायच्या आणि कोणत्या नाहीत; काय चालू शकतं आणि काय वर्ज्य असावं हे ठरविणारा समाज कोण?' असा त्यांचा सडेतोड प्रश्न असतो. सामाजिक संकेताविषयी इतकी रोखठोक भूमिका घेता आली तर एकटी राहणारी स्त्री, तिला हवं तसं आयुष्य जगू शकते यात शंकाच नाही. पण मंगलाताई हेही निदर्शनास आणतात की एकटं राहणाऱ्या स्त्रियांसाठी नेहमी 'समाज' हीच समस्या असते असं नाही, तर त्यांचं 'एकटेपण' हीच समस्या असू शकते! हा मुद्दा फारच महत्त्वाचा आहे. 'जेव्हा आयुष्यात काही विशिष्ट ध्येय असतं व त्यासाठी पूर्ण वेळ देता यावा म्हणून एकटेपण निवडलं जातं तेव्हाची गोष्ट वेगळी असते. पण केवळ 'लग्न करायचं नाही' असं ठरवून अविवाहित राहिलेल्या सामान्य स्त्रीचं आयुष्य – जिला कोणतंही ध्येय नाही, महत्त्वाकांक्षा नाही – तिचं आयुष्य नंतरच्या काळात एकाकीपणाचं असू शकतं. तिच्या बंद घरात तिनंच निवडलेल्या त्या एकटेपणाचं, रिकामपणाचं भूत तिच्या मानगुटीवर बसू लागतं. बाहेरचा समाज जितकं एकटं राहणाऱ्या स्त्रीला खच्ची करतो. तितकंच किंवा त्याहून अधिक तिच्या मनाला खच्ची करतं ते तिचं रिकामं घरं. हे एकटेपण पेलणं तिला कठीण जातं. जिला कोणतीही महत्त्वाकांक्षा नाही अशा स्त्रीला समोर 'आ' वासून पसरलेल्या सगळ्या वेळाचं करायचं काय हा प्रश्न असतो. वेळेची ही भयानक पोकळी भरून काढायचा काही उद्योग नसेल तर तिचं मानसिक संतुलन बिघडू शकतं.'

एकटीनं जगण्याचा निर्णय घेऊ इच्छिणाऱ्या स्त्रियांसाठी मंगलाताईंनी अतिशय स्पष्ट शब्दांत हा 'इशारा'च दिला आहे. त्यातून हे निश्चितच स्पष्ट होतं की केवळ 'एकटं राहणं' म्हणजे 'स्वतंत्र असणं' नव्हे. त्यासाठी स्वतंत्र विचार असावे लागतात.

स्वतःच्या काही आकांक्षा असाव्या लागतात. निर्णय घेण्याची क्षमता आणि रूढ कल्पना नाकारण्याचं धाडस असावं लागतं. 'स्वतंत्र असण्या'चा शोध हा मुळात जगणं अर्थपूर्ण करण्यासाठीचा प्रवास असतो. स्त्रियांच्या बाबतीत तो सोपा नसतो, कारण 'स्त्री असणं' यात गृहीत असणारे आडाखे ओलांडून त्यांना 'व्यक्ती' म्हणून जगण्याच्या वाटेवर पुढे जायचं असतं. नेमक्या याच विचारातून आम्ही (जयश्री रावळेकर संपादक असलेल्या) 'सई' वार्षिकाच्या 'स्वतंत्र स्त्री विशेषांका'साठी काही स्वतंत्र आणि कर्तृत्ववान अशा स्त्रियांच्या खास मुलाखती घेतल्या होत्या. 'अर्थपूर्ण जगण्या'साठी लग्न बंधन नाकारून त्या स्त्रियांनी 'स्वातंत्र्य' स्वीकारलं होतं – खरं तर घेतलं होतं – अशांच्या या मुलाखती होत्या. त्यातील एक मुलाखत मी इथे आवर्जून देऊ इच्छितो.

एकट्या राहणाऱ्या स्त्रियांविषयी जे अनेक प्रश्न आपल्या मनात येतात, त्यांची नेमकी उत्तरं मिळू शकतील अशी ही एक 'केस स्टडी'च म्हणता येईल. ही मुलाखत आहे 'कॅन्सर उपचारां'च्या संदर्भात ज्यांचं नाव अग्रक्रमानं घेतलं जातं त्या डॉ. अनुराधा सोवनी यांची. कर्करोग रुग्णांना शेवटच्या अवस्थेत 'परिहार' सेवा देणाऱ्या 'सिप्ला पॅलिएटिव्ह केअर सेक्टर'च्या मेडिकल डायरेक्टर म्हणूनही त्या काम पाहतात.

लग्न न करण्याचा निर्णय त्यांनी केव्हा घेतला... त्यामागचं कारण काय होतं? त्यासंदर्भात बोलताना त्या म्हणतात, 'वयाच्या पंचविशीपासून ते पस्तीशीपर्यंत – दहा वर्षं मी भारताबाहेरच होते. भारतातील उच्च वैद्यकीय शिक्षण, त्यानंतर इंग्लंडमधील पाच-सहा वर्षांचा अभ्यास, जपानमधील प्रशिक्षण, मग पुन्हा ऑक्सफर्ड इथे परिहार सेवेचा अभ्यास हे सगळं एकापाठोपाठ एक झपाट्यानं येत गेलं. आयुष्य अनेक वाटांनी विस्तारत होतं. नवी आव्हानं, नवे अनुभव प्रचंड वेगाने सामोरे येत होते. पूर्णतः नव्या वातावरणात स्वतःच्या बळावर जगताना 'जगण्या'चा संपन्न अनुभव मिळत होता. या काळात लग्न करायचं नाही असं काहीही जाणीवपूर्वक ठरवलेलं नव्हतं. एवढंच की रसरशीतपणे, उत्साहाने जगत असतानाचा, कामात बुडून जाऊन त्यातली वेगवेगळी क्षितिजं शोधतानाचा आनंद इतका मोठा होता की लग्नाची अपरिहार्य गरजच वाटली नाही.'

पंचविशी ते पस्तिशी हेच तर लग्नाचं वय. त्या वयात आयुष्यात सारं काही इतक्या वेगाने घडत होतं की, त्यांना लग्नाचा विचार करायला फुरसतच मिळाली नाही.

त्यानंतरही मग एका आव्हानात्मक क्षेत्रात करिअर करता यावं म्हणून त्यांनी लग्न केलं नाही... असं म्हणता येईल का? खुद्द त्यांना तसं वाटत नाही. त्या म्हणतात, 'आयुष्याला कितीही वेग आलेला असला तरी आपल्या आत आपल्याला काय हवं आहे, आपण काय करतो आहोत याचा एक पडताळा सुरू असायचाच. आपल्याला

करिअर करायचं आहे आणि म्हणून लग्न नाही असा तो एकांगी विचार नव्हता. 'आपण सुखी आहोत' अशी स्वतःची फसवणूक करत, स्वतःलाच पटवून देण्याची वेळ कधींच येऊ नये, असं मला वाटतं. त्यामुळे लग्नाचा पर्याय आपणच आपल्याला नाकारायचा, असं मी केलेलं नव्हतं. पण लग्नाशिवाय आयुष्य आनंदाने जगण्याचे पर्याय डोळ्यांसमोर होते, इतकंच. ते पर्याय तेव्हाही होते, आताही आहेतच. म्हणूनच आपण लग्न केलं नाही याची रूखरूख पुढे कधींच वाटली नाही.'

एक स्त्री म्हणून मूल असावं, ही आंतरिक गरजही त्यांना कधी वाटली नाही का? 'आपलं मूल असण्यात फार मोठा आनंद असतो, हे खरंच पण त्या आनंदाबरोबर एक फार मोठी जबाबदारी स्वीकारावी लागते. त्यासाठी आपल्याला पुरेसा वेळ देता येणार आहे का, याचा आधीच विचार करायला हवा,' असा पूर्ण विचारांती लग्न न करण्याचा निर्णय डॉ. सोवनी यांनी घेतला होता, तरीही त्यांच्याकडे 'करिअरिस्ट' म्हणूनच पाहिलं जात होतं.

'करिअरिस्ट' या शब्दाला एक नकारात्मक अर्थ देऊनच 'एकट्या राहणाऱ्या' बाईकडे पाहिलं जातं हे सोवनींनीही अनुभवलं आहे. 'लोकांच्या प्रतिक्रिया फार मजेशीर असतात,' त्या म्हणतात, 'तुम्हाला काय बरं आहे, कसलं बंधन नाही असा एक उपहासात्मक सूर असतो. त्यात सूक्ष्म असूयाही दडलेली असते. 'एकटं वाटत असेलच की! म्हातारपणी काय करणार?' अशी काळजी (!) असते, गंमत म्हणजे, 'अरेरे... बिचाऱ्या' असा एक अनावश्यक सहानुभूतीचा सूरही असतो!'

चारचौघींसारखी जीवनशैली नाकारल्यामुळे अशा प्रतिक्रिया एकट्या स्त्रीला झेलाव्या लागतात. शिवाय लग्न न करणाऱ्या बायका म्हणजे हेकट, उदासीन, कोरड्या अशी सार्वत्रिक प्रतिमा असतेच. डॉ. सोवनींसारख्या व्यक्ती याला अपवाद ठरतात, कारण मुळात माणूस म्हणून असणाऱ्या आपल्या गरजा, क्षमता आणि मर्यादा यांचा त्यांनी स्वच्छ नजरेनं वेध घेतलेला असतो. जेव्हा लग्न न करण्याचा निर्णय पूर्वायुष्यातील एखाद्या कटु अनुभवामुळे घेतला जातो, तेव्हा त्यात पुढे असमाधान, नैराश्य येऊ शकतं कारण इतरांना जे मिळालं ते आपल्याला मिळालं नाही अशी एक बोचरी खंत राहून गेलेली असते. मात्र जेव्हा असा निर्णय डोळसपणे विचार करून घेतलेला असतो, तेव्हा आयुष्य सर्वांगाने सुंदर करण्याचे इतर अनेक पर्याय उपलब्ध असतातच. होय, अनुराधा सोवनी एकट्या राहतात, पण त्यांचा लोकसंग्रह इतका मोठा आहे की दिवसभराच्या व्यापाबरोबर तो सांभाळायचा, तर दिवस अपुरा पडेल. देशोदेशीच्या मित्र-मैत्रिणींचं त्यांच्याकडे येणं-जाणं सतत सुरू असतं. वर्षभरात काही दिवस त्यांनी फक्त स्वतःसाठी राखून ठेवलेले असतात. प्रवासाची प्रचंड आवड असल्यानं देशोदेशींच्या कला, खाद्यसंस्कृती यांचा त्या रसिकतेनं आस्वाद घेत असतात. साध्या रोजच्या

स्वयंपाकातदेखील त्या नाना प्रयोग करीत असतात. गायनाच्या मैफिली, चित्रप्रदर्शन यांना आवर्जून जात असतातच. उत्तमोत्तम ध्वनिफिती आणि कलाकृतींचा संग्रह करत असतात. दिवसभराच्या धावपळीनंतर रात्री वाचनासाठी वेळ ठेवलेला असतो. मराठी नव्या कवितांपासून ते इंग्रजीत गाजलेल्या साहित्यकृतींपर्यंत त्यांचं अफाट वाचन सुरू असतं. नुसती ऐकूनही दमछाक व्हावी, अशी डॉ. सोवनींची जीवनशैली पाहिली की, एक गोष्ट ठळकपणे जाणवते, त्या म्हणतात त्याप्रमाणे, 'एकाकीपण हे लग्न करण्या/न करण्यावर नव्हे, तर माणसाच्या मूळ स्वभावावरच अवलंबून असतं.' करिअर करण्याच्या अतिरेकी महत्त्वाकांक्षेपायी माणसं जोडता आली नाहीत, तर ठराविक वयानंतर व्यक्ती 'एकाकी' होत जाते. अशा तथाकथित करिअरिस्ट व्यक्तीची उद्विग्नता ही स्वतःवरच परिस्थितीचा राग काढणाऱ्या व्यक्तीची उद्विग्नता असते. स्त्री असण्याशी, लग्न करण्या न करण्याशी त्याचा फारसा संबंध नसतो. जी व्यक्ती माणसं जोडू शकत

आत्मसन्मान जपणं महत्त्वाचं!

स्वातंत्र्य कशासाठी हवं? एकाच शब्दात सांगायचं झालं तर आत्मसन्मान जपण्यासाठी. त्यासाठी स्वतःच्या आयुष्यावर स्वतःचा अधिकार असायला हवा. रूढ चाकोरीतून आपल्या विकासाला न मानवणारं वातावरण आपल्यावर लादलं जात असेल, तर 'लोक काय म्हणतील' याची पर्वा न करता स्वतःला योग्य वाटेल ते निर्णय घेता येणं म्हणजे स्वातंत्र्य.

अर्थात स्वातंत्र्य म्हणजे केवळ उथळ बंडखोरी नव्हे. आपल्या बळावर आपलं आयुष्य पेलण्याचं आव्हान स्वीकारणं हा खरा स्वातंत्र्याचा अर्थ. स्वातंत्र्य म्हणजे स्व-केंद्रित असणंही नव्हे. भोवतालच्या समाजाचा आपण एक भागच असतो, समाज प्रवाहात मिसळून जगतानाच व्यक्तिगत पातळीवर आपलं स्वत्व आणि स्वातंत्र्य जपता यायला हवं. भोवतालच्या माणसांशी जोडून घेत, सौहार्दाची नाती निर्माण करत सुसंवादी पद्धतीनं जगता येणं आणि आपल्या क्षमता विकसित करणं हा खरा 'स्वतंत्र' जीवनशैलीचा अर्थ आहे.

'स्वातंत्र्य' ही कुणी कुणाला देण्याची गोष्ट नव्हे, मागण्याची तर नव्हेच नव्हे! कुणीतरी आपल्याला स्वातंत्र्य 'द्यावं' अशी अपेक्षा न करता, आपल्याला विकसित होता येईल, असा अवकाश स्वतःच निर्माण करणं, आपल्या मतांविषयी, मूल्यांविषयी जागरूक राहून – आत्मसन्मान जपणं म्हणजे स्वतंत्र जगणं!

– सुमित्रा भावे
(दिग्दर्शिका)

नाही, 'संवाद' साधू शकत नाही, अशी व्यक्ती लग्न केलं तरी 'एकाकी'च राहू शकते. लग्न करूनही आयुष्य रेटत, घुसमटत जगणाऱ्या, माणसांत असूनही एकाकी बनलेल्या व्यक्ती आपण पाहतोच. परिस्थितीनुसार क्वचित कधीतरी येणारं एकटेपण हे कुणालाही येऊ शकतं आणि त्याचा सामनाही करता येतो. 'एकाकीपण' मात्र तुम्हाला स्वतःपासून, समाजापासूनही दूर नेत असतं.

तात्पर्य काय, मुळात माणसापर्यंत पोहोचण्याचा, माणसांत रमण्याचा स्वभाव असेल तर तुम्ही इतके समृद्ध होत जाता की, एकटं राहत असतानाही तुम्हाला एकाकीपण येऊच शकत नाही. मात्र डॉ. सोवनी हेही बजावतात की, 'एकटं राहण्याचा निर्णय घेताना पुढचं सारं आयुष्य आपण आपल्या बळावर निभावून नेऊ शकू असा स्वतःलाच विश्वास असायला हवा. अर्थात त्या निर्णयानुसार पुढेही कितीतरी गोष्टी प्रत्यक्ष निभावताना आपलीच आपल्याला नीट ओळख करून घ्यावी लागते. सतत आपल्या कल्पना, गृहीतकं तपासून पाहणं, नवी माणसं, नव्या कल्पना यांना मनाची दारं उघडी असणं – एकूण जगाबद्दल कुतूहल शमलेलं नसणं हे मला फार मोलाचं वाटतं. एक तर निश्चित, स्वतःशी प्रामाणिक राहण्यातूनच तुम्हाला 'बळ' मिळत असतं.'

आपल्याला आयुष्यात काय हवं आहे, हे डोळ्यांसमोर स्पष्ट असेल, सतत प्रयोग करण्याची हिंमत असेल आणि स्वतःत बदल करण्यासाठीचा उत्साह व तयारी असेल तर आयुष्य कसं अनेक वाटांनी बहरू शकतं, याचं डॉ. अनुराधा सोवनी हे एक उत्तम उदाहरण ठरावं.

पर्याय दुसरा : लग्नाशिवाय सहजीवन

लग्नसंस्था निर्दोष, परिपूर्ण आहे… असा कुणाचाच दावा नाहीय. तिच्यात त्रुटी आहेत, गुंतागुंत आहे. लग्नसंस्थेमुळे स्त्रियांना खूप काही सोसावं लागलं आहे. याबद्दलही फारसं दुमत नाही. अशा सदोष, गुंतागुंतीच्या संस्थेला एखादा चांगला पर्याय का शोधू नये? शोधायलाच हवा. निदान त्या दृष्टीनं प्रयत्न जरूर व्हायला हवेत. असे प्रयत्न हे फार पूर्वीपासून सुरूही आहेत.

सैफ अली आणि प्रीती झिंटा यांचा 'सलाम नमस्ते' हिट झाला आणि माध्यमांना चर्चेसाठी एक रम्य, गोंडस संकल्पना मिळाली. लिव्ह-इन रिलेशनशिप – लग्नाशिवाय सहजीवन. लग्नाशिवाय सहजीवन म्हणजे नक्की काय आहे? कोणतंही बंधन न पाळता मौजमजा करण्यासाठी, पटतंय, वाटतंय तोपर्यंत एकत्र राहणं आणि नाही पटलं तर सरळ वेगळं होणं? गाजराची पुंगी वाजली तर वाजली नाहीतर मोडून खाल्ली – असा अर्थ घ्यायचा का? इतकी उथळ ही संकल्पना नक्कीच नाहीय. कितीही नाही म्हटलं तरी लग्नामुळे जे 'पती-पत्नी' हे नातं निर्माण होतं ते कळत न कळत पारंपरिक स्वरूपाचं

होत जातं. समाजातील साचेबंद प्रतिमांच्या प्रभावामुळे ते 'पुरुषप्रधानते'कडे झुकू शकतं. हे टाळण्यासाठी – मित्र-मैत्रीण या नात्यानंच एकत्र राहून, परस्परसंमतीनं परस्परस्वातंत्र्य जपणारी संकल्पना म्हणजे 'लिव्ह इन रिलेशनशिप'. आर्थिकदृष्ट्या एकमेकांवर अवलंबून राहायचं नाही, प्रत्येकानं आपलं करिअर, आपले छंद, आपल्या आवडीनिवडी, आपले मित्र-मैत्रिणी... हे सारं जपायचं पण त्याच वेळी शक्य तितका वेळ एकमेकांसाठी आवर्जून द्यायचा. मस्त खायचं, प्यायचं, मनसोक्त भटकायचं, भरपूर एन्जॉय करायचं... जोपर्यंत परस्परसंबंधात मौज वाटतेय, गोडी वाटतेय तोपर्यंत एकत्र राहायचं – ती मौज, ती गोडी उरली नाही असं वाटेल तेव्हा कसलीही कटुता न ठेवता दूर व्हायचं... कसलीच सक्ती नाही... कसलंच बंधन नाही, जे करायचं, जे ठरवायचं ते फक्त दोघांनीच... तेही एकमेकांच्या सोयीनं!

एक तर निश्चित, आजच्या तरुण पिढीला या प्रकाराचं आकर्षण वाटू लागलंय, 'काय हरकत आहे?' असा विचार अनेकांच्या मनात येऊ लागला आहे. आता प्रश्न असा आहे – हजारो वर्षं पुरेसा प्रभावी पर्याय न सापडल्यानं अनेक दोषांसहित टिकून राहिलेल्या 'लग्न' संस्थेला 'लग्नाशिवाय सहजीवन' हा एक ठोस पर्याय ठरू शकतो का?

पत्रकार राहुल मोरे म्हणतात – 'लग्नातल्या 'कॉम्प्लिकेशन्स'बद्दल इतकं काही लिहिलं-बोललं जातं की त्या सर्वच समस्यांवर प्रथमदर्शनी तरी 'लिव्ह इन' हा योग्य तोडगा वाटतो. कारण येथे भावनिक गुंतागुंत नसते. असली तरी जुजबी असते, कोणतीच बंधनं नसतात, जबाबदारीही नसते. घरातल्या जबाबदाऱ्या वाटलेल्या असतात. साधारणतः होस्टेलवर राहणाऱ्या रूमपार्टनरप्रमाणेच संबंध असतात. कुणीही, कुणावर अवलंबून नसतं. त्यामुळे जो तो आपापल्या पद्धतीनं जगायला मोकळा असतो. दोघं एकाच छताखाली राहत असतात, पण ही गोष्ट स्पष्ट असते की, दोघांपैकी कुणीही त्याला वाटेल तेव्हा ही 'रिलेशनशिप' संपवू शकतो!'

मग साहजिकच असा प्रश्न मनात येतो –एवढा रूक्ष आणि कौटुंबिक, जिव्हाळ्याचा स्पर्शही नसलेला सहजीवनाचा हा प्रकार हे लोक स्वीकारतातच कशासाठी? त्याचं उत्तर हेच की मंडळी मुख्यतः 'करिअरिस्ट' असतात. करिअरला पूर्ण वेळ देणं ही त्यांची 'प्रॉयॉरिटी' असते. 'रिलेशनशिप' ही त्यांच्यासाठी दुय्यम असते.

'रॅडिकल' विचारांची मंडळी मात्र 'लिव्ह इन' पर्यायाचं स्वागत करताना 'विवाहसंस्थे'वर अक्षरशः कडाडून हल्ला चढवतात. त्यांच्या मते 'विवाहसंस्था म्हणजे पुरुषी मानसिकतेनं स्त्रीच्या उपभोगासाठी नैतिकतेच्या नावाखाली उभं केलेलं बाहुलं! सर्व सर्जनशील निर्मितीचा मुख्य घटक असणारी स्त्री सर्वच क्षेत्रांत, सर्वच बाबतीत पुरुषांपेक्षा श्रेष्ठ असल्यामुळे, तिच्यावर नियंत्रण ठेवण्यासाठी पुरुषप्रधान संस्कृतीनं तयार केलेलं कृत्रिम नियमांचं जाळं म्हणजे विवाहसंस्था! 'लिव्ह इन रिलेशनशिप'मुळे

कुटुंबसंस्थेला, लग्नसंस्थेला हादरे बसतील, पण ते आवश्यकच आहे. त्यासाठी स्त्रियांनी 'रॅडिकल' होणंही गरजेचं आहे!'

या जळजळीत भाष्याच्या पार्श्वभूमीवर – विवाह हा अभ्यास विषय मानणाऱ्या 'साथ साथ' गटाचं प्रतिपादन निश्चितच वेगळं म्हणता येईल. त्यांचे मुद्दे असे आहेत – आजच्या स्पर्धात्मक परिस्थितीत तरुण-तरुणींना करिअरसाठी चोवीस तासही पुरेनासे झाले आहेत. त्यामुळे त्यांना कुटुंबामधून येणारी बंधनं नको आहेत. म्हणूनच 'लिव्ह इन'चं आकर्षण वाढतं आहे.

मात्र हा पर्याय निवडणारी जोडपी जास्त परिपक्व आपल्या कर्तव्यांची व भावनांची जाण असणारी हवीत, तरच त्यांनी लग्नासाठी शोधलेला हा पर्याय ते एखादं सबल कारण असल्याशिवाय सहजासहजी तोडणार नाहीत. 'लिव्ह इन रिलेशनशिप'मध्ये फक्त दोन व्यक्तींचा विचार असतो, लग्नात दोन कुटुंबांचा विचार असतो. विवाहसंस्था ही टाइम टेस्टेड – काळाच्या कसोटीला उतरलेली आहे. 'लग्न' हा एक जीवनाला सोपं बनवण्यासाठी निर्माण केलेला प्रकार आहे. तो कोणाच्या गळ्यात बांधण्यासाठी निर्माण केलेला नाही! यामध्ये मागच्या आणि पुढच्या पिढीचा विचार केलेला आहे. यामध्ये जर 'सॅक्रिफाइस' असेल (जो 'लिव्ह इन'मध्येही असू शकतो) तर तसे यात फायदेही आहेत. भारतीय विवाहामध्ये आपल्या पालकांचा विचार, लाइफ पार्टनरचा विचार, मुलांच्या संगोपनाचा विचार असे हे 'फॅमिली युनिट्स' बनत जातात, जे समाजाचे 'बिल्डिंग बॉक्स' असतात. हा विचार 'लिव्ह इन रिलेशनशिप'मध्ये दिसत नाही.'

'लिव्ह इन' संदर्भातली दोन्ही बाजूंची मतं आपण पाहिली, तरीही एक महत्त्वाचा प्रश्न राहतोच, जी मंडळी प्रत्यक्ष 'लिव्ह इन'मध्ये राहतात, त्यांची नेमकी काय भूमिका असते? ती जाणून घेणंही तितकंच गरजेचं आहे. स्वतः 'लिव्ह इन'मध्ये राहणाऱ्या योगेश कवठेकर यांनी ती भूमिका अतिशय स्वच्छ, स्पष्ट आणि निःसंदिग्ध शब्दांत मांडली आहे. ते म्हणतात, 'लग्न संस्था मोडीत काढण्याचा आमचा अजिबात इरादा नाहीय. किंबहुना ती टिकावी असंच आम्हालाही वाटतं. याचं कारण आम्ही मुळात स्वातंत्र्यवादी आहोत. स्वातंत्र्य हवं असेल तर समोर पर्याय हवेत. एकच एक पर्याय असेल तर स्वातंत्र्य कसं घेणार? प्रश्न निवडीचा आहे. तुमच्या अपेक्षांचा आणि प्राधान्यक्रमांचा आहे. ज्यांना सुरक्षितता हवी आहे, कायद्याचं पाठबळ हवं आहे, ज्यांना मुलं हवी आहेत, ज्यांना मुलांचं भवितव्य सुरक्षित करायचं आहे, ज्यांना या साऱ्यासाठी समाजमान्यता हवी आहे... अशांनी अगदी आनंदानं लग्न करावं, असं आम्हालाही वाटतं.'

'लिव्ह इन'चा मार्ग कोण निवडतात? कोण निवडू शकतात? तर ज्यांना स्वतःच्या नात्याला समाजाच्या किंवा कायद्याच्या मान्यतेची गरज वाटत नाही... ज्यांच्यामध्ये

अशा मान्यतेशिवाय एकमेकांसोबत राहण्याची धमक असते, तेच हा मार्ग निवडतात. जे कुणी असं स्वातंत्र्य घेतात, त्यांच्यामध्ये त्या स्वातंत्र्याच्या परिणामांची जबाबदारी स्वीकारण्याचं धैर्य असावंच लागतं. विवाहानंतर येणारी कर्तव्यं आणि जबाबदाऱ्या टाळण्यासाठी आम्ही 'लिव्ह इन'मध्ये राहतो असं म्हटलं जातं... आमचा प्रश्न असा आहे की, मुळात विवाहामुळे येणारी कर्तव्यं आणि जबाबदाऱ्या समाजानं (किंवा प्रसंगी कोर्टानं) ठरवाव्या का लागतात? त्या लादाव्या का लागतात?

आम्हाला 'लग्ना'चा पर्याय नकोसा वाटतो, याचं कारण आमच्या मते 'लग्ना'नंतर नात्यातली उत्स्फूर्तता संपते. सगळी चाकोरी समाजानं अगोदरच ठरवलेली असते! अर्थात त्याहीपेक्षा महत्त्वाचा मुद्दा आहे तो हा की, दुर्दैवानं आपला जोडीदाराविषयीचा निर्णय चुकला, हे ध्यानात आल्यानंतरही त्या नात्यातनं सुटका होणं सोपं नसतं. आपल्याकडे लग्न करणं सोपं असतं, त्यातून बाहेर पडणं मात्र अवघड असतं. तिथेच सगळा गोंधळ आहे. घटस्फोट मिळणं कमालीचं जिकिरीचं असतं. 'मी नाही देणार घटस्फोट' म्हणत जोडीदाराचं जीवन अक्षरशः वेठीला धरलं जातं! घटस्फोटाची प्रक्रिया सुलभ झाली तर आम्हीही लग्नाचा निदान विचार तरी करू!

'लग्न हे काय एकमेकांना आयुष्यभर जखडून ठेवण्यासाठी असतं? खरं नातं हे कायद्याच्या नव्हे परस्परांच्या विश्वासावर आधारित असतं. मी हे अगदी ठामपणानं आणि तितक्याच अभिमानानं सांगेन की कुठल्याही पती-पत्नीपेक्षा आम्हा 'लिव्ह इन'मध्ये राहणाऱ्यांचं नातं हेच खरं विश्वासाचं नातं असतं. विश्वास, प्रेम आणि आस्था यांचाच त्या नात्याला आधार असतो... कारण दुसरा कुठला नसतोच! अर्थात आम्हाला कुणाची मान्यता नकोच असते, कशाचा आधारही नको असतो... आम्हाला फक्त एकमेकांच्या विश्वासावरच एकत्र राहायचं असतं, कारण खरी मौज त्यातच असते!'

योगेश कवठेकरांचं हे मनोगत वाचल्यानंतर एक तर निश्चित जाणवतं, 'लिव्ह इन' या पर्यायाकडे आता खुलेपणानं पाहायला हवं. आजच्या काळात तरुण-तरुणी तसंही खूप काही 'स्वातंत्र्य' घेत असतात. त्यांना लग्नाशिवाय परस्परांशी संबंध ठेवायचे असतात, ते 'समाज काय म्हणेल' याचं फारसं 'टेन्शन' घेतात, असं दिसत नाही! तरीही ज्यांना ती चिंता वाटते, ते चोरून संबंध ठेवू शकतात–ठेवतातही. त्यामुळे 'केवळ संबंध ठेवता यावेत यासाठी 'लिव्ह इन'चा मार्ग निवडला जातो' –या विधानात फारसं तथ्य दिसत नाही. म्हणूनच जे 'आम्ही लिव्ह इन'मध्ये आहोत असं जाहीर करतात त्यांचं कौतुक आणि स्वागतच करायला हवं. कारण असं की, ही मंडळी फक्त 'आमचे संबंध आहेत' एवढंच नव्हे तर 'आमचं एकमेकांशी काही खास नातं आहे, आमच्या नात्याकडे आम्ही (कॅज्युअल सेक्सपेक्षा) गांभीर्यानं पाहतो, एकमेकांचा सहवास आम्हाला आवडतो' –हे सारं 'जाहीर' करीत असतात.

आज 'लिव्ह इन'मध्ये खुलेपणानं राहणारे 'सेलेब्रेटिज' पाहिले तर हे निश्चित जाणवतं की समाजासमोर ते एकमेकांना आदर देतात, परस्परांची कदर करतात. प्रसिद्धी माध्यमांनीही त्यांच्या खास नात्याची योग्य ती बूज राखावी, याविषयी ते दक्ष असतात. जोडीदाराबद्दल काही उलटसुलट लिहिलेलं ते खपवून घेत नाहीत. आपल्या नात्याची 'डिग्निटी' जपण्याचा त्यांचा प्रयत्न असतो. हेही दिसतं की ही मंडळी स्वतःच्या व्यस्त दिनक्रमातून वेळ मिळाला की तो जोडीदारासोबतच घालवण्यास प्राधान्य देतात. एकत्र असणं, एकत्र राहणं ते अगदी मनापासून 'एन्जॉय' करत असतात.

समाजानंही आता 'लिव्ह इन' ही संकल्पना कळत नकळत स्वीकारली आहे. ते काही फारसं 'क्रांतिकारक' राहिलेलं नाही. आता तर 'ज्येष्ठांचं लिव्ह इन' ही संकल्पनाही चांगलीच रूजते आहे. तीही निश्चितच स्वागताह आहे. एकंदरीतच 'लिव्ह इन'मध्ये राहणाऱ्यांचं प्रमाण वाढत आहे. पण तरी त्यामुळे विवाहसंस्थेला हादरे बसताहेत, असं काही दिसत नाहीय. मुळात 'लिव्ह इन'मध्ये राहणाऱ्या तरुण-तरुणींचा लग्नसंस्थेला विरोध असतो असं नाही. लग्नातल्या आयुष्यभराच्या 'कमिटमेन्ट'साठी अद्याप मानसिक तयारी नाही, म्हणूनही काही वेळा हा मार्ग निवडला जातो. 'लिव्ह इन'मध्ये राहिल्यानंतर काही जण परस्परांशी लग्नही करतात. तसं पाहिलं तर 'लिव्ह इन' हा 'ट्रायल मॅरेज'चा 'प्रयोग'ही ठरू शकतो. अर्थात इथे हेही स्पष्ट करायला हवं की या 'प्रयोगा'चे आजवरचे निष्कर्ष फारसे उत्साहवर्धक नाहीत. विख्यात समुपदेशक प्रतिभा घीवाला यांनी केलेल्या पाहणीनुसार लग्नाआधी एकत्र राहणाऱ्या जोड्यांमध्ये विवाह असफल होण्याचं प्रमाण (थेट लग्न करणाऱ्या जोड्यांपेक्षा) अधिकच आहे.

खरं तर 'लिव्ह इन'चा खरा फायदा एकच – कधीही तुम्ही 'इन'चे 'आऊट' होऊ शकता! पण त्यामुळेच लग्नाचे जे असंख्य लाभ आहेत (व्यक्तिगत, कौटुंबिक, सामाजिक), ते 'लिव्ह इन'मध्ये राहताना मिळू शकत नाहीत. 'लिव्ह इन' हा काही काळ एकत्र राहण्याची हौस पुरी करणारा फक्त एक 'प्रयोग'च राहतो – तो लग्नसंस्थेला पर्याय ठरत नाही. यासंदर्भात आता काही संशोधनही झालं आहे. युनिव्हर्सिटी ऑफ वॉरविक, यु.के. येथील संशोधकांनी लग्न झालेल्या त्याचप्रमाणे लग्नाशिवाय एकत्र राहणाऱ्या अशा दोन्ही प्रकारांतील सुमारे दहा हजार जोडप्यांचं सर्वेक्षण केलं, त्या सर्वेक्षणाचा अगदी निःसंदिग्ध निष्कर्ष असा आहे की – लग्न झालेल्या जोड्यांमधील पुरुष आणि स्त्रिया – दोघांनाही आपल्या जोडीदारापासून जास्त आनंद आणि समाधान मिळत असतं. लग्नाशिवाय एकत्र राहणाऱ्या जोडप्यांपेक्षा ते निश्चितच जास्त समाधानी असतात. याचं प्रमुख कारण असं दिसतं की, लग्नसंस्थेमध्ये स्त्री-पुरुष म्हणजेच पती-पत्नी हे भौतिक सुखाप्रमाणेच एकमेकांच्या सहवासातल्या अनेक छोट्या-मोठ्या, चांगल्या-वाईट आणि सुख-दुःखाच्या प्रसंगांमध्ये एकमेकांबरोबर आणि एकमेकांकरिता

उपलब्ध असतात. ती हमी त्यांना विवाहबद्ध असण्यातूनच मिळत असते. पती-पत्नी एकमेकांच्या जीवनाचे भाग बनलेले असतात. साहजिकच पती-पत्नीच्या नात्यात आपलेपणा अधिक असतो, संरक्षण असतं, जपणूक असते... म्हणूनच — प्रयोग म्हणून नव्हे तर 'पर्याय' म्हणून विचार करायचा झाला तर विवाह हाच 'लिव्ह इन'पेक्षा सर्वतोपरी उजवा पर्याय ठरतो.

पर्याय तिसरा : डबल इन्कम, नो किड्स

डिंक म्हणजे 'डबल इन्कम, नो किड्स' कुटुंबपद्धती. 'आम्ही दोघे आमच्यासाठी कमवू आणि आमच्यावरच खर्च करू' ही यामागची भूमिका. कुटुंबपद्धती बदलते आहे, असं म्हटलं जातं, हा त्यातलाच एक भाग! पण ही फक्त कुटुंबपद्धती नव्हे, ही एक जीवनशैली आहे. काही जोडप्यांनी जाणीवपूर्वक निवडलेली जगण्याची एक पद्धत आहे.

बदलत्या काळात मुलांची संख्या मर्यादित असावी, यावर तर आज साऱ्यांचंच एकमत आहे. 'एक दांपत्य–एक अपत्य' हा विचारही आता अनेकांनी स्वीकारला आहे. 'अपत्य नकोच' ही त्यापुढचीच पायरी मानावी काय ? खरं तर 'आपल्याला मूल असावं की नाही' हा प्रत्येकाचा व्यक्तिगत निर्णय असायला हवा, तरीही बहुतेक वेळा तो कौटुंबिक, सामाजिकच जास्त असतो. 'डिंक' जोडपी मात्र आता 'हा निर्णय आमचाच असेल' असं ठामपणे म्हणू लागली आहेत. ही कल्पना आपल्याकडे अजूनही नवी मानली जात असली, तरी ती अस्तित्वात आली त्याला उणीपुरी चाळीस वर्षं झाली.

इतिहासच सांगायचा झाला तर ३ जुलै १९७२ला प्रथम 'चाईल्ड फ्री' ही संज्ञा उदयाला आली. 'डिंक' ही संकल्पना मात्र १९८०मध्ये अस्तित्वात आली. १९९०नंतर त्यात काही बदल होत गेले. ऑस्ट्रेलियात 'ऑस्ट्रेलियन चाईल्ड फ्री पार्टी – एसीएफपी' स्थापन झाली. ब्रिटनमध्येही यासंदर्भातली 'किडिंग असाइड' ही संस्था उदयाला आली. या सर्व घटनांचा संकलित परिणाम म्हणून साधारण २००९नंतर 'डिंक' जीवनपद्धती जगभरात स्वीकारली जाऊ लागली. आता आपल्याकडेही अशी काही जोडपी आहेत.

'डिंक' कशासाठी ?

स्त्रियांमध्ये मातृत्वाची जैविक प्रेरणा असते तर पुरुषांना आपला वंश चालविण्यासाठी अपत्य हवं असतं, असं साधारणतः मानलं जातं. पण तरीही पती-पत्नी दोघे मिळून 'आपल्याला मूल नको' असा निर्णय घेतात, तो कशामुळे? 'डिंक' जीवनपद्धती स्वीकारणाऱ्या स्त्री-पुरुषांची नेमकी भूमिका काय असते? हे जाणून घेण्यासाठी वृषाली मगदूम यांनी अशी जीवनपद्धती स्वीकारलेल्या आपल्याकडील काही जोडप्यांच्या

मुलाखती घेतल्या, याआधारे 'डिंक' स्वीकारताना या लेखात त्यांनी त्यांची काही निरीक्षणं आणि निष्कर्ष मांडले आहेत, ते असे आहेत –

- ही जीवनपद्धती स्वीकारण्याचा निर्णय जसा करिअरसाठी घेतला जातो, तसाच तो वैयक्तिक आराम व चैनीसाठीही घेतला जातो. शिल्लक पैशांत गुंतवणूक करता येते. पैसे भटकंतीसाठी, ऐशआरामासाठी वापरता येतात. विशेषतः उच्च मध्यमवर्गीय व मध्यमवर्गीय जोडप्यांमध्ये हा विचार दिसतो. नवरा, बायको दोघेही कमवत असले तरी त्यांचा पगार मर्यादित असतो. त्यात अगदी ऐशआरामी आयुष्य शक्य नसलं तरी निदान चांगली जीवनशैली, चांगलं राहणीमान त्यांना जीवनभर हवं असतं. मुलांना जन्माला घातल्यास त्यांच्यावरच आयुष्याची कमाई खर्च होईल, ते त्यांना नको असतं (एका 'सर्व्हे'नुसार 'डिंक' जोडपी ही मुल असणाऱ्या जोडप्यांच्या तीन ते चार पट जास्त खर्च करतात, अधिक गुंतवणूक करतात, महागड्या वस्तू खरेदी करतात असंही दिसून आलं आहे.)
- 'करिअरच्या सुरुवातीची वर्षंच महत्त्वाची असतात. ती मुलांच्या संगोपनासाठी द्यावी लागली तर त्यामुळे नवीन करिअरच्या संधी नाकाराव्या लागतात. करिअरमध्ये 'पीछेहाट' होते.
- मुलांच्या वारंवारच्या आजारपणामुळे दमछाक होते. ते मनालाही थकवणारं असतं. आर्थिक नियोजन कोलमडतं ते वेगळंच.
- मुलांना वाढवताना सामाजिक दडपणही असतंच. त्यांचा अभ्यास, त्यांच्यावर केले जाणारे संस्कार, त्यांचं खाणं-पिणं, खेळणं, इतर उपक्रम हे सारं करायला आजूबाजूची परिस्थिती भाग पाडत असते.
- मुलांना शिकवताना आपल्यालाही निमूटपणे शिकावं लागतं! 'अभ्यास घ्यायला आवडत नाही,' म्हणण्याची सोय नसते. मुलांच्या परीक्षा, त्यांच्या स्पर्धा, त्यांना रागावून शिस्त लावणं हे सारंच थकवणारं, चिडचिड करायला लावणारं असू शकतं.
- स्त्रियांना याबरोबरच 'नोकरीतल्या प्रेशरसमुळे मुलांना न्याय देता येत नाही' ही अपराधी भावना येत असते. त्यातूनच मग 'मूल नको' ही धारणा होत जाते. एकूणच 'मूल नको' या निर्णयामुळे व्यक्तिगत, सामाजिक, आर्थिक सारंच दडपण दूर होतं.
- टीव्ही, जाहिरात क्षेत्र अशा माध्यमांतील स्त्रीला आपलं वजन, देहयष्टी, सौंदर्य हे सारं सांभाळण्याचं दडपण असतं, तर कंपन्या, बॅंकिंग इ. क्षेत्रात उच्चपदावरील स्त्रीला कामाच्या ताणामुळे 'मूल निरोगी जन्माला येईल का?' याची चिंता वाटत असते.

एक ना दोन, अनेक प्रश्न असतात, अनेक चिंता असतात. या सर्वांना 'डिंक' जीवनपद्धती हा जणू रामबाण उपाय ठरतो. ती एकदा स्वीकारली की कसलेच ताण नाहीत, कसलीच बंधनं नाहीत. निम्मे लक्ष घरात, निम्मे कामात अशी ही परिस्थिती

ओढवत नाही. वेळ हवा तसा, हवा तिथे वापरता येतो. हवी तेव्हा मनसोक्त विश्रांतीही घेता येते. मुलं, त्यांच्या वस्तू, शिक्षण यांवर जो प्रचंड पैसा खर्च होतो, तोच पैसा निवृत्तीनंतरचं आयुष्य सुखानं जगण्यासाठी वापरता येतो.

'डिंक' संकल्पना – बांधिलकी जपणारी!

डॉ. नेहा शाह आणि डॉ. अरमान पांडे या दोघांनी मात्र 'डिंक' जीवनपद्धती स्वीकारली आहे ती एका व्यापक परिप्रेक्ष्यातून. आपली त्या मागची भूमिका विशद करताना त्यांनी मांडलेले मुद्दे आले आहेत –

- माणूस हा बुद्धिवादी प्राणी आहे. विज्ञानाच्या प्रगतीचा फायदा घेत मूल असावं की नसावं, हे ठरविण्याची निवड मानवानं आत्मसात केली आहे.

- मुलांना जन्माला घालून त्यांना आपण या जगात जगायला पाठवतो, तेव्हा त्यांना सुखच द्यावं असं कितीही वाटलं तरी ते देऊ शकू, याची खात्री असते का?

- आपल्या देशात दरवर्षी दीड कोटी मुलांचा जन्म होतो. आपली हौस म्हणून पालक मुलांना जन्म देतात, पण किती पालक या मुलांच्या भवितव्याचा विचार करतात? आजमितीला भारतात दोन कोटी अनाथ मुलं आहेत. त्यांचा काही विचार आपण करतो का?

- देशाचं क्षेत्रफळ आहे तेवढंच राहणार आहे, लोकसंख्या मात्र वाढतच जाणार आहे. ही 'वाढ' आपण कशी सामावून घेणार आहोत?

- मनुष्यप्राणी निसर्गातील एकूण ऊर्जेच्या ५० टक्के ऊर्जा वापरतो. त्यामुळे अन्य प्रजातींना पुरेशी ऊर्जा मिळत नाही. परिणामी प्रतिदिनी शेकडो प्रजाती नामशेष होत आहेत. लोकसंख्येवर नियंत्रण आणलं तरच या प्रजातींना वाचवणं शक्य आहे.

'...यासाठीच एक छोटंसं पाऊल, खारीचा वाटा म्हणून आम्ही ही जीवनपद्धती स्वीकारली आहे – फक्त मौजमजेसाठी आणि ऐशआरामासाठी नव्हे! 'डिंक' संकल्पना' ही स्वतःपेक्षा निसर्गाचा आणि समाजाचा विचार करणारी आहे. बांधिलकी जपणारी आणि खरीखुरी आस्था असणारी आहे.'

'अशा विचारांतून आज अपत्यमुक्त जीवन जगत असतानाच, भविष्यात सामाजिक बांधिलकीतून एखादं मूल दत्तक घेण्याचा विचारही डॉ. नेहा व डॉ. अरमान करत आहेत. जे असा काही व्यापक विचार करीत आहेत, त्यांच्या विचारांचा समाजानं आदरच करायला हवा,' वृषाली मगदूम म्हणतात. मात्र त्यावेळी त्या हेही नमूद करतात, 'डिंक जीवनपद्धतीचा विचार व्यक्तिगत पातळीवर वाढत असला तरी परदेशापेक्षा भारतात याचं प्रमाण आजही अल्पच नव्हे, अत्यल्प आहे. भविष्यातही त्याचा पायंडा पडेल, अशी काही शक्यता आजमितीस तरी दिसत नाही.'

पर्याय चौथा : एक बालक, एक पालक

अलीकडे जगभरातच 'सोलो ट्रेन्ड' सुरू झाला आहे. हा उल्लेख मागे झालाच आहे. स्कॅन्डेनेव्हियन देशात मात्र या 'सोलो ट्रेन्ड'चं एक वेगळंच 'मॉडेल' अवतरलं आहे. ते मॉडेल म्हणजे 'वन मॅन फॅमिली' आणि 'वन वुमन फॅमिली'. तसं तर 'एक दांपत्य–एक अपत्य' हे स्वरूप आपण स्वीकारलं आहेच, पण आता ते 'एक पालक–एक बालक' इथपर्यंत येऊन ठेपलं आहे. 'कुटुंबा'चं स्वरूप इतकं आक्रसलं जाऊ शकेल, अशी पूर्वी कुणी कल्पनाही केली नसेल. हे खरंय की काही वेळा काही अपरिहार्य कारणामुळे (जोडीदाराचं निधन, घटस्फोट) एकट्यानंच पालकत्व निभावण्याची वेळ येते. अर्थात काही जण स्वेच्छेनंही ते स्वीकारू शकतात. 'सिंगल मदर' ही संकल्पना तर समाजानं मान्य केलेलीच आहे. 'सिंगल फादर' त्या मानानं थोडे असतात. पण स्कॅन्डेनेव्हियन देशांत मात्र सिंगल मदर आणि सिंगल फादर, दोन्हीही आता बहुसंख्येनं आढळणार आहेत – 'वन वुमन फॅमिली' आणि 'वन मॅन फॅमिली' या स्वरूपात!

प्रश्न फक्त एवढाच आहे, त्यांना खरंच 'फॅमिली' म्हणता येईल का? अर्थात त्याहीपेक्षा महत्त्वाचा प्रश्न आहे तो अशा 'फॅमिलीज्' सुरू होण्यामागच्या विचारप्रवाहाचा. त्या विचारप्रवाहांचे मुख्य असे दोन मुद्दे आहेत.

एक : अपत्यसंभवासाठी स्त्री-पुरुषांना (काही काळ) एकत्र यावं लागतं, पण तेवढ्यासाठी त्यांनी कायमस्वरूपी एकमेकांना 'बांधून' कशाला राहायचं. पती-पत्नी म्हणून परस्परांना 'सहन' कशाला करत बसायचं?

दोन : अपत्याच्या संगोपनासाठी एक पालकही पुरेसा असतो. आई किंवा वडील यांपैकी कुणीतरी एक असलं तरी पुरे.

हे दोन्ही मुद्दे न पटणारे आहेत. खरं तर चुकीचेच आहेत. त्या मागचा विचार, दृष्टिकोन अगदीच एकांगी आहे. स्त्री-पुरुष हे काही फक्त अपत्यसंभवासाठी एकत्र येत नसतात. दोघेही काही रोबो किंवा यंत्रमानव नसतात. त्यांना भावभावना असतातच. सहवासातून दोघांमध्ये मैत्रीचं, प्रेमाचं नातं फुलू शकतं. आयुष्याच्या चढ-उतारांत हक्काची सोबत असणं, एकमेकांच्या क्षमता फुलवणं – हेही दोघांच्या सहजीवनातून साध्य होत असतं. कुरबुरी, तडजोडी, अडचणी आल्या तरी एकत्रित अनुभवांतून दोघांचं जीवन समृद्ध होऊ शकतं, अर्थपूर्ण होऊ शकतं. *समवन स्टॅन्ड्स बाय यू, समवन स्टॅन्ड्स विथ यू, समवन स्टॅन्ड्स फॉर यू – व्हॉट मोअर इज वन वॉन्ट?* यालाच तर सहजीवन म्हणतात. अशा सहजीवनाची शक्यताच इथे नाकारली गेली आहे. जणू *आय डोन्ट नीड एनीबडी, आय विल स्टॅन्ड बाय मी, आय विल स्टॅन्ड फॉर मी...* असाच हा टोकाचा पवित्रा म्हणावा लागेल.

दोघांचं मिळून जे मूल असेल, त्यात कुणा एकाचीच नव्हे तर दोघांचीही भावनिक गुंतणूक असते, याचाही विचार इथे केलेला नाहीय. त्याहीपेक्षा म्हणजे अपत्याच्या गरजांचाही विचार केलेला नाहीय. 'वन मॅन फॅमिली' ही कल्पना तर पूर्णतः अनैसर्गिक व अशास्त्रीय अशीच आहे. माता व मूल ही जोडी निसर्गानंच अशी बनवली आहे की परस्परांवाचून दोघांचंही अस्तित्वच संभवत नाही. मुलांच्या फक्त संगोपनासाठीच नव्हे तर त्यांच्या बुद्धीच्या योग्य विकासासाठी पहिली आठ-दहा वर्षं आईचीच गरज असते. अर्थात त्यानंतरही ती असतेच. खरं तर मुलांना विविध भावनिक गरजांसाठी आई आणि बाबा दोघंही हवे असतात. आई-बाबांचं समृद्ध सहजीवन आणि अपत्याचं सर्वांगीण संगोपन या दोन्हींची हमी देऊ शकतं, तेच खरं कुटुंब असतं. तीच खरी 'फॅमिली' असते. तिला 'वन मॅन' किंवा 'वन वुमन' अशा एकांगी साच्यात बसविण्याचा अट्टाहास कशासाठी?

'घर' हवं की नको?

बदलत्या काळात लग्नाऐवजी, कुटुंबाऐवजी जे वेगळे पर्याय तरुणाईपुढे आले आहेत, त्यांचा आपण विचार केला. जन्मभराचं सौख्य, सुखदुःखात सोबतीची हमी, सुरक्षितता आणि नव्या पिढीचं संगोपन – अशा निकषांवर हे पर्याय – लग्न अथवा कुटुंबसंस्थेला खऱ्या अर्थानं पर्याय ठरूच शकत नाहीत, असंच म्हणावं लागतं. त्यामुळे त्या सर्वच पर्यायांविषयी नव्यानं, अधिक डोळसपणे विचार करायला हवा. किंबहुना त्याहीपुढे जाऊन आज मोडकळीस आलेल्या एकत्र कुटुंबपद्धतीविषयीही पुन्हा नव्यानं विचार करायला हवा, असं डॉ. शुभांगी पारकर सुचवितात. कौटुंबिक समुपदेशनाचा प्रदीर्घ अनुभव असलेल्या डॉ. पारकर म्हणतात, 'काळाच्या ओघात आपल्याकडील एकत्र कुटुंबाची शकलं उडाली, त्यातील कालबाह्य मूल्यं मोडीत निघाली, हे अपरिहार्यच होतं. मात्र ज्या 'एकत्र कुटुंबा'त स्त्रिया गुलामासारख्या राबत, दुय्यम जिणं जगत, असं म्हटलं जातं त्या 'एकत्र कुटुंबा'कडे एक संरचना म्हणून पुन्हा एकदा खुल्या मनानं पाहायला हवं,' असंही त्यांना वाटतं. व्यक्तीच्या आणि समाजाच्याही जडणघडणीत अशा कुटुंबपद्धतीचं मोठं योगदान असतं इकडे लक्ष वेधून त्या म्हणतात, 'अशा कुटुंबात प्रत्येकाच्या गरजा, सगळ्यांना मिळणारे फायदे, जबाबदाऱ्यांची वाटणी, प्रत्येकाचं कमी-अधिक दुःख, शहाणपण... या सगळ्या उंच-सखल गोष्टींचा एकमेकांशी मेळ जुळून यायला मुळात 'कॅनव्हास' मोठा असतो. त्यातल्या व्यावहारिक फायद्यांसह ती व्यवस्था चालत राहावी, याचं वंगण आतूनच पुरवलं जातं. धक्के, आव्हानं, ताण सहन करण्याची कुटुंबाची क्षमता जास्त असते. त्यात एकेकट्या भरकटलेल्या व्यक्तींनाही सामावून घेणं शक्य असतं. त्या पलीकडे त्या अखख्या कुटुंबाची म्हणून विशिष्ट

जगण्याची मूल्यं, वागण्यातील शिस्त, बऱ्या-वाईटाला सामोरं जाण्याची वृत्ती – या सगळ्याचं मिळून भल्या अर्थानं एकत्रित असं 'स्टेटमेंट' असतं. कुटुंबाचं अस्तित्व टिकणं हे भान मुख्य असतं. व्यक्तिगत सुख-दुःख कमी टोकदार करून बघायची सवय लागते. आज जे ताण दिसताहेत... ते कुटुंबव्यवस्थेचे दुष्परिणाम नव्हेत, उलट कुटुंब नावाचा भला-थोरला 'आधारवड' तुटत जाण्याचे परिणाम आहेत. लग्न, संसार, कुटुंब या व्यवस्थेत दोष नाहीत, तोकडी पडते ती आपली समजूत. पूर्वी एकत्र कुटुंबामध्ये, एकमेकांबरोबर जगण्याचे धडे आपोआप मिळत. आता मात्र ते धडे आधी शिकायचे राहिल्यानं लग्नानंतरच शिकावे लागतात. त्यात नेमके दोघांचेही 'ईगो' आडवे येतात.'

'आजचं विभक्त कुटुंब हे खऱ्या अर्थानं कुटुंब नव्हेच, ते मूळ कुटुंबाचं आक्रसलेलं रूप आहे. त्यामुळे त्यात देवाण-घेवाणीचा अवकाश अरूंद झाला आहे. या कुटुंबाचा जीव एवढा लहान झाला आहे की कुटुंबाच्या सर्व गरजा आतून भागवल्या जात नाहीत. मुलं कुणी सांभाळायची हाही प्रश्न आला आहे. त्यासाठी पैसे देऊन 'बाहेर' उत्तरं शोधली जातात; पण त्यातल्या प्रेमाचा आणि माणुसकीचा भाग कमी होतो आहे. त्यात आणखी एक भाग आहे तो ऐहिकतेचा. दोन पिढ्यांपूर्वी आपण ही गोष्ट ऐकलेली आहे की, 'चार कपडे कमी घालायला मिळाले, तरी हरकत नाही; पण आपसात प्रेम असणं ही नात्याची श्रीमंती आम्हाला महत्त्वाची वाटते.' आता जगण्यातली चढाओढ आणि असुरक्षितता कैक पटींनी वाढलीय. मूल्यंही बदललीत. उच्चभ्रू जीवनशैली मिळवणं आणि ती टिकवणं महत्त्वाचं झालंय. दुसरं मूल होऊ द्यायला 'परवडत' नाही, अशी भाषा ऐकू येते. कुटुंबसंस्थेची लांबी-रूंदी कमी होते आहे आणि घराचं रूप पंचतारांकित!'

डॉ. शुभांगी पारकर यांचं हे निरीक्षण नक्कीच अंतर्मुख करणारं आहे... विचारात पाडणारं आहे. पुन्हा एकदा 'लग्न' या सार्वकालिक पर्यायाकडे वळण्यासाठी ते निश्चितच उपयुक्त ठरावं.

'गाठ आहे लग्नाशी'मध्ये मंगला गोडबोले यांनीही अतिशय वास्तव, व्यवहार्य पातळीवर लग्न, घर, कुटुंब संकल्पनांचा विचार मांडला आहे. त्या म्हणतात, 'प्रत्येक माणसाला सोबत हवी असते. बहुसंख्यांना आयुष्यभराची सोबत हवी असते. ती लग्नामुळेच मिळते. लग्नातून मिळणारं मैत्र, साहचर्य, सुरक्षितता, विश्वास हा बहुतेकांना हवासा वाटत असतो. आयुष्यातले छोटे-मोठे आनंदाचे, उत्साहाचे आणि कसोटीचेही प्रसंग या सोबतीमुळे चांगल्या रीतीनं निभावता येतात. लग्नातून पती-पत्नीचं एक वेगळंच युनिट – एकक तयार होतं – त्या आधारे दोघांनाही आयुष्य पेलणं सोपं जातं...'

'शारीरिक, मानसिक, सामाजिक अशा तिन्ही स्तरांवर माणसाला प्रगल्भ करणारं विवाहबंधन अनेक अर्थी मूलभूत आहे. आयुष्य परिपूर्ण करणारे वेगवेगळ्या नात्याचे पदर त्यांतून निर्माण होतात. त्यामुळेच घराला घरपण येतं, माणसाचं माणूसपण जपलं जातं. प्रत्येकाला घर हवं असतं, चार भिंतींचं घर नव्हे तर सावली देणारं, दिलासा, आधार देणारं, पोटापाण्याचे बाहेरच्या जगातले उद्योग संपले... कामं संपली की ओढीनं जिथं परतावं, असं वाटेल, असं स्वतःचं घर... जिथं स्वतःचा साथीदार असेल, स्वतःची मुलं, माणसं असतील! चांगल्या विवाहातून सहजीवन उमलू शकतं... उमलायला हवं. अशा सहजीवनाचा लाभ आजवर अगणित स्त्री-पुरुषांनी घेतला आहे... यापुढेही असंख्य, अनेक तो घेत राहतील... तोही अधिक जाणतेपणानं... डोळसपणानं.'

'स्पाऊज' या आपल्या आत्मकथनात शोभा डे लिहितात, 'लग्न या अत्यंत गुंतागुंतीच्या अनुभवातला वैताग, त्रास, चिडचिड पुरेपूर सोसूनसुद्धा या नात्यामध्ये माझा श्वास घुसमटला नाही की 'लग्न' या गोष्टीवरचा माझा विश्वास तसूभरही ढळला नाही. दिवस अखेरीस मला माझ्या घरट्यात परतावंसं वाटतं, दमल्याभागल्या जीवाला त्या घरट्याच्या उबेची ओढ वाटते. एरवी काचणारे नात्याचे बंध हवेसे वाटतात. माणसाला याहून आणखी काय हवं असणार?'

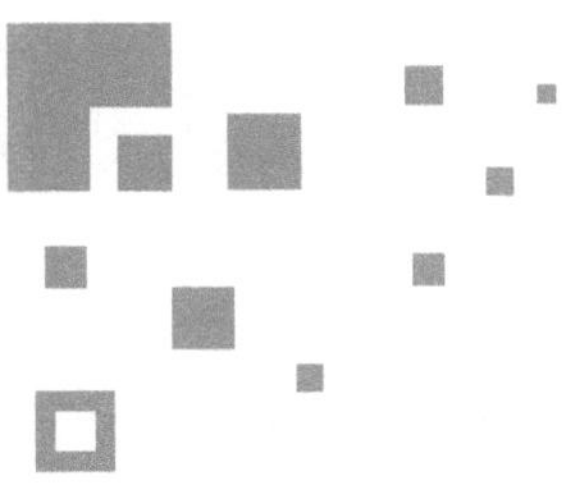

भाग दुसरा

'विवाह' या शब्दाला जोडशब्द कुठला असं विचाराल तर मनात पटकन 'समस्या' हाच शब्द येतो. विवाह म्हटला की आनंद हे समीकरण बदलत चाललंय... इतकी ही समस्या आता मोठी होत चाललीय.

– अनिल अवचट

आजच्या गतिमान जीवनातील ताण-तणाव, असुरक्षितता, अस्वस्थता या साऱ्यांचे पडसाद विवाहसंस्थेवर उमटत आहेत, पण अशा सर्व ताण-तणावांवर उतारा ठरू शकणाऱ्या आणि स्त्री-पुरुष दोघांनाही स्वास्थ्य, समाधान देऊ शकणाऱ्या सुसंवादी, सशक्त सहजीवनाची आज अधिक निकड निर्माण झाली आहे.

– वंदना सुधीर कुलकर्णी

तदेव लग्नम्
• • • • • •

'स्वातंत्र्य की लग्नबंधन' हा आपल्या पुढचा प्रश्न आहे. 'स्वातंत्र्या'संदर्भात, स्वतंत्र राहण्याच्या संदर्भात आपण वेगवेगळे पर्याय पाहिले. आता 'लग्नबंधना'कडे वळू या.

हे खरं आहे की लग्नसंस्थेबद्दल... तिच्या भविष्याबद्दल आज जगभरात अनेक प्रश्न उपस्थित केले जात आहेत. 'सोलो ट्रेन्ड'मुळे लग्न न करता एकटं राहणाऱ्यांची संख्या दिवसेंदिवस वाढते आहे. तरीही, ऑस्कर वाइल्ड म्हणतात त्याप्रमाणे –

मॅरेज इज ॲन ओल्ड फॉर्म ऑफ असोसिएशन

इट वॉज नेव्हर परफेक्ट ॲन्ड इट विल नेव्हर बी परफेक्ट

यट इट इज द 'हॅपीएस्ट राँग' वुइ आर डुइंग ऑन अर्थ!

अर्थ अगदीच सरळ आहे – इट मे बी राँग, बट इट इज द हॅपीएस्ट राँग... सो वुइ हॅव टू गो फॉर इट!

चूक करूनही आनंद मिळत असेल तर तो का चुकवायचा? 'लग्नसंस्थे'ची तुलना नेहमीच 'लोकशाही'शी केली जाते. लोकशाही ही राज्यव्यवस्था आदर्श आहे काय? नक्कीच नाही. तिच्यात अनेक त्रुटी आहेत, तरीही तीच स्वीकाराई आहे; कारण लोकशाहीला चांगला 'पर्याय' आजही सापडलेला नाही. लग्नसंस्थेतही त्रुटी आहेतच – पण तिच्यापेक्षा सर्व दृष्टीनं उजवा म्हणता येईल, असा पर्याय सापडलेला नाही. म्हणूनच आजही बहुसंख्य तरुण-तरुणी लग्नाचाच पर्याय स्वीकारत आहेत. विशेष म्हणजे एका लग्नाच्या अनुभवानं पोळलेलेही पुन्हा लग्नाला तयार असतात. त्यांनाही 'लग्न' हवंच असतं. अशा परिस्थितीत आपल्यापुढेही एकच पर्याय राहतो – जे लग्न करू इच्छितात, जे लग्न करणारच आहेत, अशांसाठी लग्नासंदर्भातही शक्य तितकं सर्वांगानं चिंतन-मंथन

करणं. विवाहासंबंधातल्या त्यांच्या 'फन्डाज्' क्लिअर करणं, लग्नासंदर्भातल्या त्यांच्या भाबड्या, रोमॅंटिक कल्पना दूर करून त्यांना वास्तवाचं सुस्पष्ट भान देणं. लग्न यशस्वी करण्यासाठीची काही खास सूत्रं उलगडणं आणि त्यांच्यासाठी अर्थपूर्ण, समृद्ध सहजीवनाचे काही आदर्श प्रस्तुत करणं...

प्रथम 'विवाह' हीच मूलभूत संकल्पना समजून घेऊ...

विवाह : एक संस्कार

मुळात मानवी जीवनात 'विवाहा'ची आवश्यकता काय, हाच प्रश्न घेऊ. त्यासंदर्भात 'विवाहवेद'मध्ये डॉ. ऋजुता विनोद यांनी अगदी मूलभूत स्वरूपाचं स्पष्टीकरण दिलं आहे. त्या म्हणतात –

'अन्य प्राण्यांना एका वेळेस अनेक पटीने पिल्ले होतात. तसं माणसांचं होत नाही. क्वचित होणारे जुळे व अगदीच क्वचित होणारे तिळे – हे अपवाद सोडले तर बहुधा एकच, पण नेटके, सक्षम आणि हुशार मूल तयार होते. ते 'तयार' होताना नऊ महिन्यांइतका वेळ लागतो. त्यानंतरही ते पूर्णपणे स्वतंत्र व स्वावलंबी व्हायलाही बरीच वर्षं लागतात. त्यामुळेच इतर प्राण्यांपेक्षा मानवी पालक आपल्या अपत्याची खूप काळ काळजी घेतात. स्त्री व पुरुष (म्हणजेच माता व पिता) या दोघांच्याही जपणुकीची गरज त्या अपत्याला भासते. दोघांकडून ते वेगवेगळे पण पूरक गुण उचलते. अपत्याचं पोषण, संवर्धन, रक्षण नेटकेपणाने व्हावं, नवी पिढी अधिक कार्यक्षम, हुशार व जगण्यास अधिक लायक व्हावी यासाठी अपत्यसंगोपनाची जबाबदारी स्त्री-पुरुष दोघांनी घेणं – हेच विवाहाचं मुख्य प्रयोजन म्हणता येईल.

नवा जीव जन्माला येतो तोच मुळात दोन व्यक्तींच्या प्रेममय जीवनातून. निसर्गाला तेच अपेक्षित असतं. प्रत्येक विवाहेच्छुकानं प्रथम हे ध्यानात घेतलं पाहिजे की, आपला जन्म अशा प्रेमतत्त्वानुसार झालेला आहे. ते बीज आपल्यामध्ये सुप्त अथवा जागृतावस्थेत आहे. विवाह करण्याची इच्छा हा त्याला फुटलेला अंकुर आहे. जोडीदाराकडून मिळणारा उत्कट प्रतिसाद हा अंकुर फुलवणार आहे. विवाहाच्या 'संस्कारा'तून या प्रेमतत्त्वाचा आविष्कार होऊन एक नवीन अंकुर जन्माला येणार आहे.'

आपल्या संस्कृतीत 'विवाहा'कडे अतिशय गंभीर, सखोल, अर्थपूर्ण दृष्टीनं पाहिलं गेलं आहे. पाश्चात्य देशांत विवाह हा फक्त एक करार मानला जातो, आपल्याकडे तो एक 'संस्कार' मानला गेला आहे. आजची तरुण पिढी मात्र लग्नाकडे एक 'इव्हेन्ट' म्हणून पाहते. प्री वेडिंग शूट, ब्राइडल मेकअप, संगीत... या प्रकारांचं आकर्षण वाढतं आहे. मौज म्हणजे ही तरुणाई लग्नाचे पारंपरिक विधीही 'एन्जॉय' करताना दिसते. जरूर 'एन्जॉय' करा, पण त्याचवेळी त्या विधीमागचं प्रयोजन काय, विवाह या

'संस्कारा'चा अर्थ काय हेही समजून घ्याल की नाही? लग्न यशस्वी होण्यासाठी तेच तर कामी येणार आहे!

मुळात 'संस्कार' म्हणजे काय?

'संस्कार' म्हणजे विशिष्ट वेळी, त्या वेळचा सुयोग्य हेतू मनात रूजवणं व त्याचं प्रकटन कुटुंबीय, आप्तस्वकीय व समाजातील प्रतिष्ठितांसमोर करून त्या कार्याची जबाबदारी पाळण्याचं आश्वासन देणं.

विवाह हा 'संस्कार' अनेक रूपांनी परिवर्तन घडवून आणतो. हे परिवर्तन दोघांनाही प्रगल्भ आणि विकसित करणारं असतं. 'विवाहसंस्थेतील वास्तववाद'मध्ये महर्षी विनोद म्हणतात त्याप्रमाणे 'विवाह संस्कारापूर्वी मनुष्य आत्मकेंद्रित असतो, परंतु नंतर वैवाहिक जबाबदाऱ्या पार पाडत असताना त्याच्या विकसनाच्या प्रक्रियेला धुमारे फुटतात. ऐन तारुण्यातील उच्छृंखलता, बेजबाबदारपणा, अविवेकी वृत्ती यांना आळा बसतो. जोडीतले दोघेही वैयक्तिक स्वावलंबन टिकवून तरीही परस्परसहकार्याने येणाऱ्या कसोटीच्या क्षणांना धैर्याने तोंड देऊन विकसित होत जातात.'

स्वामी विवेकानंद यांनीही यासंदर्भात अतिशय सुंदर विवेचन केलं आहे. ते म्हणतात, 'सामान्य माणूस हा स्वार्थी असतो व त्याची स्वार्थपरता निंद्य मानली जाते. परंतु ही स्वार्थपरतासुद्धा प्रेमाचं एक रूप असते. अशा स्वार्थपरतेमध्येदेखील 'स्व'चा, 'अहं'चा क्रमशः विस्तार होत असतो. एकच 'अहं' विवाहानंतर दोहोंत परिवर्तित होतो. मुलंबाळं झाली की त्याचा आणखी विस्तार होतो...'

स्त्री-पुरुष जेव्हा विवाहानं बद्ध होतात तेव्हा त्यांच्यात 'पती-पत्नी' हे नातं निर्माण होतं. हा नात्याचा संबंध प्राकृतिक नाही, सांस्कृतिक आहे. विवाह हा 'स्वभाव' नाही, तो 'संस्कार' आहे. जे स्त्री-पुरुष जन्मभर एकमेकांसोबत राहतात ते केवळ 'शरीरनिष्ठ' राहू शकत नाहीत. ते शरीरनिष्ठ राहिले तर पुरं आयुष्य त्यांनी एकत्र राहणं असंभव होईल. शरीरसौंदर्य ही आजन्म टिकणारी गोष्ट नव्हे. विवाहाचा 'संस्कार' हा पती-पत्नींना शारीरिकतेपलीकडे नेण्यासाठी असतो. या 'संस्कारा'मुळे पती-पत्नींचा संबंध केवळ कामसंबंध न राहता प्रेमसंबंध बनतो. तो शरीरसंबंध नसतो. दोन व्यक्तींच्या व्यक्तित्वाचा मधुर योग असतो. स्त्रीही फक्त पुरुषाची पत्नी राहत नाही, त्याच्या अपत्यांची 'माता' बनते. पुरुष हा फक्त स्त्रीचा पती राहत नाही. तो तिच्या अपत्यांचा पिता बनतो. वैवाहिक जीवनात स्त्रीत्व व पुरुषत्व क्षीण होत जाऊन मातृत्वाची व पितृत्वाची भावना विकसित होते...

दोघांतही असं सुंदर परिवर्तन घडविणारी ही विवाहप्रथा आपल्याकडे सुरू केली तीही एका ऋषींनीच. जन्मभराच्या कामसौख्यासाठी, त्यातून निर्माण होणाऱ्या संततीची योग्य जोपासना करण्यासाठी, सुसंस्कारित भावी पिढी तयार करून त्यायोगे

समाजस्वास्थ्य वृद्धिगंत होण्यासाठी उद्दालक श्वेतकेतू यांनी 'विवाहसंस्थे'ची योजना अमलात आणली. खरं तर जगभरात इतक्या विविध संस्कृती, चालीरीती आणि जीवनपद्धती आहेत... पण सर्वत्र, ह्याच मुख्य हेतूनं लग्नसंस्था अस्तित्वात आली, हे एक विशेषच म्हणावं लागेल. लग्नसंस्था आणि तिच्यातून साकारली जाणारी कुटुंबव्यवस्था, देशोदेशींच्या विचारवंतांनी, समाजधुरीणांनी अतिशय विचारपूर्वक ह्या दोन्हींना आकार दिला. विवाहबंधन स्वीकारणाऱ्या स्त्री-पुरुषांसाठी काही नीतिनियम आखून दिले, त्यांचे हक्क व कर्तव्यं निश्चित केली. अपत्यसंगोपनाची जबाबदारी स्पष्ट केली... प्रारंभी समाजमान्यतेसाठी आकारास आलेल्या ह्या संकल्पनेला मग कायद्याची मान्यताही आवश्यक ठरली. सामाजिक कराराचं रूपांतर कायदेशीर करारात झालं. हा करार, ही व्यवस्था, ही संकल्पना शतकानुशतकं टिकून राहिली, हेही एक विशेषच म्हणावं लागेल. अर्थात आता काळ बदलतो आहे, जीवनशैली बदलते आहे. आर्थिक, सामाजिक जीवनाइतकंच 'वैवाहिक नातं' ही आता बदलतच राहणार आहे. बदलत्या काळाची आव्हानं त्या 'नात्या'लाही पेलावी लागणार आहेत.

आजच्या तरुण-तरुणींचा 'लग्ना'ला नकार नसला तरी त्यांचे अग्रक्रम निश्चितच बदलले आहेत. कुटुंबापेक्षा त्यांचं करिअरला प्राधान्य आहे, तरीही कुटुंबात मिळणारं स्थैर्य व सौख्य हेही त्यांना हवंच आहे. या दोन्हींची सांगड कशी घालायची हाच आज त्यांच्यापुढचा प्रश्न आहे. याही प्रश्नाचं समाधानकारक उत्तर मिळवण्यासाठी आपल्यापुढे पुन्हा तोच एक राजमार्ग आहे – 'स्टेप बाय स्टेप' फन्डाज् क्लिअर करीत जाणं!

तुमचा उद्देश काय?

मानवी जीवनात विवाहाचं प्रयोजन काय, विवाहप्रथा कशी सुरू झाली, 'विवाह संस्कार' कशासाठी केला जातो, हे सगळं आपण थोडक्यात समजून घेतलं... पण आता आपण फक्त तुमच्यासंदर्भात बोलू या! प्रथम तरुणांचा विचार करू.

मित्रहो, अगदी प्रामाणिकपणे सांगा, तुम्ही लग्नासाठी का उत्सुक आहात? हक्काचं शरीरसुख हवं म्हणून तुम्हाला लग्न करायचं आहे काय? मुलं हवीत म्हणून तुम्ही लग्न करताय का? म्हणजे, मुख्यतः मुलं हवीत म्हणून?

ही लग्नासाठीची योग्य कारणं असली तरी ती पुरेशी नक्कीच नाहीत. पूर्वीची गोष्ट वेगळी होती. लग्नाचा अर्थच मुळी 'समाजमान्य शरीरसंबंध' असा होता. आता अशा संबंधांसाठी 'लिव्ह इन'चा पर्यायही समाजानं स्वीकारला आहे. शिवाय लग्नाशिवाय पितृत्वाचे आधुनिक पर्यायही उपलब्ध आहेत. आता तुम्ही म्हणाल, ज्यांना हे पर्याय मान्य आहेत ते त्यांनी खुशाल घ्यावेत. तुम्हाला मात्र ते पटणारे, रुचणारे नाहीयेत;

कारण 'तुम्हाला 'घर' हवं आहे. आवडत्या स्त्रीबरोबर त्या घरात राहायचं आहे. आयुष्यभर एकमेकांना साथ द्यायची आहे, सुखदुःखं 'शेअर' करायची आहेत, आयुष्यातील 'चढ-उतारां'ना तोंड देता देता, परस्परांच्या सोबतीनं वाढायचं आहे, स्वतंत्र आणि एकत्रही फुलायचं आहे. मुलं तर हवी आहेतच... त्यांना वाढवण्यातला आनंदही घ्यायचा आहे...'

ग्रेट! ही मात्र 'लग्ना'साठी निश्चितच सबळ कारणे आहेत. आपण लग्न का करतो आहोत, याविषयी तुमच्या मनात पुरेशी स्पष्टता आहे. आता तरुणींकडे अर्थात स्त्रियांकडे वळूया.

स्त्रियांची कारणं नक्कीच वेगळी... खरं तर खूपच वेगळी असू शकतात. आता परिस्थिती बदलते आहे, ती आणखीही बदलायला हवी; पण काही वर्षांपूर्वी.. म्हणजे २००४मध्ये प्रकाशित झालेल्या 'हे दुःख कुण्या जन्माचे...' या पुस्तकात मंगला आठलेकर यांनी जी निरीक्षणे मांडली आहेत, स्त्रिया लग्न का करतात याची जी कारणं दिली आहेत, ती नक्कीच अस्वस्थ करणारी आहेत. त्या लिहितात 'खरंच, स्त्रिया लग्न का करतात? स्पष्टच सांगायचं तर त्यांच्या खाण्यापिण्याचा, राहण्याचा, लैंगिक भुकेचा, आई बनण्याचा, सामाजिक प्रतिष्ठेचा... एवढे सगळे प्रश्न एक लग्न करण्यानं सुटतात. बापाच्या घरी ती फार काळ राहिली तर खुद्द त्या जन्मदात्याला ती लोढण्यासारखी वाटायला लागतेच, पण विशी-पंचविशीनंतर तिलाही आई-वडिलांकडे राहणं अवघड वाटू लागतं. मग (अनेकदा) आपल्या मनासारखा वगैरे नवरा शोधण्यात वेळ न घालवता ती आईवडिलांनी पसंत केलेल्या स्थळाशी लग्न उरकून मोकळी होते! दुसऱ्या घरी लग्न करून गेल्यानंतर बाकी कसलेही त्रास झाले तरी गळ्यातल्या 'मंगळसूत्रा'च्या जोरावर ती ते सहन करते. माहेरचं घर तिला कधी हक्काचं वगैरे वाटलेलं नसतंच. सासर मात्र 'आपलं' वाटतं. एक घर, नवरा, मुलं, सामाजिक प्रतिष्ठा, मंगळसूत्र, भांगातलं कुंकू, वटसावित्रीची पूजा, मंगळागौर, हळदीकुंकू, ओटीभरण इतके सगळे अधिकार एका लग्नानं बाईला मिळतात. त्याच्या बदल्यात फक्त आपलं मन गहाण टाकायचं असतं! पण माहेरीसुद्धा ती मन मारीतच जगत आलेली असते. त्यामुळे तिच्यासाठी ते काही फार कठीण नसतं. कितीतरी स्त्रिया असं विनातक्रार मन मारीत जगत असतात...'

हे सारं कितीही कटू वाटलं तरी त्यात काहीच तथ्य नाही, असं निश्चितच म्हणता येणार नाही. 'स्त्रिया लग्नाकडे 'उपजीविकेचं साधन' म्हणून बघतात,' असं अतिशय स्पष्ट शब्दांत र. धों. कर्वे यांनी म्हटलं होतं. आज अगदी तशी परिस्थिती नसली तरी 'आर्थिक स्थैर्य' हाच काही स्त्रियांचा निकष असू शकतो. हा उद्देश चूक की बरोबर, हा प्रश्न नाही, तो वरवरचा, फसवा ठरतो, हे लक्षात यायला हवं. 'आर्थिक स्थैर्य' तर हवं असतंच, पण केवळ त्यावर संसार निभावता येत नाही. तोच लग्न करण्यामागचा मुख्य

उद्देश असेल तर इतर म्हणजे मानसिक-भावनिक गरजांची पूर्ती झाली नाही तर चालणार आहे का ? आर्थिक स्थैर्यांसाठी किती किंमत मोजायची आपली मानसिक तयारी आहे, हाही विचार करावा लागतो. त्या दृष्टीनं 'नातिचरामि' या मेघना पेठे यांच्या कादंबरीच्या नायिकेचं हे मनोगत नक्कीच बोलकं ठरावं. ते असं आहे, 'करू या का लग्न?' ती स्वतःशीच म्हणते, 'करू या! कारण आई-वडिलांच्या घरात न मावण्याइतके आपण आत्ता वाढलो आहोत, त्या घराला आपला आणि आपल्याला त्या घराचा काच व्हायला लागून खरं तर कितीतरी वर्षं झाली आहेत. त्यांना न दुखावता, न दचकवता त्या घरातून बाहेर पडायचा लग्न हा एकच रस्ता आपल्याला या मध्यमवर्गीय व्यवस्थेनं मोकळा ठेवलेला आहे. तिथून निघायचं, तर लग्न हे कधी ना कधी तरी करायचंच आहे, कुणाशी ना कुणाशी करायचंच आहे. पण ते करताना मला मिंधं व्हायचं नाही. ओशाळं व्हायचं नाही. माझ्या जगण्याची तऱ्हा केवळ दुसऱ्या घरात मी राहणार म्हणून सक्तीनं बदलून मला लग्न करायचं नाही... माझं रूप, माझं शिक्षण, माझा पगार... सारंच बेताचं असलं तरीही माझ्या या घरात मला माणसानं माणसाला द्यायचाच असतो तो आदर आणि प्रेम मिळालेलं आहे. जे निव्वळ सोयीचं आणि सवयीचं म्हणून मला हवं असणार आहे. मला पैशाचं आकर्षण नाही, पदव्यांचं फार कौतुक नाही. मला पोशिंदा नको आहे. संरक्षक पोलीसही नको आहे. मला नेकीनं आणि उत्साहानं जगणारा आणि जगू देणारा निरोगी, प्रामाणिक, सहचर, सोबती हवा आहे.'

या साऱ्यातून एक गोष्ट तर नक्कीच स्पष्ट होते – केवळ 'बरेचसे प्रश्न सुटतात' या विचारानं स्त्रियांनी लग्न करण्याचे दिवस आता राहिले नाहीत. आई-वडिलांच्या 'घरात मावेनासे' झाल्यामुळे मिळेल ते 'स्थळ' स्वीकारण्याचे दिवस संपले आहेत. तरुणींनी प्रथम स्वतःच्या पायांवर उभं राहायला हवं, मगच लग्नाचा विचार करायला हवा. आता तर बहुतेक तरुणांचीही 'कमावती मुलगी हवी' हीच अपेक्षा असते. खरं तर ती आता काळाची गरजही झाली आहे.

इथे हेही लक्षात घ्यायला हवं – नोकरी ही फक्त आर्थिक गरजेसाठी करायची नसते. अंगभूत क्षमता आणि गुणांचा वापर करून व्यक्तिमत्त्वाचा विकास साधण्यासाठीही ती गरजेची असते. अर्थात लग्नानंतरही नोकरी/करिअर करायची की नाही, कशा स्वरूपात करायची – हा निर्णय तुम्ही परिस्थितीनुसार परस्परांच्या संमतीनं घेऊ शकता. नोकरी करा न करा – तुम्ही पूर्णतः नवऱ्यावर अवलंबून राहणार नाही याची मात्र दक्षता घ्यायला हवी.

पुढचा महत्त्वाचा मुद्दा अर्थातच मातृत्वाचा. मुलांसाठी, मातृत्वासाठी लग्न... हा उद्देश महत्त्वाचा असला तरी हेही तितकंच खरं, लग्न निभावण्यासाठी तो पुरेसा नसतो. यासंदर्भात सारेच समुपदेशक अगदी एकमुखानं बजावत असतात. 'केवळ मुलं जन्माला

घालण्याच्या व वाढवण्याच्या उद्देशानं स्त्री-पुरुष आयुष्यभर एकमेकांना साथ देऊ शकत नाहीत. 'आई' ही भूमिका महत्त्वाची जरूर असते, पण तेवढी एकच भूमिका स्त्रीला करायची नसते. पत्नी हीही तेवढीच किंबहुना त्याहून महत्त्वाची (व अवघड) भूमिका असते. आणि त्याहून महत्त्वाची असते स्वतःची अस्मिता. स्वतःकडे किंवा पतीकडे दुर्लक्ष करून, त्या संदर्भातल्या गरजा दुय्यम लेखून कुठलीही स्त्री 'आई'ची भूमिका योग्य पद्धतीनं निभावू शकत नाही.'

लग्न कशासाठी करायचं? तसा अगदी साधाच प्रश्न – पण त्यासाठीही तुमच्या फन्डाज् कशा क्लिअर हव्यात – हे एव्हाना तुमच्या ध्यानात आलं असेलच! तरुण-तरुणींसाठी आपण स्वतंत्रपणे विचार केला, जो अर्थातच आवश्यक होता. पण दोघांसाठी आवश्यक असाही एक 'फन्डा' आहे – तो म्हणजे दोघांचाही मुळात लग्नसंस्थेवर विश्वास हवा! शोभा डे तर स्पष्टच बजावतात – ' 'लग्न' या संकल्पनेवर ज्यांचा विश्वास आहे, त्यांनीच या फंदात पडावं. लग्नाच्या मांडवाखालून गेलेली कुणीही व्यक्ती हेच सांगेल – विश्वास नसेल आणि शंकाच फक्त असतील; तडजोडीची तयारी, वेळ आणि संयम यातलं काहीच जवळ नसेल; त्यांनी चार हात दूरच राहणं बरं!'

तमाम जाणकार मंडळी, समुपदेशक हेच बजावत असतात की (बोहल्यावर चढण्यापूर्वी), प्रथम लग्नाचं वास्तव समजून घ्या. लग्न हा स्वप्निल वृत्तीनं, भावनेच्या भरात करण्याचा व्यवहार नव्हे. पैसा गुंतवायचा असतो, तेव्हा माणसं किती सावधपणे व्यवहार करतात; पण मन गुंतवताना मात्र पुढचा विचारही करत नाहीत. लग्न करणं याचा अर्थ पुढचा... साऱ्या आयुष्यभराचा विचार करणं! हा अर्थ उमगला नाही, तर अनर्थ होण्याची शक्यताच अधिक... म्हणूनच लग्नाबद्दलच्या आपल्या कल्पना, आपल्या अपेक्षा आणि जगण्यातलं वास्तव... समजून, पडताळून घ्यायला हवं.

लग्नाचे जसे अनेक फायदे असतात, तसेच काही तोटेही असतातच. कुठलंही लग्न ही तडजोडच असते. लग्नामुळे तुम्हाला काही गोष्टी अगदी हक्कानं मिळतात, तर काही गोष्टींना तुम्हाला मुकावं लागतं. लग्नात आयुष्यभराच्या सुरक्षित सोबतीची हमी असते, तशीच त्यात 'रिस्क'ही असते. अनिश्चितता असते. लग्नामुळे अनेक बंधनं येतात, जबाबदाऱ्या येतात. त्या स्वीकारण्याची वृत्ती आणि क्षमता दोघांतही असावी लागते. त्यासाठी हिंमतही लागते.

एकदा लग्न लावलं की पुढच्या गोष्टी आपोआप होतात, असं मानलं जातं. पुढच्या गोष्टी म्हणजे शरीरव्यवहार होतात, पण बदलत्या जीवनाचा स्वीकार 'आपोआप' होत नाही, तडजोडी 'आपोआप' होत नाहीत. काही देण्याची, काही घेण्याची सवय 'आपोआप' लागत नाही. परस्परावलंबी तरीही परस्परपूरक आयुष्य जगणं म्हणजे काय हे 'आपोआप' कळत नाही. थोडक्यात काय कुठलंही लग्न हे 'आपोआप' टिकत नसतं.

वेगळ्या वातावरणात, वेगळ्या संस्कारांत वाढलेल्या, भिन्न विचारांच्या अन् स्वभावाच्या दोन स्वतंत्र व्यक्तींनी एकत्र राहून आयुष्यभर संसार करणं, लग्नानंतरच्या आपापल्या भूमिका निभावणं, हे सोपं नसतं. त्यासाठी जाणीवपूर्वक व डोळसपणे प्रयत्न करावे लागतात. ते करण्याची तयारी असेल, तर लग्न फक्त टिकतंच असं नाही, तर ते यशस्वी होतं... फुलतं, बहरतंही!

तुम्ही तयार आहात काय?

'लग्नाचं वय होणं' ही लग्नासाठीची अगदीच प्राथमिक अट आहे. पूर्वी तेवढीच पुरेशी ठरत असे. 'मुलगा/मुलगी लग्नाला आले' हे पूर्वी कुटुंब आणि समाज ठरवत असे. आता काळ बदलला आहे. लग्नाचं वय तर पुढे गेलं आहेच पण आता त्यापेक्षाही तुम्ही लग्नासाठी 'तयार' असणं हे महत्त्वाचं झालं आहे. लग्नासाठी आपली शारीरिक, मानसिक, वैचारिक, आर्थिक अशी सर्व दृष्टीनं तयारी झाली आहे काय, हे तुम्हीच प्रथम पाहायला हवं. त्यातही सर्वांत महत्त्वाची असते तुमची मानसिक तयारी. लग्न हे आयुष्यभरासाठी नातं जोडणं असतं. ते जोडण्यासाठी तुम्ही 'सिद्ध' असायला हवं. डॉ. आनंद नाडकर्णी यांनी त्यासाठी 'मॅरिटल रेडिनेस' अर्थात 'मॅरेजेबिलिटी' ही संकल्पना मांडली आहे. कशी ठरवायची मॅरेजेबिलिटी? ती ठरविण्यासाठी तुम्ही स्वतःला हे तीन प्रश्न विचारायला हवेत.

१. मुळात माझं स्वतःशी छान नातं आहे काय? *ॲम आय कम्फर्टेबल विथ मायसेल्फ?*

२. कोणत्याही स्वरूपाचे – मग ते सुखाचे असोत वा दुःखाचे – ते अनुभव मला जोडीदारासह झेलता/स्वीकारता येतील का?

३. याशिवायही दोघांनी मिळून काही आल्हाददायक असे अनुभव निर्माण करण्याची क्षमता... त्यासाठी आवश्यक ती मानसिकता माझ्याकडे आहे का?

या सर्व प्रश्नांची उत्तरं होकारार्थी असतील तर होय, तुम्ही 'मॅरेजेबल' आहात... मानसिकदृष्ट्या लग्नासाठी 'तयार' आहात!

अर्थात लग्न ही फक्त सुरुवात असते. त्यानंतर येणाऱ्या सर्व जबाबदाऱ्या –संसार, गोतावळा, मातृत्व/पितृत्व/पालकत्व याही साऱ्या स्वीकारण्याची व निभावण्याची तुमची मानसिक (आणि आर्थिकही) तयारी असल्याशिवाय तुम्ही लग्नाचा निर्णय घेऊच शकत नाही. घेता कामा नये! आता पुढचा प्रश्न...

तुम्ही 'योग्य' आहात काय?

लग्नासाठी पुरेशी तयारी झाल्यानंतर महत्त्वाचा असतो तो अनुरूप जोडीदाराचा शोध. पण तो करायचा तर प्रथम स्वतःचीच नीट ओळख हवी. जो स्वतःलाच पुरेसं ओळखत

नाही, तो स्वतःसाठी अनुरूप कोण, हे ठरवणार कसं? त्याचं मन सतत हेलकावे खात राहणार! तेव्हा प्रथम स्वतःचीच नीट ओळख करून घ्यायला हवी. ज्या 'योग्य' जोडीदाराची तुम्हाला प्रतीक्षा आहे त्या जोडीदारासाठी तुम्ही स्वतः 'योग्य' आहात का हेही ठरवायला हवं. त्यासाठी 'आत्मपरीक्षणा'शिवाय दुसरा मार्ग नाही. तेही अर्थातच खुल्या मनानं करायला हवं.

कसे आहात तुम्ही? कसं आहे तुमचं व्यक्तिमत्त्व? तुम्ही 'लाखात एक' आहात की काही 'हजारांत एक' आहात? रूपवान आहात, चांगले दिसणारे आहात की नाकीडोळी नीटस आहात? उत्साही, हसतमुख आहात की मितभाषी, गंभीर आहात? तुमचा स्वभाव कसा आहे? अहंकारी आहात का? इतरांनी 'सॉरी' म्हटल्यानंतर तुम्ही झालं गेलं विसरून त्यांना माफ करू शकता का? मन साफ करू शकता का? परस्परसंबंधात आवश्यक असते ती लवचिकता तुमच्याकडं आहे काय? इतरांना मदत करायला, सहकार्य करायला तुम्ही नेहमीच तत्पर असता का? मित्र-मैत्रिणी तुमच्यापुढे विश्वासानं मन मोकळं करतात का? तुमचा आवर्जून सल्ला घ्यावा, असं त्यांना जाणवतं का? ही यादी तशी आणखीही वाढवता येईल, पण इथे आपण 'लग्ना'च्या संदर्भात बोलतो आहोत –तेव्हा त्या दृष्टीनं विचार करू या. जोडीदाराच्या तुमच्याकडून असणाऱ्या अपेक्षा कळू शकल्या, तर तुम्हाला 'आत्मपरीक्षण' नेमकं करता येईल. त्यासाठी आजकालच्या तरुण-तरुणींना जोडीदारातील कोणते गुण भावतात, त्याची एक यादीच पाहूया. 'सकाळ'मध्ये 'लग्नाची गोष्ट' ही लेखमाला वर्षभर सुरू होती. त्या लेखमालेत तरुण कलाकारांच्या जोड्यांनी एकमेकांचे असे स्वभावविशेष आवर्जून दिले होते. त्यातूनच तरुणांना 'बायको'चे कोणते गुण आवडतात आणि तरुणींना 'नवऱ्या'चे कोणते स्वभावविशेष भावतात – या दोन्हींची 'मास्टरलिस्ट' मी इथे प्रस्तुत करतो आहे. त्यातले कोणते गुणविशेष तुमच्याकडे आहेत, कोणते नाहीत ते तुम्हाला पडताळून पाहता येईल.

तरुणींना आवडणारा 'नवरा'

प्रथम आजकालच्या तरुणींना नवऱ्याचे कोणते स्वभावविशेष आवडतात ते पाहूया. तशी तर ती मोठीच यादी आहे, पण त्यातील 'नंबर वन' स्वभावविशेष आहे तो हा – 'तो अतिशय शांत स्वभावाचा व समजूतदार आहे!' बहुतेक सर्वच तरुणींनी हा एक गुण अगदी आवर्जून नमूद केला आहे. साहजिकच तरुणांना जोडीदार म्हणून 'योग्य' ठरायचं असेल तर त्यांच्या अंगी 'समजूतदारपणा' हा गुण असावाच लागेल. नसेल तर तो बाणवण्यासाठी प्रयत्न करावा लागेल. अर्थात याखेरीजही अपेक्षित असणारे गुणविशेष काही कमी महत्त्वाचे नाहीत. ते असे आहेत –

'तो प्रेमळ, मनमिळाऊ व माणसं जोडणारा आहे. सर्वांना आपलंसं करणारा आहे.'

'तो नेहमीच इतरांची काळजी घेणारा, सांभाळून घेणारा व मदतीला धावून जाणारा आहे.'

'तो कर्तव्याची जाणीव असणारा व जबाबदारी घेणारा आहे.'

'तो आशावादी, सकारात्मक दृष्टी ठेवणारा आहे.'

'तो कुठलाही निर्णय विचारपूर्वक घेणारा आहे.'

'तो संयमी आहे. इतरांचे ऐकून घेणारा आहे. विचार करून मगच 'रिॲक्ट' करणारा आहे. कुणाचे पटले नाही तर न दुखावता, शांतपणे समजावून देणारा आहे. अतिशय 'मॅच्युअर' आहे.'

'तो अत्यंत आनंदी व उत्साही स्वभावाचा आहे.'

'तो कठीण परिस्थिती धीरानं हाताळणारा व त्यातून नेहमीच मार्ग काढणारा आहे.'

'कामाच्या बाबतीत तो अत्यंत पॅशनेट, मेहनती व २०० टक्के देणारा आहे.'

'तो अतिशय शिस्तबद्ध, वेळेच्या बाबतीत काटेकोर व दिलेली कमिटमेंट पाळणारा आहे. तत्त्वानं वागणारा आहे.'

'तो प्रॅक्टिकल व डाऊन टू अर्थ असा आहे. (मात्र त्याच वेळी भावनिकही आहे.)'

'तो मला कामात मदत करणारा व नेहमीच प्रोत्साहन देणारा आहे.'

'त्याचं जनरल नॉलेज उत्तम आहे. त्याची अभ्यासपूर्ण वृत्ती आहे. त्याला सर्व विषयांत रस आहे.'

'सतत नवं काही शिकणं व नवं काही करून पाहणं त्याला आवडतं.'

याखेरीज उत्स्फूर्तता, खोडकरपणा, चूक लक्षात आल्यानंतर माफी मागण्याचा उमदेपणा... असेही काही विशेष आहेत. इतर बरेचसे गुण समान असले तरी काही नवरे गप्पिष्ट तर काही मितभाषी असल्याचंही आढळतं, तेवढा फरक तर राहणारच ना!

तरुणांना आवडणारी 'बायको'/तरुणांची आवडती 'ती'

तमाम तरुणांना 'बायको'चा सर्वाधिक भावणारा स्वभावविशेष हा आहे – 'ती अत्यंत मनमिळाऊ असल्यानं सगळ्यांमध्ये मिसळते. सर्वांना आपलंसं करते. प्रत्येकाशी खास असं नातं जपते.' यानंतरचे काही स्वभावगुण असे आहेत.

'ती अत्यंत समजूतदार व सांभाळून घेणारी आहे.'

'तिच्यामुळे घरातील वातावरण हसतं-खेळतं व आनंदी राहतं.'

'कामाच्या बाबतीत ती कधीही चालढकल करीत नाही.'

'कौतुकाची अपेक्षा न करता निरपेक्ष वृत्तीनं काम करणारी आहे.'

'तिचा खरेपणा मला आवडतो. मनात एक आणि बोलण्यात दुसरं... असं तिचं कधीच नसतं.'

'तिला माणसांची पारख आहे. समोरच्याच्या मनात काय चाललंय, हे तिला चटकन कळतं...'

'माझ्या सर्व प्रयत्नांत मला पाठिंबा देणारी आहे. माझ्या करिअरमध्ये तिची नेहमीच मोलाची साथ असते. एका अर्थी ती माझी 'सपोर्ट सिस्टीम' आहे.'

'ती माझ्यापेक्षाही प्रॅक्टिकल विचार करणारी आहे.'

'ती परिस्थितीशी जुळवून घेणारी आहे.'

'जबाबदारी घेण्याची वेळ आली की ती मॅच्युअर व कणखर होते.'

'ती स्वच्छताप्रिय व नीटनेटकी राहणारी आहे.'

'ती अत्यंत सुगरण आहे. नवं नवं करून इतरांना खाऊ घालणं, तिला अगदी मनापासून आवडतं.'

यादीतील काही गुण समान असले तरी कुणी 'अतिशय अवखळ स्वभावा'च्या तर कुणी 'वयाच्या मानानं प्रगल्भ' अशाही आहेत. पुन्हा एकदा —तेवढा फरक तर राहणारच ना !

या याद्या तुम्हाला आत्मपरीक्षणासाठी तर कामी येतीलच पण त्याचवेळी जोडीदारात कोणते गुण शोधावेत, कोणत्या गुणांना प्राधान्य द्यावं हेही ठरवता येईल.

अर्थात हे लक्षात घ्या वर दिलेल्या दोन्ही याद्या या संकीर्ण स्वरूपाच्या आहेत — 'मास्टर लिस्ट्स' आहेत. त्यातील तमाम सारे गुणविशेष कुणा एका व्यक्तीत असणं अपेक्षित नाही. तसं सर्वगुणसंपन्न कुणीही नसतं. मात्र हेही तितकंच खरं त्यातील काही महत्त्वाचे गुण प्रत्येकाकडे हवेतच. 'तुम्ही नेमके कसे आहात' हे ठरवताना समुपदेशक, सल्लागार यांचीही मदत घेऊ शकता. त्यासाठी आता 'व्यक्तिमत्त्व चाचण्या'ही उपलब्ध आहेतच.

स्वीकार आणि बदल

परीक्षण ही फक्त सुरुवात असते. त्यानंतर महत्त्वाचा असतो तो स्वीकार आणि बदल. परीक्षणातून/चाचणीतून तुमचे गुणदोष, तुमच्या स्वभावातील त्रुटी तुमच्या समोर येत असतात. त्यानंतर आवश्यक असतं ते तुम्ही स्वतःचा 'स्वीकार' करणं —तोही कुरकुरत नव्हे तर विनासबब, उमदेपणानं. अर्थात स्वीकार ही पहिली पायरी असते, बदल ही पुढची.

'मी काहीसा तापट आहे' हे तुम्ही स्वीकारलंच नाही तर शांत, समंजस होण्याचा प्रयत्न तुम्ही करणार तरी कसा? जीवनात आणि सहजीवनात यशस्वी व्हायचं असेल

तर स्वतःचे दोष, स्वभावातील त्रुटी दूर करणं – किमानपक्षी त्या कमी करण्याचा प्रयत्न करणं अपरिहार्य असतं. इतरांना तापदायक ठरू शकणारा भाग, त्रासदायक ठरू शकणाऱ्या सवयी, हे सारं बदलणं तुमच्याच हिताचं असतं, कारण त्यामुळे अंतिमतः नुकसान तुमचंच होत असतं. जेव्हा तुम्ही स्वतःला ओळखता, स्वतःचा स्वीकार करता आणि आवश्यक त्या बदलासाठी तयार होता, तेव्हा तुम्हाला इतरांचा स्वीकार करणंही सोपं जातं – जे कुठल्याही नातेसंबंधामध्ये खूप महत्त्वाचं ठरत असतं.

हा सगळा विचार तुम्ही लग्नानंतर म्हणजे खूप सारे वादविवाद व संघर्ष झाल्यानंतर करायचा की लग्नापूर्वीच सूज्ञपणानं स्वतःत काही बदल करीत राहायचं, एवढाच फक्त प्रश्न आहे.

लग्न हा एक संस्कार असतो, आत्मविकासाची ती एक संधी असते, असं आपल्याकडे का मानलं जातं, याचा आता तुम्हाला उलगडा होऊ शकेल. येस... मॅरेज इज ॲन ऑपरच्युनिटी फॉर सेल्फ डेव्हलपमेन्ट ॲन्ड ऑल्सो फॉर लाइफ एनरिचमेंट!

जोडीदाराची निवड

जोडीदाराची निवड हा तर लग्नातला सर्वांत कळीचा मुद्दा. योग्य जोडीदार निवडणं म्हणजे जणू अर्धी लढाई जिंकणं! ही जोडीदाराची निवड कशी केली जाते?

त्यासंदर्भातला हा एक मजेशीर श्लोक आहे :

कन्या वर्यंते रूपं, माता वित्तं, पिता श्रुतं,

बांधवः कुलमिच्छन्ति, मिष्टान्नं इतरेजना।

मुलगी 'नवऱ्या मुला'च्या रूपाला महत्त्व देते, मुलीची आई त्याची संपत्ती पाहते तर वडील त्याच्या 'प्रतिष्ठे'चा विचार करतात, नातेवाइक कुळाची चौकशी करतात, बाकीच्या मंडळींसाठी मात्र लग्न म्हणजे एक उत्तम भोजनाची संधी असते! यातलं बरंचसं आजही लागू पडतं. काळ कितीही बदलला असला तरी आपल्याकडे 'जोडीदारा'ची निवड ही आजही पालकांच्या अखत्यारीतली बाब समजली जाते. आपण हे पाहिलंच आहे की विवानच्या सर्वेक्षणानुसार देशातले सुमारे ८४ टक्के 'मिलेनियल्स' आजच्या 'मॉडर्न जमान्यात'ही स्वतःच्या लग्नाविषयी स्वतः निर्णय घेत नाहीत. कसे घेणार? आपल्या समाजात अगदी लहानलहान गोष्टींतही स्वतःचे निर्णय स्वतः घेण्याची सवय मुला-मुलींना लावलेलीच नसते. वडीलधाऱ्यांनी ठरवायचं, लहान मुलांनी ऐकायचं... हाच आपल्याकडील कौटुंबिक व सामाजिक शिरस्ता आहे. त्यामुळेच निर्णयांसाठी सतत दुसऱ्यावर अवलंबून राहण्याची सवय होते. स्वतः जबाबदारी घेण्याइतका आत्मविश्वास नसतो. मग आई-बाबा ठरवतील तेच योग्य असतं, कारण काही चुकलं-फसलं तर त्यांच्या माथी खापर फोडता येतं!

एरवी अगदी 'मॉड' वागणारी मुलं-मुलीही लग्नाच्या बाबतीत सहसा आई-वडिलांच्या शब्दाबाहेर नसतात!

पालकांचं ऐकणं हा सद्गुण खरा... पण विशिष्ट वयानंतर विशिष्ट बाबतीत स्वतःचा विचार असणं हेही गरजेचं असतं. जोडीदार निवडीच्या बाबतीत तर असतंच असतं. कारण संसार तर तुम्हालाच करायचा असतो, तोही आयुष्यभर. इथे मुलींच्या संदर्भातल्या पालकांच्या दृष्टिकोनाचा मुद्दाम उल्लेख करावा लागेल. 'गाठ आहे लग्नाशी'मध्ये मंगला गोडबोले म्हणतात त्याप्रमाणे 'अलीकडे मुलींच्या बाबतीत पालकांमध्येच एक विरोधाभास प्रकर्षानं दिसून येतो. मुलीला शिक्षणात, खेळात, कलेत प्रोत्साहन देणारे पालकही एका टप्प्यावर लग्नाला 'शरण' जाताना दिसतात. मुलीतला 'स्व' प्रथम जोपासायचा आणि एका क्षणी तो संसारात 'विलीन' करायला सांगायचा, ही विसंगती आहे. अर्थात काही वेळा उलटही होतं. आजकाल लग्नाकडून मुलींच्या अपेक्षा वाढलेल्या असतातच. पण आपल्या हुशार, उत्तम मिळवत्या मुलींसाठी पालकांच्या अपेक्षाही आभाळाला भिडलेल्या असतात. नवरा शिक्षण आणि मिळकतीनं मुलीपेक्षा वरचढ असावा, असा त्यांचा आग्रह असतो. म्हणजे बघताना 'वरचढ' बघायचा, मात्र लग्नानंतर त्यानं मुलीला समानतेनं वागवायला हवं ही अपेक्षा करायची! ही विसंगतीची आणखी एक त-हा.'

जी गोष्ट पालकांची, तीच समाजाची. लग्नासंदर्भातही आपल्या निर्णयावर सामाजिक संकेत, परंपरा यांचा प्रभाव पडत असतो. त्यामुळे आपल्याकडे लग्न ही घटना वैयक्तिकपेक्षा सामाजिकच अधिक असते. 'लोक काय म्हणतील?' या विचाराच्या दबावापोटी बाह्यरूप, शिक्षण, सामाजिक प्रतिष्ठा यांना झुकतं माप दिलं जातं आणि त्या भरात स्वभाव, गुण, अंतरंग या ख-या महत्त्वाच्या पैलूंकडे दुर्लक्ष केलं जातं.

हे चुकीचं तर आहेच, पण नंतर ते चांगलंच महागात पडू शकतं. म्हणूनच — सामाजिक दबाव आणि पालकांचा प्रभाव यांवर नियंत्रण ठेवून, तरुण-तरुणींनी जोडीदाराची निवड स्वतःच करायला हवी. अर्थात हेही तितकंच खरं की त्यांच्यासाठीही ती सोपी राहिलेली नाही. खरं तर खूपच 'आव्हानात्मक' अशी होऊन बसली आहे. बरीच कारणं आहेत. विवाह समुपदेशक मंगला सामंत म्हणतात त्याप्रमाणे :

- लग्नाचं वय हे विशी-पंचविशीवरून आता थेट तिशीत जाऊन ठेपलं आहे. जोडीदार निवडीचं स्वातंत्र्य असलं तरी आजूबाजूला अनेकांची लग्नं उशिरा होताना किंवा लवकर मोडताना पाहून — आपलं लग्न कधी होणार, झालं तरी ते टिकणार का? अशा प्रश्नांमुळे आज तिशीतले तरुण-तरुणी चिंताग्रस्त दिसत आहेत.
- काळ बदलला तशी आर्थिक मिळकतीची गरज, राहणीमान, दैनंदिन गरजा ही परिस्थितीही बदलली. मुली नोकरी करू लागल्या. मुलांच्या बरोबरीनं पदव्या

मिळवू लागल्या. त्यातून दोघांच्याही अपेक्षा वाढत गेल्या. चांगल्यात चांगलं स्थळ मिळवण्याची स्पर्धा दोन्ही बाजूंनी सुरू झाली.

- त्यातच नातलग, मध्यस्थांनी दोन-पाच स्थळे आणण्याचा काळही मागे पडला. आता नव्या तंत्रज्ञानामुळे समोर असंख्य स्थळे, त्यातून न संपणारी तुलना, 'फ्रेंडशिप'मध्ये अडकलेली मानसिकता आणि त्यामुळे लग्नाला उशीर ठरलेला... अशी सध्याची परिस्थिती आहे.

हे वास्तव तर नाकारता येत नाही... पण त्याचवेळी हेही लक्षात घ्यायला हवं की या 'परिस्थिती'तूनही योग्य निवड करण्यासाठी वधू-वर सूचक संस्था, विवाहपूर्व समुपदेशन, परिचय मेळावे, मार्गदर्शन कार्यशाळा व शिबिरे, विवाह अभ्यास मंडळ, व्यक्तिमत्त्व चाचण्या, परस्परपूरकता चाचण्या... असं खूप काही साहाय्य आज उपलब्ध आहे. अर्थात तरीही, अंतिम निवड ही तरुण-तरुणींनी स्वतःच करायची आहे.

निवड कशी करावी?

'योग्य' जोडीदार निवडीतले दोन महत्त्वाचे अडसर म्हणजे 'रोमँटिक' कल्पना आणि स्वतःविषयीचे अवास्तव समज. तरुण पिढीवर प्रसार माध्यमांचा प्रभाव तर असतोच. जाहिरातीतील मॉडेल्स, चित्रपटांतील विशेषतः प्रेम कहाण्यांतील नायक-नायिकांचं दिसणं, हसणं-रूसणं यांतून कल्पनेतील जोडीदाराचं चित्र रंगवलं जातं — ते साहजिकच वास्तव नसतं.

त्याच वेळी काहींच्या स्वतःबद्दल अवास्तव कल्पना, भ्रामक समज असतात. काही तर स्वतःच्या प्रेमातच असतात. त्यामुळे 'बघण्या'ची सुरुवात एकदम वरच्या पातळीपासून होते. मग हळूहळू जशी स्वतःची किंमत कळत जाते, तशी एकेक पायरी उतरली जाते. या शोधात वय वाढत जातं आणि लग्नाच्या बाजारातली 'किंमत' कमी कमी होत जाते.

हे टाळण्यासाठीच तर प्रथम वस्तुनिष्ठ आत्मपरीक्षण हवं! अर्थात हे तर खरंच की आपल्याला (सर्वगुणसंपन्न नाही तरी) खूप 'छान' जोडीदार मिळावा असं प्रत्येकालाच वाटत असतं आणि ते स्वाभाविकही असतं. फक्त एवढंच की 'छान' म्हणजे काय हे ज्यानं त्यानं ठरवायचं. पहिला मुद्दा असतो तो अर्थातच 'दिसण्या'चा... रंगरूपाचा, व्यक्तिमत्त्वाचा. अवास्तव अपेक्षा नसाव्यातच पण जोडीदार 'स्वतःला साजेलसा' वाटतो की नाही हा विचार तर हवाच. पहिल्या भेटीतच कुठेतरी 'क्लिक' व्हायला हवं... 'केमिस्ट्री' जुळायला हवी.

शोभा डे त्यासाठी 'धकधक फॅक्टर' हा निकष सुचवतात. 'त्याच्याकडे/तिच्याकडे पाहून आत काही धकधकतं की नाही?' हेही लक्षात घ्या. ही काही फिल्मी किंवा काव्यात्मक कल्पना नव्हे. परस्परांबद्दल काही 'ओढ' वाटायलाच हवी. काही

'आकर्षण' असायलाच हवं. ही ओढ, हे आकर्षण हाच वैवाहिक नात्याचा पाया असतो. तो भक्कम असेल तर पुढे मग सहवासानं वाढणारं प्रेम, विश्वास या बळावर ते नातं अधिकच दृढ होत जातं.

अर्थात हा पहिला निकष झाला. एकमेव किंवा अंतिम नव्हे! जोडीदाराचं शिक्षण, आर्थिक स्थिती, कौटुंबिक स्थिती... याही गोष्टींचा वस्तुनिष्ठ विचार करायला हवा. नेमक्या छोट्या वाटणाऱ्या बाबी याच मग संघर्षांची बीजं ठरतात. अर्थात इथेही पुन्हा अपेक्षा अवास्तव नसाव्यात, मात्र अवाजवी तडजोडीही करू नयेत. एकूणच आपण निवडलेली व्यक्ती, आपल्याला हवं ते देऊ शकणार आहे का, याचा अंदाज घ्यायला हवा. मात्र हेही लक्षात ठेवावं की अंतिमतः या सर्व गोष्टींपेक्षा जोडीदाराचे आंतरिक गुण अधिक महत्त्वाचे असतात. 'लग्न' ही नातं मानण्याची सुरुवात असते. ते नातं जोडलं जाताना ते भावनिकदृष्ट्या कसं जोडलं जाणार आहे, हा खरा प्रश्न असतो. त्यासाठी दोघाही जोडीदारांमध्ये एकमेकांच्या भावना समजून घेण्याची व त्या व्यक्त करण्याची क्षमता असायला हवी.

तुम्ही सहजीवन म्हणा की आणखी काही म्हणा, संसार हा शेवटी संसारच असतो. तो सुखाचा होणं म्हणजे दैनंदिन आयुष्य शक्य तितकं सुखाचं, कमी तणावाचं आणि कमीत कमी कुरबुरींचं असणं. त्यात कळीची भूमिका बजावतात, त्या तुमच्या वर्षानुवर्षांच्या सवयी, तुमचे गुण-दोष, काम करण्याच्या पद्धती अशा एक ना अनेक गोष्टी. अशा वेळी तुम्ही परस्परांना समजून घेत, एकमेकांशी कशा तडजोडी करता, घराचं रूटीन परस्पर समन्वयानं कसं बसवता, यावरच 'घर' उभं राहणं अवलंबून असतं. तात्पर्य – वय, उंची, रूप, शिक्षण आणि अगदी पत्रिका वगैरे जुळली, तरी मुळात दोघांचे स्वभाव परस्परांना समजणं/उमजणं महत्त्वाचं. त्यासाठीच्या या काही टिप्स :

- निर्णय घेण्यापूर्वी दोघांच्या पुरेशा भेटीगाठी व्हायला हव्यात. परस्परांशी प्रामाणिक व मनमोकळा संवाद व्हायला हवा. अर्थात या काळात दोघंही अगदी समजुतीने, नीट वागण्याचा प्रयत्न करीत असतात, त्यामुळे दोघांच्या स्वभावातील 'चांगली बाजू'च प्रतीत होत असते. म्हणूनच बोलता बोलता काही खटकणारे पैलू जाणवले तर सतर्क असायला हवं.

- दोघांचे स्वभाव जुळणारे असतील, काही समान गुण असतील तर प्रथम त्यांचा विचार करावा. अर्थात सर्वच गुण काही समान असणार नाहीत, तेव्हा परस्परपूरक गुणांचा विचार करावा. आपण भावनाप्रधान असलो तर जोडीदार बुद्धिप्रधान असावा. आपण संकोची, मितभाषी असू तर जोडीदार मोकळा, बोलका असावा. आपण स्वप्नाळू असलो तर जोडीदार व्यवहारी असावा. हे काही शास्त्रशुद्ध ठोकताळे नव्हेत – तसे असूच शकत नाहीत. पण जाणीवपूर्वक असा परस्परपूरकतेचा विचार करणं फायद्याचं ठरतं.

- दोघांनी एकमेकांच्या आवडी-निवडी समजून घ्याव्यात. त्या समान असतील तर उत्तमच, पण नसतील तिथेही सहभाग, प्रोत्साहन देण्याची भूमिका असावी. एकमेकांच्या सवयीही जाणून घ्याव्यात. न पटणाऱ्या सवयींबाबत विशेष चर्चा व्हावी. आपलं रूटीन, आपले मित्र-मैत्रिणी याबद्दलही एकमेकांना माहिती द्यावी.
- आपली खास तत्त्वं, मूल्ये, विचारप्रणाली, सामाजिक उपक्रम, श्रद्धा अशा गोष्टींबद्दलही परस्परांना कल्पना द्यावी.
- लग्नानंतर एकत्र कुटुंबात राहायचं असेल तर – कुटुंबीयांच्या 'सुने'विषयी काय अपेक्षा आहेत, तिला कोणत्या जबाबदाऱ्या घ्याव्या लागणार आहेत, कोणत्या 'शेअर' केल्या जाणार आहेत, घरचं एकूण वातावरण कसं आहे, साधारणतः स्वभाव कसे आहेत... या साऱ्याचीही कल्पना असायला हवी.
- विवाहानंतर पुढील काही वर्षांतील आर्थिक, कौटुंबिक स्थितीचं (काही प्रमाणात तरी) दोघांपुढे चित्र स्पष्ट असावं.

थोडक्यात काय, निर्णय घेण्यापूर्वी दोघांनी एकमेकांशी खूप काही बोलायला हवं... मनमोकळी चर्चा करायला हवी. प्रत्यक्षात मात्र या काहीशा 'रूक्ष' बाबींकडे दुर्लक्ष केलं जातं व लग्न कसं करायचं, परस्परांचे पोषाख, दागिने... अशा गोष्टींवरच भरपूर चर्चा केली जाते. मित्रहो, तुम्ही लग्न कसं व किती डामडौलात करता यावर संसार चालत नसतो. संसार हा समन्वयावर चालत असतो. सामंजस्य व तडजोड हे विवाहाचे मोठे आधारस्तंभ असतात. त्यासाठी आवश्यक ती मानसिकता विवाहाचं बंधन स्वीकारण्यापूर्वीच तयार व्हायला हवी.

सूर जुळताना...

'विवाह' हा अभ्यासाचा विषय मानणाऱ्या वंदना सुधीर कुलकर्णी यांचं या संदर्भातले विवेचनही खूपच महत्त्वाचं ठरावं. ते थोडक्यात असं आहे – त्या म्हणतात,

- कोणताही जोडीदार निवडला तरी शेवटी जुळवून घ्यावंच लागतं, हे अर्धसत्य आहे. जुळवून तर घ्यावं लागणारच आहे; पण ते कोणत्या मुद्द्यांवर, हे आधीच कळून, स्वीकारून लग्न ठरवायला हवं. महत्त्वाच्या बाबींवर मात्र कधीही तडजोड करता कामा नये. उदाहरणार्थ जोडीदार निर्व्यसनी हवा असा आग्रह असेल तर त्याबाबतीत ठाम राहावे. त्याच वेळी महत्त्वाच्या गोष्टी मनासारख्या मिळाल्यावर दुय्यम गोष्टींत तडजोडीची तयारी असावी. अर्थात आपल्या दृष्टीनं महत्त्वाच्या गोष्टी कुठल्या व दुय्यम कुठल्या... म्हणजेच तडजोड कोणत्या गोष्टीत होऊ शकते व कोणत्या नाही, हे ठरवण्यासाठी आपले प्राधान्यक्रम निश्चित असायला हवेत.

- आपल्या अंगी काही कला असतील, आपले काही खास छंद असतील, तर लग्नानंतर ते आपण कसे व किती जोपासणार आहोत. त्यासाठी जोडीदाराकडून काय अपेक्षा आहेत, हे स्पष्ट करून घ्यायला हवं. तुम्ही एखाद्या सामाजिक उपक्रमांत सहभागी असाल तर जोडीदाराला त्याविषयी काही 'प्रॉब्लेम' नाही ना, हेही पाहायला हवं.

- जोडीदाराची फक्त श्रीमंती नव्हे तर त्याची अभिरूची, मूल्यंही महत्त्वाची असतात, याचं भान हवं. त्याचं शिक्षण महत्त्वाचं असतंच, पण त्याची सुसंस्कृतता, प्रगल्भता, गुणग्राहकता, संवेदनशीलता या साऱ्या त्याच्या 'पदव्यां'पेक्षा महत्त्वाच्या 'डिग्र्या' असतात. त्यांवरूनच तुमचं 'स्टॅन्डर्ड ऑफ लाइफ' ठरत असतं, जे 'स्टॅन्डर्ड ऑफ लिव्हिंग' इतकंच – किंबहुना त्याहूनही अधिक महत्त्वाचं असतं.

- लग्न हे फक्त दोन व्यक्तींत होत नसतं – ते दोन कुटुंबांत होत असतं. भारतीय समाजात विवाहानं दोन कुटुंब जोडली जाणं, विशेषतः मुलगी मुलाच्या कुटुंबाशी समरस होणं अपेक्षित असतं. म्हणूनच ती समरस होऊ शकेल, असं 'त्या'चं कुटुंब आहे का, याचाही विचार करावा लागतो. स्थळ आपल्या 'तोलोमोला'चं आहे ना, हे बघताना परिवाराच्या प्रगल्भतेचा, सांस्कृतिक, वैचारिक, खुल्या विचारसरणीचाही विचार करावा लागतो. या स्तरावर दोन परिवारांत खूपच फरक असेल तर लग्नानंतर नव्या जोडप्याचं तयार होणारं कुटुंब – अशा परिवारात सामावून जाण्याची शक्यता फारच कमी असते.

असे कितीतरी मुद्दे आहेत, पण सर्वांत महत्त्वाचा मुद्दा आहे तो आकर्षक बाह्य रूपाला भाळून आंतरिक गुणांकडे दुर्लक्ष न करण्याचा. अनेकदा असं दिसतं की सुस्वरूप, देखण्या व्यक्तिमत्त्वाच्या उच्चशिक्षित मुलामुलींच्या बाबतीत बहिरंगाचा एवढा जबरदस्त प्रभाव पडतो की, त्यांच्या अंतरंगात डोकवावं असं कुणाला वाटतंच नाही. पालक आणि नातेवाईक इतके हरवून जातात की 'नकार देणं' हे उभयपक्षी अशक्यप्राय होऊन बसतं. पण इथे हे विसरलं जातं की संसार शेवटी त्या दोघांना करायचा असतो.

पालकांना-नातेवाईकांना जो अगदी लक्ष्मी-नारायणासारखा शोभणारा जोडा वाटत असतो, तो तसा दिसत असतो एवढंच. तिथं रूपरंग जुळणार असतं, अंतरंग जुळतंच असं नाही! लोकांनी विजोड म्हटलं, मिसमॅच म्हटलं तरी बिघडत नाही, जोडपं 'मॅचिंग' दिसण्यापेक्षा ते 'कॉम्प्लिमेन्टिंग' हवं. परस्पर अनुरूप दिसलं तर उत्तमच, पण मुख्यतः परस्परपूरक असायला हवं!

अपेक्षा : अशा आणि तशा

जोडीदाराविषयीच्या आपल्या अपेक्षा शक्य तितक्या स्पष्ट असाव्यात. मात्र त्या 'रास्त' असाव्यात, 'अवास्तव' नसाव्यात... याबाबतीत दुमत होऊ नये, पण शेवटी त्या

आपल्याच अपेक्षा असतात आणि त्या आपल्याला रास्तच वाटत असतात. अशा वेळी काय करावं? आपल्या कुठल्या अपेक्षा अवास्तव आहेत, हे आपणच ठरवायचं कसं?

यासंदर्भात अर्थातच काही ठोकताळे सांगता येत नाहीत, पण एखादं उदाहरण हे नक्कीच उद्बोधक (आणि मनोरंजकही) ठरू शकेल. मध्यंतरी 'महाराष्ट्र टाइम्स'नं आजच्या तरुण अभिनेत्रींच्या 'जोडीदारा'विषयी काय अपेक्षा असतात, हे जाणून घेण्याचा प्रयत्न केला होता. त्या संदर्भातल्या *मेन, वुई डिझायर* या खास स्तंभात अनेकींनी अगदी मोकळेपणानं आपल्या अपेक्षा सांगितल्या होत्या. त्यातूनच 'उदाहरणार्थ' म्हणून एका अभिनेत्रीनं व्यक्त केलेल्या अपेक्षा पाहू. 'तो मॅचो असावा,' ही तिची मुख्य अपेक्षा आहे. अर्थात अन्य अपेक्षाही काही कमी नाहीत. ही आहे तिच्या सुस्पष्ट अपेक्षांची यादी!

- मुली मूडी असतात. मीसुद्धा तशीच आहे. अशा वेळी त्यानं मला समजून घ्यायला हवं.
- तो रोमँटिक असणं मस्ट आहे. मला खूष करण्यासाठी फुलं, चॉकलेट्स आणि गिफ्टस् द्यायला त्यानं विसरता कामा नये.
- तो माझ्याबद्दल पझेसिव्ह असला, तर मला चालेल!
- त्यानं माझी काळजी घ्यायलाच हवी.
- त्याच्याबरोबर असताना दुःखाची, टेन्शनची छायासुद्धा पडायला नको. त्याच्या अस्तित्वामुळे छान वाटायला हवं. मला सतत आनंदी ठेवण्याची जबाबदारी त्याचीच.
- चांगला सेन्स ऑफ ह्यूमर असेल तर बरंच.
- टॉल, फेअर आणि हॅन्डसम असाच तो असावा.
- कपडे, परफ्युम, शूजचा चॉइस चांगलाच असावा.
- दिसण्याबरोबरच त्याचं वागणं-बोलणं इम्प्रेसिव्ह हवं.
- चॉकलेटबॉय नको, मॅचो हवा.
- त्यानं कमिटेड असलं पाहिजे. उगाच टाइमपास म्हणून मुलींना फिरवणारा नको.
- कमी वेळ दिला तरी चालेल, पण जेवढा वेळ एकत्र असू तेवढा वेळ तो फक्त माझाच असावा.
- त्यानं स्वतःहून माझ्यासाठी शॉपिंग केली तर सोने पे सुहागा!
- त्याला माझा, माझ्या करिअरचा आणि माझ्या कुटुंबाचा आदर असायला हवा.
- माझी बाजू घेण्याची, रक्षण करण्याची हिंमत त्याच्याकडे हवीच.

या अपेक्षा नक्कीच खूप स्पष्ट आणि स्पेसिफिक आहेत! स्वतः एक सुस्वरूप अभिनेत्री असल्यामुळे तिच्या त्याच्या व्यक्तिमत्त्वाविषयी, वागण्या-बोलण्याविषयी, चॉईसविषयीच्या अपेक्षा रास्तच म्हणाव्या लागतील.

'तो मॅचो असावा' ही अपेक्षा व्यक्त करताना 'तो माझ्याबद्दल पझेसिव्ह असला तरी चालेल' अशी मुभाही तिनं दिली आहे, हे विशेष! इतर अपेक्षांविषयी बोलायचं झालं तर... काही बाबतीत अपेक्षा आहेत, पण आग्रह नाही असंही दिसून येतं. 'तर बरंच', 'तर सोने पे सुहागाच!' अशा शब्दांतून फक्त इच्छा व्यक्त होते, अट्टाहास दिसत नाही. मात्र त्याचवेळी काही अपेक्षांमध्ये 'च' डोकावत असल्यामुळे काहीसा अट्टाहास जाणवतो. 'त्यानं माझी काळजी घ्यायलाच हवी' या शब्दांकनापेक्षा 'तो माझी काळजी घेणारा असावा' हे शब्दांकन अधिक योग्य ठरलं असतं.

तरीही 'माझी बाजू घेण्याची, रक्षण करण्याची हिंमत त्याच्याकडे हवीच' या अपेक्षेतील 'च' हा खटकत नाही. त्यात अट्टाहासापेक्षा ठामपणा दिसून येतो. हे सारं असलं तरी तिची एक अपेक्षा मात्र पूर्णतः 'अवाजवी' ठरवावी लागेल. 'त्याच्याबरोबर असताना छान वाटायला हवं, आश्वस्त वाटायला हवं' हे समजू शकतं पण 'त्याच्याबरोबर

परिचयोत्तर विवाह

'साथ साथ विवाह अभ्यास मंडळा'ची 'परिचयोत्तर विवाह' ही संकल्पना स्पष्ट करताना वंदना सुधीर कुलकर्णी म्हणतात, 'हे खरं तर अरेन्जड मॅरेजचंच एक्स्टेन्शन आहे, ज्यात अधिक विचाराला, अधिक ओळखीला वाव आहे. याला 'सुपरवाइज्ड डेटिंग' ही म्हणता येईल.

इथे मुलं-मुली एकत्र येतात – समुपदेशन, चर्चा, रोल प्लेइंग, खेळ, शिबिरं, सहली, नाटक/चित्रपट/पुस्तकांवर चर्चा, काही 'खास' जोडप्यांशी गप्पा अशा विविध उपक्रमांतून मुला-मुलींची ओळख व मैत्री होते. स्वतःच्या व्यक्तिमत्त्वाचा अभ्यास होतो, उकल होते. दुसऱ्याच्या दृष्टीतून स्वतःकडे बघण्यामुळे स्वतःची ओळख अधिकाधिक परखड व परिपूर्ण होत जाते. जोडीदाराबद्दलच्या अपेक्षा व वैवाहिक आयुष्याविषयीचे विचार व कल्पना पुरेशा स्पष्ट होतात. त्यामुळे जोडीदाराची योग्य पारख व निवड करणं शक्य होतं. मुला-मुलींच्या मैत्रीपूर्ण भेटी सुरू होतात. अशा भेटींच्या कोणत्याही टप्प्यावर एखाद्या बाबतीत 'तडजोड अशक्य' असं जाणवलं तर थांबता येतं. लग्न जमलं नाही तरी मैत्री टिकून राहते आणि हे सारं मोकळ्या व अनौपचारिक वातावरणात घडत असतं.

आवडीनिवडी, छंद, स्वभाव, अपेक्षा बऱ्यापैकी मिळत्याजुळत्या असतील तर (माहिती झालेल्या) गुणदोषांसह स्वीकारणं, हे एखाद्या अगदी अपरिचिताच्या गळ्यात माळ घालण्यापेक्षा नक्कीच श्रेयस्कर! 'रिस्क' तर असतेच पण ही 'नॉन रिस्क' केव्हाही परवडते.'

असताना दुःखाची, टेन्शनची छायासुद्धा पडायला नको' ही तर अगदीच अवाजवी, अवास्तव अपेक्षा आहे. कितीही प्रेम असलं, कितीही जवळीक असली तरी एकाच्या (सततच्या) आनंदाची जबाबदारी 'होलसेल' स्वरूपात जोडीदार घेऊच शकत नाही. आनंदाचं असं 'कॉन्ट्रॅक्ट' देता येत नसतं. मुळात आनंद हा मानण्यावर असतो आणि आपल्या आनंदाची जबाबदारी ही मुख्यतः आपली असते.

जोडीदाराला स्वतःचे काही प्रश्न असू शकतात, त्याच्याही काही भावनिक गरजा असू शकतात, याचा इथे विसर पडलेला आहे. आयुष्यात चढ-उतार येणारच, नात्यातही काही ताणतणाव येणारच – हे वास्तव इथे विचारात घेतलंच नाही. तात्पर्य, 'सर्व सुख-दुःखात तो माझी मनःपूर्वक साथ देणारा असावा' हीच खरी वाजवी अपेक्षा असू शकते!

मॅरेज कॉन्सेलिंग

'मॅरेज कॉन्सेलिंग' अर्थात 'विवाहपूर्व समुपदेशन' ही एक आधुनिक कल्पना असली तरी ते 'फॅड' नक्कीच नव्हे. ती आता काळाची गरज ठरत आहे. या समुपदेशनात दोघेही 'विवाहा'कडे पुरेशा गांभीर्यानं पाहताहेत का, विवाहासाठी त्यांची मानसिक सिद्धता झाली आहे की नाही, आयुष्यभराचं नवं नातं स्वीकारण्यासाठी व त्या अनुषंगानं आवश्यक ते बदल स्वतःत घडवायला दोघे तयार आहेत की नाही – हे सारे मुद्दे विचारात घेतले जातात.

परस्परांचे विचार, मन, स्वभाव समजून घेण्यासाठी मार्गदर्शन केलं जातं. त्यासाठी व्यक्तिमत्त्व चाचण्या – पर्सनॅलिटी टेस्ट्स, कम्पॅटिबिलिटी टेस्ट – यांचा आधार घेतला जातो. त्यांतून दोघांना स्वतःची व्यक्तिमत्त्वं तर कळतातच पण दोघांच्या व्यक्तिमत्त्वांमध्ये साम्य काय, भेद किती हेही स्पष्ट होतं. त्यातूनच 'परस्परपूरकता' किती हे ठरवता येतं. ती जितकी जास्त, तितक्या तडजोडी 'कमी'. शिवाय कोणत्या तडजोडी कराव्या लागतील हेही स्पष्ट झाल्यानं, त्या आपल्याला जमतील की नाही, हा निर्णयही घेता येतो.

दोघांच्या कौटुंबिक पार्श्वभूमीसंदर्भातही आवश्यक ती चर्चा केली जाते. लैंगिक सहजीवनाचं प्रशिक्षण हेही अशा समुपदेशनाचं महत्त्वाचं अंग असतं, ज्यामुळे वैवाहिक आयुष्य योग्य पद्धतीनं निभावण्यासाठी मोलाचं मार्गदर्शन केलं जातं. या समुपदेशनामुळे हे जोडपं समाजाचा एक परिपूर्ण व आदर्श घटक होऊ शकतं. समाजाच्या प्रगतीला मोलाचा हातभार लावू शकतं.

दोन

जुळवून घ्यावं कसं?.......

निसर्गानं स्त्री आणि पुरुषांचं मन, शरीर घडवताना त्यांना काही खास क्षमता दिल्या आहेत. परस्परपूरक ठरणाऱ्या आपापल्या क्षमतांचा विकास करीत जाणं हाच सुखी सहजीवनाचा मंत्र आहे. सारेच समुपदेशक अगदी एकमुखानं सांगत असतात – 'गिव्ह टू गेट' हाच वैवाहिक नात्याच्या यशस्वितेचा महामंत्र आहे! सुखी सहजीवनासाठी ट्रस्ट (विश्वास), टाइम (वेळ), टुगेदरनेस (सहवास), टॉक (संवाद) आणि टच (स्पर्श) हे पाच 'टी' महत्त्वाचे असतात, हे तर सार्वकालिक सत्य आहे. विद्या बाळ म्हणतात त्याप्रमाणे –

'लग्न म्हणजे फक्त समाजमान्य स्त्री-पुरुष संबंध नव्हेत. बिननात्याच्या दोन व्यक्तींना एकत्र आणणारं, पुढं रक्ताची नाती जन्माला घालणारं ते एक महत्त्वाचं कारण आहे. त्यात स्वभावाची अनुरूपता, नात्यांची पारस्परिकता आणि दोघांच्या विकासाची ओढ असेल, तरच ते नातं वाढेल, जिवंत राहील आणि तरच त्या 'कुटुंबा'ला अर्थ राहील. अशा कुटुंबात मग स्पर्धेऐवजी सहकार्य नांदेल आणि वाद-विवाद झाले, तरी 'संवाद' राहील, शांती आणि समाधान राहील...'

अर्थात सहजीवनाला प्रारंभ करताना, जोडीनं संसार सुरू करताना पहिली कसोटी लागते ती परस्परांशी जुळवून घेण्याची! दोघं, दोन वेगवेगळ्या कुटुंबातून, वेगळ्या संस्कारांतून आलेले असतात ही गोष्ट तर आहेच... पण त्याचवेळी परस्परांचे स्वभाव, सवयी, आवडीनिवडी... या साऱ्याच बाबतीत जुळवून घ्यावं लागतं.

निवड करताना ह्या गोष्टींची जुजबी माहिती दिली, घेतलेली असते, पण खरा स्वभाव हा प्रत्यक्ष सहवासातून उलगडत असतो. एकत्र राहू लागल्यानंतरच एकमेकांच्या

सवयी, आवडीनिवडी स्पष्ट होत असतात. स्वभाव जुळणारे असतील तर उत्तमच असं आपण म्हणतो, पण स्वभावाला असंख्य पैलू असतात... ते काही सारेच जुळणारे नसतात. काही वेळा तर स्वभाव एकमेकांच्या अगदी विरुद्धही असतात. स्वच्छता, नीटनेटकेपणा, वक्तशीरपणा... अशा संदर्भांतल्या सवयी वेगळ्या असतात. काही गोष्टी जुळणाऱ्या असल्या तरी आवडीनिवडी अगदीच वेगळ्या असतात. स्पष्टच सांगायचं तर... **प्रत्येक लग्न ही 'तडजोड' असते आणि प्रत्येक जोडपं हे तसं 'विजोड'च असतं!** परस्परांच्या अपेक्षेबरहुकूम वागणारे कुठलेच नवरा-बायको नसतात. म्हणून तर डेव्ह म्युरेही बजावतात,

अ ग्रेट मॅरेज इज नॉट व्हेन द परफेक्ट कपल कम्स टुगेदर, इट इज व्हेन ॲन इम्परफेक्ट कपल लर्न्स टु एन्जॉय देअर डिफरन्सेस!

विविधता आणि अपूर्णता ही माणसाची दोन खास वैशिष्ट्यं मानली जातात. जोडीदार तरी त्याला अपवाद कसे असतील? दोघांनाही या वैशिष्ट्यांसह परस्परांशी जुळवून घ्यावंच लागतं. प्रारंभी असं जमवून घेण्यासाठी खास प्रयत्न करावे लागतात. नंतर जसजसे सूर जुळत जातील तशी समोरची व्यक्ती आणि आपणसुद्धा बदलत जातो. मात्र समोरची व्यक्ती एकदम बदलू शकत नाही, त्यासाठी थोडा वेळ द्यायला हवा, याची दोघांनाही जाणीव ठेवायला हवी.

सहजीवनाच्या प्रारंभापासूनच असं जमवून, जुळवून घेता आलं नाही तर छोटे छोटे संघर्ष, छोट्या कुरबुरी सुरू होतात. नव्या लग्नाची नवलाई संपली की त्या डोकं काढू लागतात.

हे टाळायचं कसं?

स्वभाव, सवयी, आवडीनिवडी यासंदर्भांतल्या त्या वेगळेपणाशी जुळवून कसं घ्यायचं? त्यासाठी नेमका कसा दृष्टिकोन ठेवायला हवा? योग्य दृष्टिकोन ठेवला तर कसे व कोणते बदल घडू शकतात? या साऱ्या प्रश्नांची अगदी ठोस उत्तरंही मिळू शकतात. लग्नानंतर ज्यांनी खूप उत्तमरीत्या जुळवून घेतलं आहे अशा जोडप्यांच्या प्रत्यक्ष अनुभवातून!

म्हणून पुन्हा एकदा 'लग्नाची गोष्ट' या लेखमालेतील काही जोडप्यांचे अनुभव मी तुमच्यासाठी प्रस्तुत करतो आहे. काही निवडक जोड्यांच्या या परस्परांविषयीच्या मनमोकळ्या प्रतिक्रिया आहेत त्यांत वैविध्य तर आहेच पण त्यातलं साम्यही लक्षणीय आहे, अगदी पुनरूक्ती वाटावी इतकं... आणि म्हणतातच ना पुनरूक्ती परिणामकारक असते!

हे सारंच इतकं बोलकं आहे, की मला खात्री आहे, त्यातून तुम्हाला दोन अगदी महत्त्वाच्या प्रश्नांची उत्तरं मिळू शकतील.

एक : जोडीदार निवडताना – स्वभाव, सवयी, आवडीनिवडी यात वेगळेपण असलं
      तरी त्यामुळे बिचकून न जाता – स्वतःसाठी योग्य अशी निवड कशी करावी?
दोन : एकदा अशी निवड केल्यानंतर प्रत्यक्षात जुळवून कसं घ्यावं? स्वतः काय
      शिकावं... जोडीदाराला काय शिकू द्यावं? परस्परांतील बदल उमदेपणानं कसे
      स्वीकारावेत?

मला खात्री आहे – कुठल्या ना कुठल्या 'जोडी'तील 'त्या'च्यामध्ये किंवा
'ती'च्यामध्ये तुम्हाला स्वतःचं प्रतिबिंब नक्कीच दिसू शकेल!

एक : प्रार्थना बेहेरे, अभिषेक जावकर

'अभिषेकचा माझ्यापेक्षा विरुद्ध असलेला स्वभाव हीच गोष्ट मला भावली. मी
मागचा-पुढचा विचार न करता बेधडक वागणारी, काहीशी वेंधळी, भावुक, गप्पिष्ट
मुलगी आहे. ज्या गोष्टी माझ्या स्वभावात नाहीत, त्या सगळ्या अभिषेकमध्ये आहेत.
तो अतिशय शांत, समंजस, समजूतदार, मितभाषी आहे. त्याची पेशन्स लेव्हल
माझ्यापेक्षा कित्येक पटींनं जास्त आहे.'

– प्रार्थना

'प्रार्थना अतिशय अवखळ, बिनधास्त मुलगी आहे. छोट्या छोट्या गोष्टी एन्जॉय
करायच्या, प्रत्येक गोष्टीत आनंद मानायचा, टेन्शन न घेता स्वच्छंदीपणे आयुष्य
जगायचं, हे तिनं मला शिकवलंय. तिचा हा स्वभाव मला खूप आवडतो.

आम्ही दोन विरुद्ध गुण असलेली माणसं असल्यामुळे आमच्यात असलेल्या
गुणांची, आमच्या वेगवेगळ्या स्वभावाची एकमेकांबरोबर देवाणघेवाण करून आम्ही
एकमेकांचं आयुष्य पूर्ण करतो असं मला वाटतं.'

– अभिषेक

दोन : अंकिता, आरोह वेलणकर

'आरोह प्रचंड 'डाउन टू अर्थ' आहे, तो मला छान सांभाळून घेतो. मी कधी चिडले
असले, तरी तो शांतपणे मला समजावतो. तो जितका शांत स्वभावाचा आहे, तितकाच
तो खोडकरही आहे. त्याच्या या स्वभावामुळे व त्याच्या संगतीत राहून माझ्यातलाही
'पेशन्स' खूप वाढला आहे.'

– अंकिता

'अंकिता कोणत्याही गोष्टीचा सखोल आणि सर्व बाजूंनी विचार करते. तिचं
मल्टिटास्किंग आणि प्रामाणिकपणा आत्मसात करायला मला नक्की आवडेल. गंमत
म्हणजे पूर्वी मला चित्रपटगृहात जाऊन चित्रपट बघणं, खरेदी करणं या गोष्टी तितक्या

आवडायच्या नाहीत. पण अंकितामुळे मला ते करणं आवडू लागलंय. तिच्यात नसलेल्या गुणांना मी भरून काढतो, माझ्यात नसलेल्या गुणांना ती भरून काढते. अशा प्रकारे आम्ही एकमेकांना खूप छान 'कॉम्प्लिमेन्ट' करतो असं मला वाटतं.'

—आरोह

तीन : संदीप नवरे, डॉ. स्नेहा नवरे

'स्नेहा अत्यंत गोड स्वभावाची मुलगी आहे, ती मितभाषी आहे. आमचे स्वभाव अगदी विरुद्ध आहेत. विचार करण्याच्या पद्धतीपासून खाण्यापर्यंत आमच्या आवडीनिवडीही पूर्णपणे वेगळ्या आहेत. त्यामुळं आम्ही एकमेकांना आवडणाऱ्या गोष्टी करतो, त्यातून आम्हालाही 'एक्स्प्लोअर' करायला मिळतं. छोट्यातली छोटी गोष्टही ती चहूबाजूंनी विचार करूनच करते. कोणताही निर्णय आतताईपणे घेत नाही. त्यामुळं तिच्याकडून कधी कोणी दुखावलं जात नाही. तिनं माझ्याही स्वभावात हा बदल घडवून आणला आहे. मला थोडे पटकन निर्णय घ्यायची सवय होती. पण तिच्यामुळे मीही प्रत्येक गोष्टीचा विचार करू लागलो आहे. तिनं मला एक शिस्त लावली आहे. मला मदतीची किंवा सल्ल्याची गरज असल्यास ती धावून येते, वेळोवेळी पाठिंबा देते. तिच्यामुळं मला स्वतःमध्ये छान सकारात्मक बदल घडवून आणता आले.'

—संदीप

'स्त्रीचं आयुष्य लग्नानंतर बदलतं. तिला सासरच्या मंडळींशी जुळवून घ्यावं लागतं, पण माझ्या सासरची सगळीच माणसं इतकी चांगली आहेत की, मला त्यांनी कधी कोणत्याही गोष्टीचं बंधन जाणवू दिलं नाही. मी सून नाही, तर मुलगीच झाले या घरातली. संदीपही तसाच आहे. त्याला प्रत्येकाप्रती प्रेम आणि आपुलकी वाटते. त्याच्या याच स्वभावानं मला भुरळ घातली. लग्नाआधी मी खूप करिअरच्या मागं असायचे, पण संदीपमुळं करिअरप्रमाणेच 'फॅमिली ओरिएंटेड' झाले. मी क्वचित चिडले तरी त्याच्या प्रेमळ बोलण्यानं माझा राग शांत करण्यात तो नेहमीच यशस्वी होतो.'

—डॉ. स्नेहा

स्वभाव, सवयी, आवडीनिवडी यातील फरकासह परस्परांशी जुळवून कसं घ्यावं, याची उदाहरणं आपण पाहतो आहोत. पण हेही लक्षात असू द्या, हे 'जुळवून घेणं' वाटतं तितकं सोपं, सहज नसतं.

प्रारंभीच्या काळात अगदी छोट्या छोट्या, किरकोळ गोष्टींवरूनही कसे खटके उडत असतात... थेट बंडखोरी आणि भांडणंही होत असतात, याचं एक मजेशीर उदाहरण आहे. डॉ. अनिल अवचट व डॉ. अनिता (सुनंदा) यांचं. (डॉ. अवचट यांनी

'स्वतःविषयी' लिहिताना त्यांच्या व अनिताच्या सहजीवनाविषयी अगदी तपशीलासह, मोकळेपणानं लिहिलं आहे, त्यामुळे पुढेही वेळोवेळी आपण त्यांचा संदर्भ घेणार आहोत.).

सहजीवनाच्या प्रारंभीच्या काळाविषयी लिहिताना ते म्हणतात, 'आमची खटकाखटकी तर व्हायचीच. बऱ्याचदा भांडणाचा विषय म्हणजे माझ्या स्वच्छतेविषयीच्या सवयी हा असे. माझी सवय पावडरनं दात घासायची होती. सुनंदा म्हणायची ब्रशने दात घासावे आणि तेही दोन वेळा. ब्रशमुळे हिरड्या सोलवटतात की काय अशी मला भीती वाटायची. रात्री डोळ्यांवर झोप आली असताना ब्रश करून चूळ वगैरे भरण्यामुळे झोप उडते अशी माझी तक्रार असायची. ती म्हणायची, 'डेन्टल हायजिनसाठी तसं करायलाच पाहिजे.' मी म्हणे, 'नसू दे, मला डेन्टल हायजिन. पडतील माझे दात लवकर. मला चालेल.' सुनंदा म्हणे, 'पण मला चालणार नाही, तुझ्या हेल्थशी माझा संबंध आहे.' मी हतबुद्ध होऊन म्हणायचो, 'ये सरासर जुल्म है!'

न आवडणाऱ्या सवयी

जोडीदाराच्या न आवडणाऱ्या सवयींशी कसं जुळवून घ्यायचं हा एक 'सहजीवना'तला मोठाच प्रश्न असतो.

त्यासंदर्भात मानसतज्ज्ञांचा अतिशय मोलाचा सल्ला असतो तो हा – सर्वप्रथम याचं भान ठेवा की, जोडीदाराच्या (तुम्हाला न आवडणाऱ्या) सर्वच सवयी सारख्याच त्रासदायक नसतात. हे ध्यानात घेऊन त्याच्या 'तसल्या' सवयींचं तीन भागांत वर्गीकरण करा –

१. ही सवय मला आवडत नाही, पण तशी ती किरकोळ, बिनमहत्त्वाची आहे. मी तिकडे दुर्लक्ष करायला शिकेन.

२. ही सवय जोडीदारानं थोडीफार बदलली तर मला आवडेल. तसं मी त्याला सुचवत जाईन. मात्र प्रेमानं, तक्रारीच्या सुरात नाही.

३. ही सवय मात्र त्यानं बदललीच पाहिजे. इथे जराही तडजोड नाही. पूर्ण बदल हवा. तरीही जोडीदाराला त्यासाठी 'प्रेशर' न देता, आवश्यक त्या बदलासाठी मी त्याला काय मदत करू शकेन असाही विचार करीन.

समोरच्या माणसानं काय केलं पाहिजे, कसं बदललं पाहिजे याविषयी आपल्याला अगदी १००% खात्री असते, पण त्यासंदर्भात आपण काय करू शकतो, यावर विचारच केलेला नसतो. तो करायला हवा.

आंघोळीबद्दलही तसंच. आंघोळीची मला पहिल्यापासून नावड. आठवड्यातून एक दोनदा तरी दांड्या मारायची सवय. सुनंदा रोज, बारा महिने गार पाण्यानं आंघोळ करायची. मला खूप गरम पाण्याचं वावडं आणि गार पाण्याचा तर धसका. तिचा आग्रह मी गार पाण्यानं आंघोळ करावी. पुढे पुढे सवय होत गेली आणि आता तर गार पाण्याची आंघोळ आवडू लागली. ही सवय व्हायच्या आधी मी बंड करून उठायचो. माझं व्यक्तिमत्त्व ही आपल्या साच्यात बसवून ते खलास करणार असं वाटायचं. पण आता लक्षात येतंय की, इतक्या वर्षांत तिनंही माझ्या अनेक सवयी उचलल्यात.'

हीच तर असते सहजीवनातली गंमत. यालाच तर म्हणतात सहजीवन!

'मंगळा'वरचे पुरुष – 'शुक्रा'वरच्या बायका

एक किस्सा वाचलेला आठवतो. एका लेखक महोदयांच्या कॉलनीत त्यांच्या फ्लॅटच्या खालच्या फ्लॅटमध्ये एक जोडपं राहायला येतं. आल्या दिवसापासून त्यांची अक्षरशः रोज भांडणं सुरू होतात. सकाळी नवरा ऑफिसला जाईपर्यंत आणि मग नवरा संध्याकाळी ऑफिसमधून परतल्यानंतर पुन्हा, काही दिवस नवरा टूरवर गेला तरीसुद्धा फोनवरनं भांडणं सुरूच!

लेखकाची त्या मॅडमशी भेट होते तेव्हा न राहवून ते लेखक म्हणतात, 'तुमची आणि मिस्टरांची अगदी रोज भांडणं सुरू असतात.'

'हो, ना.'

'एक विचारू?'

'बोला ना.'

'अजिबातच पटत नसेल तर तुम्ही सेपरेट का होत नाही?'

'काय उपयोग, पुन्हा लग्न करावंच लागणार ना!'

'लग्न केलंच पाहिजे, असा कायदा थोडाच आहे.'

'ते झालं हो, पण मग भांडायचं कुणाशी?'

हीच तर मेख आहे! हक्कानं भांडायचं तर लग्नच करायला हवं! यातला अतिशयोक्तीचा भाग सोडा... पण जगभरातले बहुतेक नवरा-बायको एकमेकांशी भांडत असतातच. लग्न हा जणू त्यांना भांडण्यासाठी मिळालेला परवानाच असतो!

असं का होतं?

स्त्री-पुरुष यांच्यामध्ये उपजतच क्षमता, मानसिकता, विचारशैली, वृत्ती या संदर्भात किती भेद असतात हे आपण पाहिलंच आहे. त्यातूनच त्यांच्या वागण्या-बोलण्यात असंख्य 'पोटभेद' उद्भवतात. जे जगभरातल्या नवरा-बायकोच्या (जवळजवळ) रोजच होणाऱ्या छोट्या-मोठ्या भांडणांना जन्म देतात.

जॉन ग्रे यांनी या 'पोटभेदा'चा आणि त्यातून उद्भवणाऱ्या संघर्षाचा अतिशय रंजक व उद्बोधक वेध घेतला आहे – *मेन आर फ्रॉम मार्स अँन्ड विमेन आर फ्रॉम व्हीनस* या त्यांच्या प्रचंड लोकप्रिय पुस्तकात. ग्रे यांच्या मते स्त्री व पुरुष दोघांमध्ये इतके मूलभूत फरक आहेत की जणू दोघे दोन वेगवेगळ्या ग्रहांवरून पृथ्वीतलावर अवतरले असावेत. स्त्रिया 'शुक्रा'वरून आल्या असतील तर पुरुष बहुधा 'मंगळा'वरून!

दोघांच्या प्राथमिकता भिन्न असतात... दोघांची विचार करण्याची पद्धत वेगळी... भावना अनुभवण्याची पद्धत वेगळी... त्या व्यक्त करण्याची, प्रतिक्रिया देण्याची पद्धत वेगळी. हे भेद छोटे वाटतात... पण नवरा-बायकोच्या भांडणात तेच मोठे होतात. त्या जणू चिमुकल्या ठिणग्या असतात. त्या वेळीच विझवल्या नाहीत, तर भडका उडू शकतो. म्हणूनच एक कायम लक्षात ठेवा... **नवरा-बायकोच्या नात्यात कुठलीही गोष्ट क्षुल्लक नसते.** नवऱ्याला क्षुल्लक वाटणारी एखादी गोष्ट बायकोसाठी अत्यंत जिव्हाळ्याची असू शकते तर बायकोला क्षुल्लक वाटणारी गोष्ट नवऱ्यासाठी खूप महत्त्वाची असू शकते.

हे किरकोळ वाटणारे, परस्परांच्या विचार/वृत्तीतले वागण्या-बोलण्यातले भेद समजून घेतले नाहीत, तर परस्परांबद्दल कितीही प्रेम असलं तरी भांडणं व्हायची ती होतातच.

नवरे ऐकूनच घेत नाहीत

तमाम बायकांची हीच मुख्य तक्रार असते – नवरे आमचं ऐकूनच घेत नाहीत. नवऱ्यांना मात्र प्रश्न पडतो, किती ऐकायचं बायकांचं. त्या तर सारख्या बोलतच असतात. बायका बोलत असतात कारण तो त्यांचा स्वभाव असतो. त्यांना नुसतंच बोलायचं नसतं, तर तपशीलवार बोलायचं असतं.

पण तिथेच गोंधळ होतो, कारण पुरुषांना तपशीलात काही स्वारस्य नसतं. त्यासाठीचा 'पेशन्स' त्यांच्याकडे नसतो. त्यामुळे ते म्हणतात, 'बाई गं, तू मुद्द्याचं काय ते बोल!' बोलणं हाच तिचा 'मुद्दा' असतो, हे त्याच्या ध्यानातच येत नाही. जेव्हा राग येतो, काही त्रास होतो, तो कसा आणि किती होतो आहे हे नवऱ्यानं समजून घेणं ही बायकोची अपेक्षा असते, गरज असते. भडभड बोलून, स्वतःच्या समस्येवर तपशीलात बोलून तिचं मन मोकळं होत असतं. पण नवरा तिला पुरेसं बोलूच देत नाही; मध्येच तोडून प्रश्न करतो, 'यात एवढं चिडायला काय झालं तुला?' तिच्या भावना समजून घेण्याऐवजी नवरोजी त्या चुकीच्या, निरर्थक ठरवून मोकळे होतात. हे म्हणजे जखमेवर मीठ चोळणंच झालं. जॉन ग्रे यांनी नवऱ्यांसाठी एक 'टॉप सिक्रेट' इथे उघड केलं आहे. जगातल्या कुठल्याही देशातल्या घटनेत बायकांना न दिलेला एक हक्क

नवऱ्यानं आपल्याला दिला पाहिजे, अशी स्त्रियांची (सुप्त) अपेक्षा असते. तो हक्क कोणता... तर रागावण्याचा, चिडचिड करण्याचा. इथे कारण महत्त्वाचं नाहीये. चिडता येणं, ती चिडचिड व्यक्त करणं, नवऱ्याला सुनावता येणं महत्त्वाचं असतं. ग्रे यांनी याला 'द राइट टू गेट अपसेट' म्हटलं आहे. नेमका हाच हक्क नवरे बायकांना नाकारत राहतात. हक्कच नव्हे तर त्यांच्या भावनाही नाकारतात किंवा मग, 'तू काय करायला हवं होतंस,' असं सुचवू लागतात. सल्ले देऊ पाहतात. बायकांना सल्ला नको असतो, तोडगा नको असतो – त्यांना फक्त समस्येवर कळकळीनं बोलायचं असतं!

म्हणूनच, नवऱ्यानं बायको 'बोलते' तेव्हा (म्हणजे नेहमीच!) ऐकून घ्यावं. ती सांगत असलेला तपशील – बिनमहत्त्वाचा वाटला तरी तोही ऐकावा. तिला 'अपसेट होण्याचा अधिकार' बहाल करावा. पुरेसं बोलून स्वतःच्या रागाचा तिचा तिलाच निचरा करू द्यावा. ती बोलत असताना मध्येच तोडू नये. काही बहाद्दूर नवरे तर बायको बोलायला लागली की, 'तुझं आठवं वाक्य पहिल्यांदा बोल' असं सरळ सुनावतात. कुठल्या पत्नीला आपली आठपैकी सात वाक्यं निरर्थक, अनावश्यक असतात हे म्हटलेलं आवडेल? तर नवऱ्यांनी तो मोह टाळावा. तिला पुरेसं बोलू द्यावं, तिच्या भावना/तिचा राग योग्य की अयोग्य हा निवाडा करू नये. सर्वांत महत्त्वाचं, तिच्या समस्येवर लगेच काही 'तोडगा' देण्याच्या फंदात पडू नये. बायको जर कामवाल्या बाईच्या तक्रारी सांगत असेल तर 'अगं, मग काढून टाक की तिला' हा 'तोडगा' सुचवण्याची तत्परता दाखवू नये. सुचवायचाच असेल तर तिचं बोलून झाल्यावर, शक्य तितक्या शांतपणे 'तिला काढता नाही का येणार?' असा प्रश्न करावा! त्यावर बायकोनं 'छे हो, इतकी विश्वासू दुसरी कोण मिळणार आहे,' असं म्हटलं तर, 'ते ही खरंच म्हणा!' असा दुजोरा द्यावा. हे नवरे मंडळींसाठी सोपं नाहीय... पण सोपं नसलं तरी आवश्यक आहे. 'नवरेपणा'ची तेवढी किंमत मोजावीच लागते. बायकांना संतुष्ट ठेवण्यासाठी महागड्या साड्या, ड्रेसेस घेण्यापेक्षा 'त्यांचं ऐकून घेणं' हा अधिक हुकमी (आणि परवडणारा!) उपाय असतो!

आणखी एक महत्त्वाचं...

स्त्रिया अर्थार्जन करू लागल्यामुळे काही फरक निश्चित पडला आहे, पण खूप पूर्वीपासून पुरुष हा 'कर्ता पुरुष' या भूमिकेतच राहिला आहे. त्यातून मिळणारे अधिकार पुरुषांना हवे असतात व त्यासाठीची जबाबदारी घेण्याचीही त्यांची तयारी असते. आपण ही जबाबदारी पेलत आहोत, घरातील सर्वांच्या गरजा पुरवतो आहोत यात त्यांना समाधान व काहीसा अधिकार वाटत असतो. एका अर्थी 'पुरुष' म्हणून त्यांची ती भावनिक गरज असते. पण होतं काय – पत्नी जेव्हा काही तक्रारी करते, त्रागा करते तेव्हा पुरुषाच्या या अभिमानाला थोडा धक्का बसतो. ती जणू आपल्याविषयीच तक्रार

करते आहे, 'तुमच्या घरात मी समाधानी नाही' असं बजावते आहे असा चुकीचा समज पुरुष करून घेतात. पत्नी जेव्हा तिचं दुःख किंवा नाराजी व्यक्त करते, तेव्हा पुरुषाला ते स्वतःचं अपयश वाटतं. खरं तर ते तसं नसतं. पत्नी सुखात असावी अशी इच्छा असणं वेगळं आणि तिच्या सुखाला (व दुःखाला) आपणच सर्वथैव जबाबदार आहोत, असं समजणं वेगळं. म्हणूनच जॉन ग्रे सुचवतात – पुरुषांनी हा समज काढून टाकावा. प्रत्येक वेळी तिच्या 'बोलण्यातून' स्वतःवर दोष ओढवून घेऊ नयेत. हवं तर 'माझा दोष आहे, असं तुला म्हणायचंय का?' असं थेट विचारावं. स्त्रियांनीही बोलताना आपल्या भावना व्यक्त करण्यावर भर द्यावा. त्यावेळी तक्रारीचा किंवा आरोपांचा सूर कटाक्षानं टाळावा. 'मी काही तुला दोष देत नाहीय,' असं थेट म्हणता आलं तर फारच उत्तम.

बायका डोकं का खातात ?

बायकांना स्वतःच्या समस्यांवर बोलायचं असतं, चर्चा करायची असते – तीही अगदी तपशीलवार. त्यासाठी नवरा हा त्यांचा हक्काचा श्रोता असतो. पुरुषांचं मात्र अगदी उलटं आहे. कुठल्याही समस्येवर त्यांना स्वतःशीच विचार करायचा असतो. चिंतन-मंथन करून त्या समस्येवर स्वतःच काही उपाय/तोडगा शोधायचा असतो. त्यामुळे काही 'प्रॉब्लेम' असला की पुरुषांना एकांत हवा असतो. एकटं राहायचं असतं. त्यांचे प्रश्न हे कामासंदर्भातले, आर्थिक स्वरूपाचे असतात. त्या बाबतीत बायका काही मदत करू शकतील असं त्यांना वाटत नाही. त्यामुळे उगाच कशाला बायकोला 'टेन्शन' द्या... या 'रास्त' विचारानं पुरुष स्वतःत बुडतात. ग्रे यांच्या शब्दांत म्हणजे 'गुहेत जाऊन बसतात', पण त्यामुळे बायका अस्वस्थ होतात. 'गुहे' बाहेरून (अदृश्य) 'काठी'नं नवऱ्याला ढोसत राहतात. 'काय झालंय तुला... मला सांगत का नाहीस. मी काय कुणी परकी आहे का?' अशा प्रश्नांची सरबत्ती करतात. मग नवरे 'तू माझं उगाच डोकं खाऊ नकोस,' म्हणून डाफरतात. कारण ते डोकं त्यांना स्वतःचा एखादा 'प्रॉब्लेम' सोडवण्यासाठी वापरायचं असतं. म्हणूनच अशा वेळी बायकांनी नवऱ्यांना (घरातच!) एकटं सोडावं... फारतर 'चहा हवाय का?' वगैरे विचारून पाहावं. त्यांना त्यांच्या प्रश्नावर शांतपणे विचार करू द्यावा.

नवऱ्यांची बायकांविषयी आणखी एक तक्रार असते. ती म्हणजे बायका सतत या ना त्या प्रकारे त्यांना बदलण्याचा प्रयत्न करत असतात. स्त्रिया जेव्हा पुरुषांना (अगदी प्रेमानं व सद्भावनेनं) बदलू पाहतात, तेव्हा त्या आपल्याला सुधारण्याचा प्रयत्न करताहेत... म्हणजेच आपल्यात मुळात काही 'बिघाड' आहे असं त्या सुचवताहेत, असा निष्कर्ष काढून पुरुष धुसफूसत राहतात. स्त्रिया जेव्हा काही सल्ला देऊ लागतात, तेव्हा त्यांना आपण कुठेतरी कमी पडतो आहोत असं वाटतं व ते बिथरतात. म्हणूनच –

नवऱ्यांना मागितल्याशिवाय बायकांनी सल्ले देऊ नयेत आणि दुसरं म्हणजे नवऱ्याला बदलण्याचा... सुधारण्याचा प्रयत्न करू नये! तो आहे तसं त्याला स्वीकारावं... फार तर थोडं सुचवून पाहावं... पण त्याचं त्यालाच बदलू द्यावं. माणसं बदलू शकतात, हे खरं आहे... पण ती बदलली तर 'प्रेशर'मुळे नव्हे, प्रेमानंच बदलू शकतात, हे जास्त खरं आहे.

हे आहेत मोलाचे सल्ले

दोघांच्या वृत्ती, प्रवृत्तींतील मूलभूत भेद ध्यानात घेऊन ग्रे महोदयांनी दोघांसाठी दिलेले मोलाचे सल्ले असे आहेत :

• स्त्रियांनी नवऱ्याचं प्रेम – म्हणजेच त्याचा वेळ, सहवास, त्याचं लक्ष, त्याचा भावनिक आधार – योग्य वेळी योग्य शब्दांत मागावा.

'मला तुझ्याकडून दुसरं काहीही नकोय, महागडं प्रेझेंट तर मुळीच नको आहे. फक्त जवळ बस माझ्या,' हे पत्नीनं पतीला सांगण्यात कमीपणा काहीच नाही!

• दुसरी गोष्ट – स्त्रीनं स्वतःला असलेली प्रेमाची गरज भागवण्यासाठी पूर्णतः नवऱ्यावर अवलंबून राहू नये.

'मला सुखात ठेवण्याची जबाबदारी तुझ्यावर आहे.' असा पवित्रा घेऊ नये. आपले इतर नातेसंबंध, मित्र-मैत्रिणी यांच्याही सहवासात रमावं.

याच वेळी ग्रे यांनी नवरे मंडळींना दिलेला 'मोलाचा सल्ला' असा आहे, 'बाबांनो, संसार सुखाचा करायचा असेल, तर किमान दोन गोष्टी करा. एक – प्रेमानं, आस्थेनं तिचं बोलणं ऐकायला शिका आणि दोन – जाता येता तिच्याशी प्रेमाचे चार शब्द बोलायला शिका आणि तेही जमत नसेल तर स्वतःला तिच्याविषयी वाटणारं प्रेम, कौतुक, आस्था, जिव्हाळा... अशा भावना तिच्यापर्यंत पोहोचण्याचा दुसरा एखादा मार्ग शोधून काढा!'

थोडक्यात काय – 'जोडीदाराविषयी तुम्हाला प्रेम वाटायला हवं आणि ते तुम्ही व्यक्तही करायला हवं!'

पण प्रश्न असा आहे – हे 'प्रेम' वाटतच नसेल तर काय करावं? तशी सक्ती थोडीच करता येते?

त्यावरचं उत्तर असं आहे – एकमेकांच्या सहवासात वर्षानुवर्ष व्यतीत करताना, आयुष्यातले चढ-उतार एकत्र अनुभवताना... परस्परांत प्रेम निर्माण होऊ शकतं आणि ते कसं व्यक्त करावं हेही कळू शकतं! 'साहचर्य प्रेम' हा प्रेमाचा प्रकार आपण पाहिलाच आहे. मिग्नन मॅकलाफिन हा अमेरिकन पत्रकार तर म्हणतो, '**विवाह यशस्वी होण्यासाठी एकाच व्यक्तीच्या वारंवार प्रेमात पडणं आवश्यक असतं!**'

मार्क ट्वेननंही म्हटलं आहे, 'लग्न होऊन किमान पंचवीस वर्ष काढल्याशिवाय परिपूर्ण प्रेम म्हणजे काय हे कोणत्याही स्त्रीला/पुरुषाला कळूच शकत नाही!'

छोटी, छोटी रहस्यं

पति-पत्नी संबंधातील असंख्य पैलूंचा आपण विचार केला, काही खुब्यांही समजून घेतल्या. मात्र हेही खरं की, शेवटी प्रत्येक जोडप्याची आपल्या संबंधातले हे पैलू हाताळण्याची, संसार करण्याची अन् प्रेम करण्याची... भांडण्याची आणि भांडणं सोडवण्याची आपापली तऱ्हा असते. तेच त्या दोघांतलं सिक्रेट अन्डरस्टॅन्डिंग असतं... तेच त्यांच्या सुखीसमाधानी संसाराचं रहस्यही असतं. सुदैवानं काही मंडळी आपली ही 'रहस्यं' इतरांसाठी मोकळेपणानं खुली करीत असतात. त्यातून इतरांनाही निश्चितच काही घेता येतं...!

डॉ. अनिल अवचट व डॉ. अनिता (सुनंदा) अवचट यांचा संदर्भ मागे आलाच आहे. दोघांच्या फक्त सवयीच नव्हे तर स्वभावही भिन्न होते. त्या संदर्भात बोलताना डॉ. अवचट म्हणतात, 'आमच्या दोघांच्या स्वभावात एवढा फरक होता की अनेकदा भांडणं होत असत, पण ती सुरुवातीच्या काळात... नंतर कमी कमी होत नाहीशी झाली.

तिचा मूळ स्वभाव थोडा चिडखोर होता. ती परफेक्शनिस्ट होती. अशा लोकांना कामं त्यांना हवी तशी झाली नाहीत, तर त्यांची चिडचिड होते, पण हळूहळू माझ्या बाबतीत तिचा हा आग्रह कमी झाला. मी वेळच्या वेळी कामं करायचो नाही, रेंगाळत ठेवायचो, घोळ व्हायचे, कित्येक गोष्टी विसरायचो, तेव्हा ती रागवायची आणि मला बोलायला तोंड नसे.

माझे काही मित्र-मैत्रिणी हाही एक भांडणाचा विषय असे. ते तिला आवडत नसत, म्हणून ते भेटल्याचं किंवा मी त्यांच्याकडे गेल्याचं तिला सांगत नसे. ते तिला कळल्यावर त्यावरून भांडण व्हायचं. भांडणानंतर दुसऱ्या सकाळपासून सुरू होई तो अबोला तो किती दिवस चालेल माहीत नसे. कोणी माघार घ्यायची हा इगो पॉईंट झालेला असे. भांडण मिटल्यावर मग काय, आनंदोत्सवच. मग भांडणाची आठवणही होत नसे, ते पुढचं भांडण होईपर्यंत.

अशा काही भांडणानंतर मात्र सुनंदानंच पुढाकार घेतला. म्हणाली की भांडणांमुळे आपल्या दोघांनाही त्रास होतो. भांडणानंतर आपण जेव्हा 'नॉर्मल'ला येतो, तेव्हा त्याविषयी बोलत जाऊ. मग तसं आम्ही बोलू लागलो. त्यावेळी मला नेमकं काय म्हणायचं होतं, ते सांगू लागलो, चुका पदरात घेऊ लागलो. त्या दिवशीचं (खरं तर रात्रीचं) भांडण दुसऱ्या दिवसावर जाऊ द्यायचं नाही, तेव्हाच काय ते संपवून झोपायचं. मग इतका आत्मविश्वास आला की, एक तासाचाच नियम केला. तास संपला की भांडण तिथं संपवायचं. पुढे तर ही वेळ पंधरा मिनिटांवर आली.

भांडणाचे नियम तर दोघांनी कसोशीने पाळलेच, पण त्याहीपेक्षा महत्त्वाचं म्हणजे अनिताजींच्या वाढदिवसाला अनिल विचारत, 'माझ्या स्वभावातली कुठली गोष्ट तुला खटकते ते सांग. पुढच्या वर्षभरात मी तो दोष काढून टाकण्याचा प्रयत्न करीन आणि हेच माझं तुला प्रेझेंट!' अनिलांच्या वाढदिवसाला अनिताजीही तसंच 'प्रेझेंट' देत. याशिवाय

लग्नाच्या वाढदिवसाला, 'तुझ्या आवडीची, तुला आनंद देणारी एक तरी गोष्ट या वर्षात मी प्रयत्नपूर्वक करायला लागेन,' असं दोघंही ठरवत. तसं करूनही दाखवत. साहजिकच खटकणाऱ्या गोष्टी जवळजवळ संपल्या, आनंद देणाऱ्या मात्र वाढतच गेल्या.

जोडीदार अनुरूप असावा, याविषयी दुमत असूच शकत नाही, पण अनिल म्हणतात त्याप्रमाणे, 'अनुरूप म्हणजे परिपूर्ण नव्हे की आदर्शही नव्हे. अनुरूप ही 'होत' जाण्याची प्रक्रिया आहे. अनुरूप होत जाणं म्हणजे जोडीदाराच्या आनंदासाठी निरपेक्षपणे काही करत राहणं.'

कुठल्याही दोन व्यक्तींमध्ये मतभेद, वाद अपरिहार्यच असतात. नवरा-बायको त्याला अपवाद कसे असतील? मुळात आस्था असते, अपेक्षा असतात, आपलं मानलेलं असतं म्हणून तर भांडणं होत असतात. खरं तर अशी छोटी छोटी भांडणं सहजीवनातली गोडी वाढवतच असतात, पण संसारात मिठाइतकंच भांडण असावं!

भांडण हा दोघांचा 'हक्क' असतो, हेही मान्य करता येईल. फक्त एवढंच की हा हक्क –सहजीवनातल्या आनंदावर कुरघोडी करणार नाही, ही दक्षता दोघांनीही घ्यायला हवी. यासाठी हाच खरा 'मंत्र' आहे. **भांडा 'सख्य' भरे... नांदा सौख्य भरे!**

हे आहेत, भांडणासाठीचे नियम

अपघात टाळण्यासाठी जसे वाहतुकीचे नियम पाळावे लागतात, तसेच 'अतिरेक' टाळण्यासाठी भांडणाचेही काही नियम असतात, ते असे आहेत.

- ज्या विषयावर वाद असतो, त्याच विषयावर बोला. शोभा डेंच्या शब्दांत सांगायचं तर भांडणाचा 'चिवडा' करू नका! 'पैशां'वरून वाद असेल तर अकारण सासू-सासऱ्यांपासून घरच्या कुत्र्या-मांजरांपर्यंत वाटेल ते मुद्दे घुसडू नका, भांडण भरकटू देऊ नका.
- रागाच्या भरातही समोरची व्यक्ती दुखावेल किंवा नंतर तुम्हाला स्वतःलाही पश्चात्ताप होईल, असे शब्द वापरू नका, शब्दाने शब्द वाढवू नका.
- स्वतःवर ताबा राहील, तोल सुटणार नाही याची दक्षता घ्या.
- आपापसांतच भांडा. चारचौघांसमोर, विशेषतः मुलांसमोर वाद घालू नका.
- भूतकाळ उकरून काढू नका. तू असाच आहेस/तू नेहमीच असं वागतेस... असं म्हणण्याचा मोह टाळा. फक्त त्यावेळच्या वागण्यावर बोला.
- 'कुणाचं चुकलं' यावर वाद घालण्यापेक्षा 'काय चुकलं' हे शोधण्यावर भर द्या.
- भांडण म्हणजे काही 'लढाई' नसते. वादात 'जिंकणं' हा 'प्रेस्टिज इश्यू' करू नका. जोडीदाराचं पटलं/स्वतःचं चुकलं असं जाणवलं, तर उमदेपणानं तसं सांगून टाका. पती-पत्नीच्या नात्यात 'हार-जीत' आणू नका.

- 'प्रत्येक वेळी मीच का माघार घ्यायची' या 'बाणेदार' विचारापेक्षा 'मीच का घेऊ नये' असा समंजस विचारही करता येतो. वाद जरूर घाला, पण कुठल्याही परिस्थितीत तुटेल इतकं ताणू नका.

- ज्या दिवसाचं भांडण असेल ते त्या दिवशीच मिटवणं उत्तम. तेव्हा मनात असेल ते बोलून टाका. धुसफूसत दिवस दिवस घालवू नका.

- भांडणासाठी एक 'टाइम लिमिट' ठरवा. ती झाली की दोघांनी गप्प बसायचं. त्या वेळेत तोडगा निघतोच असं नाही, पण परस्परांच्या भावना कळतात. दोघेही व्यक्त झाल्यानं विरेचन होतं, निचरा होतो. एकमेकांच्या मुद्द्यांवर विचार करायला दोघांनाही नंतर वेळ मिळतो.

- दोघेही 'नॉर्मल' झाल्यावर शांतपणे चर्चा करा. मतैक्य होतंच नसेल तरी 'मतभेदांसह पुढे जाऊ – लेट अस अॅग्री टू डिफर' असाही समंजस पवित्रा घेता येतो. अर्थात केवळ जोडीदाराच्या समाधानासाठी, मनात नसताना 'सॉरी' म्हणून वेळ मारून नेऊ नका. अशा वरवरच्या क्षमायाचनेनं काहीच साधत नसतं.

- मतभेद असूनही सलोखा (तह!) करता येतोच. एकदा असा सलोखा झाला की वादाचा 'तो' विषय पुन्हा उकरून काढू नका.

- भांडणाचा 'हँगओव्हर' टाळा. पुन्हा जवळ येण्यासाठी कोण पुढाकार घेतंय, याची वाट पाहू नका.

- भांडणाची तीव्रता खूपच असेल तर दोघांना मान्य होईल अशा मध्यस्थाची मदत घ्यायलाही हरकत नाही.

- मनावर भांडणाचे ओरखडे राहणार नाहीत, याची काळजी घ्या. जोडीदाराशी तुटक वागून, प्रेम कमी करून 'सूड' घेत बसू नका.

सगळेच नियम एकदम पाळता येतील असं नाही... पण जमतील तेवढे पाळा. भांडणं तर होणारच, फक्त ती विकोपाला जाणार नाहीत, याची काळजी घ्या.

घर दोघांचं... काम कुणाचं?

घरकाम हा तसा अगदी साधा किरकोळ वाटणारा विषय... पण सुखी, संवादी सहजीवनासाठी 'घरकामाबद्दलचा दृष्टिकोन' हा अनेकदा कळीचा मुद्दा ठरतो. मुख्यतः पुरुषांचा दृष्टिकोन... पण काही प्रमाणात स्त्रियांचाही.

प्रथम पुरुषांच्या दृष्टिकोनाबद्दल बोलू. त्यांचे दोन मुद्दे असतात. पहिला, घरकाम हे बिनमहत्त्वाचं असतं. त्यात डोकं कुठं वापरायला लागतं? आणि दुसरा, ते बायकांनीच करायचं असतं. हे झालं पुरुषांचं. पण खुद्द स्त्रियाही 'गृहिणी' असणं हे काहीसं कमीपणाचं मानत असतात. 'आय ॲम जस्ट अ हाऊसवाइफ' हे उद्गार नेमकं तेच व्यक्त करीत

असतात. म्हणूनच 'निव्वळ घरकाम' समजलं जातं, त्या कामाचं मोलही एकदा तोलून पाहायला हवं. 'गृहिणी'च्या भूमिकेतही किती नाना तऱ्हेची कामं अंतर्भूत असतात, याचा पुरुषांना (आणि आजकालच्या तरुणींनाही) एकदाचा उलगडा व्हायला हवा. खरंच – 'जस्ट अ हाऊसवाइफ' असलेली स्त्री नेमकं काय करत असते? सर्वांच्याच वेळा आणि मर्जी सांभाळताना तिला स्वतःला कसलाही आळस किंवा कंटाळा करण्याची मुभा नसते. कामाला काळ-वेळही नसतो. रोज सकाळ-संध्याकाळचा नाश्ता, स्वयंपाकपाणी हे तर असतंच, पण बाई आली नाही की, धुणी-भांडी उरकायची ती तिनंच, पाहुण्यांची सरबराई, मुलांचा अभ्यास, बिलं भरणं, पुन्हा पतिराज ऑफिसमधून परतले की त्यांची सरबराई... तीही पोरांनी केलेल्या पसाऱ्याबद्दल स्वतः बोलणी खात!

सणासुदीला तर सफाई ही युद्धपातळीवर आणि सर्वंकष... सांदीकोपऱ्यात झाली पाहिजे. याशिवाय सासर-माहेरचे, शेजारी-पाजारी यांना घरासाठी जोडून ठेवायचं ते तिनंच. लहानमोठ्या आजारपणात घरातल्यांची सेवाशुश्रूषा करणं, त्यांना डॉक्टरांकडे चेकिंगला नेणं-आणणं, रिपोर्ट्स आणणं, औषधांच्या वेळा व पथ्यपाणी सांभाळणं. तिला स्वतःला मात्र आजारी पडायला ना फुरसत असते ना मुभा. ती आजारी पडली तर घरात जी दाणादाण उडते ती उडू नये म्हणून तिची दुखणी तिनं अंगावरच काढायची!

मुख्य म्हणजे घरची सगळी उलाढाल 'बजेट'मध्ये बसवायची ती तिनंच. गृहिणी ही भूमिका निभावताना स्त्रीला जे जे करावं लागतं ते खरंच का साधं, सोपं असतं?

शारीरिक कष्ट, मानसिक संतुलन, जागरूकता, भरपूर वेळ... आणि स्वार्थ नव्हे तर स्वार्थत्याग या किमान आवश्यक गोष्टी – मिनिमम क्वालिफिकेशन्स – असतात. पण ह्या झाल्या प्राथमिक पात्रता. याखेरीज योजकता, प्रसंगावधान, समायोजन, प्रसंग आणि व्यक्तीनुसार व्यवहार करण्याची... माणसं जोडण्याची कला, घराचं अर्थकारण आणि व्यवस्थापन, अगदी दैनंदिन वागण्या-बोलण्यातही समज आणि प्रगल्भता ही कौशल्यं गृहिणीला आत्मसात करावी लागतात. पुन्हा पालक म्हणून आवश्यक असणारी कौशल्यं वेगळीच. कुशल गृहिणीच्या अंगी 'नाना कला' असाव्याच लागतात. सदैव सतर्क तर राहावं लागतंच, पण होय, डोकंही वापरावं लागतंच!

आणि तरीही... हे सगळं निगुतीनं करणाऱ्या गृहिणी स्वतःला कमी का लेखतात? 'रिकामटेकडी' म्हणून होणारी हेटाळणी त्या सहन का करतात? ज्याला 'थँकलेस जॉब' म्हणता येईल, असं हे जबाबदारीचं ओझं स्त्रीला जाचत कसं नाही?

याचं एकमेव कारण हेच आहे की... स्त्रीची ही सारी 'सेवा' घरासाठी असते, मायेपोटी असते. केवळ कोरड्या व्यवहारानं कुणी स्त्री खऱ्या अर्थानं घर सांभाळूच शकणार नाही. पण नेमक्या याच कारणामुळे स्त्रीला गृहीत धरलं जातं. तिच्या कामाचं मोल केलं जात नाही. त्यातून स्त्री नोकरी करणारी असेल तर विचारायलाच नको. घरची

कामं आणि नोकरी अशी दुहेरी कसरत करताना तिची कमालीची ओढाताण होत असते. ती पेलता यावी म्हणून 'सुपरवुमन' होण्याची तिची धडपड सुरू असते. परिणामी चहूबाजूंनी मानसिक आणि शारीरिक ताण ती सोसत राहते. पुन्हा आपलं घराकडे, मुलांकडे दुर्लक्ष होतंय, अशी काहीशी खंत, अपराधीपणाची भावनाही ती वागवत राहते.

हे बदलायला हवं...

हे चित्र बदलायचं असेल तर स्त्री-पुरुष दोघांनाही आपली मानसिकता, आपले दृष्टिकोन बदलावे लागतील, आपला तोच तर प्रयत्न आहे...

'कुंपण आणि आकाश'मध्ये मंगला गोडबोले लिहितात, 'गृहिणीचा कित्येकदा आपल्याला 'स्त्रीसुलभ' सगळी कामं जमतातच, आपण गृहकृत्यदक्ष आहोत, हे दाखवण्याचा अट्टाहास असतो. खरं तर 'स्त्रीसुलभ' ही तशी भ्रामकच कल्पना आहे. कामांचे, कलांचे, व्यासंगाचे स्त्री व पुरुष या लेबलांचे गठ्ठे निसर्गानं केलेले नाहीत. ते आपणच करून ठेवले आहेत.'

विद्या बाळ यांनीही म्हटलं आहे, 'पुरुष घरकामात सहसा आणि सहजी सहभागी होत नाहीत, पण जेव्हा होतात तेव्हा स्त्रियाही त्यांचं स्वागत करतातच असं नाही. स्वतःचा (पुरुषी) अहंकार सोडून घरकामात शिरायला पुरुषाला त्रास होतो, पण स्त्रियांचा अहंकारही घरकामात फारच पाय पसरून बसलेला असतो. 'आमच्या यांना साधा चहासुद्धा करता येत नाही. मी नसले की त्यांना बाहेर जाऊनच घ्यावा लागतो,' असं बायका कौतुकानं सांगतात. पुरुषानं स्वयंपाकघरात जराही 'लुडबुड' केलेली त्यांना चालत नाही. नवऱ्यानं काय भावानंही झाडू हातात घेतला तर बायकांचा जीव लगेच खालीवर होतो.'

मुलांच्या बाबतीतही तेच. मुलांना वाढवताना जिवाचा आटापिटा करायचा आणि नंतर स्वतःशी म्हणायचं, एवढा आटापिटा केला नसता तरी मुलं वाढायची ती वाढलीच असती! मुलं वाढली, मोठी झाली, शिक्षण/नोकरीत, मित्र-मैत्रिणींत, आपापल्या उद्योग संसारात रमली की 'आता करायचं काय' हा प्रश्न आ वासून उभा राहतो.

संसाराला स्वतःला 'जुंपून' घेतल्यावर स्त्रिया आपले छंद, आपल्या कला विसरून जातात. 'आपलं काय... संसार सांभाळून कसंबसं करायचं झालं,' म्हणत एखादा क्लासबिस लावतात एवढंच. त्यामुळे त्यांच्या अनेक क्षमता वापरल्या जात नाहीत. त्यांचा आत्मविश्वासही कमी होत जातो. वाचनही फक्त 'बायकांच्या मासिका' पुरतं राहिलं की मुलांकडून विचारल्या जाणाऱ्या प्रश्नांना 'तू ते बाबांना विचार' अशी उत्तरं दिली जातात. मग मुलंही आईला 'विचारेनाशी' होतात. 'गृहिणी' म्हणून डोक्याला फारसा ताप न देता सोपं, आयतं जगणं पत्करलं की मग तेच जगणं, दुय्यम परावलंबीही आपोआपच होतं. प्रत्येकीनं नोकरी, उद्योगच केला पाहिजे असं नाही, पण स्त्रीनं आता

घराबाहेर पडायलाच हवं. संसाराव्यतिरिक्तही काही करायला हवं. त्या निमित्तानं बाहेरच्या समाजाशीही तिचा संपर्क येत राहतो. कौटुंबिक नात्यांचे बंध ओलांडून व्यापक संबंध ती जोडू शकते. केवळ 'बाई' म्हणून नव्हे तर एक 'माणूस' म्हणून ती जीवनाला अधिक मोकळेपणाने सामोरी जाऊ शकते.

नोकरी करणाऱ्या स्त्रियांनाही 'सुपरवुमनायटिस'ची बाधा होणं घातकच. दिवसाचे आठ-दहा तास बाहेर घालवणारी स्त्री पूर्ण वेळ घरी राहणाऱ्या स्त्रीशी गृहकृत्यदक्षतेबाबत स्पर्धा करील, तर तिच्या पदरात काय येईल? स्त्रिया स्वतः नोकरी करून आपण नवऱ्यावर फार मोठे उपकार करीत आहोत, अशी जाणीव ठेवत नाहीत, पण पुरुषही 'माझी पत्नी पैसे कमावून संसाराला चांगला हातभार लावते,' असं कौतुकानं बोलताना आढळत नाहीत. शिवाय पत्नीला घरकामात मदत करणं बहुतेकजण कमीपणाचं मानतात. त्यातून जे काही थोडीफार मदत करतात, ते जणू आपण 'उपकार'च करतो आहोत, असं समजत असतात. ही उपकारक वृत्ती कशासाठी?

'बायकांनी नोकऱ्या करणं आणि पुरुषांनी भाकऱ्या थापणं' इतकी समानतेची उथळ कल्पना नसावीच पण, घरासाठी कमावणं हे फक्त पुरुषाचं काम, ही संकल्पना आता मोडीत निघाली आहे... मग घरकाम हे फक्त स्त्रीचं काम, ही संकल्पनाही मोडीत का निघू नये? घरकाम म्हणजे घरातल्या सर्वांचं काम. 'मिळून सर्वजण' घराच्या साऱ्या जबाबदाऱ्या 'शेअर' करू या, अशी वृत्ती का नसावी? पैसे मिळवणाऱ्या, न मिळवणाऱ्या सर्वच स्त्रियांनी आता तसा आग्रह धरायला हवा; पण नोकरी करणाऱ्या स्त्रियांनी तो अधिक अधिकारानं धरायला हवा. शिवाय खर्चाचं स्वातंत्र्यही घ्यायला हवं!

अर्थात जेव्हा स्त्रीला असं दिसतं की, नवरा आपल्यापेक्षा काही अर्थपूर्ण जगू पाहतो आहे, तेव्हा ती स्वतः होऊन त्याला घरकामामध्ये सूट देण्याचा मोठेपणा दाखवतेही, परंतु बहुतेक पुरुष नोकरीखेरीज ना काही जोडउद्योग करतात, ना स्वतःचे काही छंद जोपासतात, ना सामाजिक कार्यांत भाग घेतात. अशा पुरुषांनी स्त्रियांबरोबर स्वयंपाक करण्याची गरज नाही... पण स्वयंपाकघराबाहेरच्या घरकामांना तरी हातभार का लावू नये?

आणखी एक, स्त्री जर नोकरी करणारी असेल आणि तिला खास प्रमोशनची संधी असेल, तिच्या करिअरमध्ये मोठी प्रगती होणार असेल... तर केवळ घरकामासाठी तिला अशी संधी गमवावी लागू नये एवढी तरी दक्षता नवऱ्यांनी घ्यायला हवी की नाही?

असेही 'पुरुष' असतात!

बायकांना घरकामात मदत करणाऱ्या पुरुषांना 'बायल्या' किंवा 'बायकोच्या ताटाखालचं मांजर' अशा पदव्या इतर पुरुषांकडून बहाल केल्या जातात. त्यामुळे मनात असूनही

काही पुरुष घरकामात मदत करण्याचं 'डेअरिंग' करीत नसावेत! इथे पुन्हा एकदा डॉ. अनिल अवचट यांचं उदाहरण द्यायला हवं.

प्रारंभी अनिता अवचट या डॉक्टर म्हणून नोकरी करीत होत्या. अवचट स्वतः डॉक्टर असले तरी नोकरी किंवा प्रॅक्टिस करीत नव्हते. काही काळ ते युवक चळवळीत होते. नंतर लेखनाकडे वळले. मुख्यतः घरीच असल्याने त्यांना घरकामात सहभाग देणं शक्य होतं. होय शक्य होतंच... पण 'सोपं' नक्कीच नव्हतं!

त्यासंदर्भात 'स्वतःविषयी'मध्ये अवचट लिहितात... 'आमच्या मूळ घरात पुरुषांनी काम करायची पद्धत नव्हती. बायकांची काम पुरुषानं करणं, फारच वावगं समजलं जायचं. आम्ही लोकमान्यनगरात राहत असताना सुनंदाला मी कामात मदत करायचो. एकदा आम्हाला दोघांनाही बाहेर जायचं होतं. लवकर आटपायचं म्हणून मी सुनंदाला तांदूळ निवडून देत होतो. तेवढ्यात वडील आले. त्यांनी ते पाहिलं आणि अस्वस्थ होऊन म्हटलं, 'उशीर झाला तरी चालेल, तू कशाला निवडायला पाहिजे?' सुनंदा घरी आल्यावर धुणं धुवायची, मी तिला आगळू लागायचो, वाळत घालू लागायचो. आमच्या नातेवाइकांमध्ये याची मोठी चर्चा व्हायची. 'सूनबाईचा ठसका फारच दिसतोय, नवऱ्याला स्वतःची लुगडी धुवायला लावतेय!' बायकांची धुणी धुणं ही पुरुषाच्या अवमानाची परमावधी समजली जात होती. त्यावेळी माझंही मन द्विधा व्हायचं. एकीकडे अशा चर्चेमुळे खजील व्हायला व्हायचं तर दुसरीकडे सुनंदाची ओढाताण, कष्ट पाहून तिचं काम आपण हलकं केलंच पाहिजे, असंही वाटायचं.'

'पुढे नानापेठमध्ये राहायला गेल्यावर तर आम्ही धुणी-भांडी आलटूनपालटून करायचो. मी धुणं धुणार असेल तर त्या दिवशी तिनं भांडी घासायची. दुसऱ्या दिवशी उलट. सुनंदाला लाँड्रीत कपडे टाकणं आवडायचं नाही. त्यामुळे बरेच कपडे असले की आम्ही ते मिळूनच धुवायचो.'

फक्त घरकामच नव्हे तर दोन्ही मुलींचं संगोपन, पालकत्वही दोघांनी बरोबरीनं निभावलं. अवचट यांनी (पुरुष/बाप असूनही) मुलींचं सर्व काही केलं. बाळुती, लाळेरी, दुपटी धुतली. मुली तापल्या तेव्हा रात्ररात्र त्यांना मांडीवर घेतलं. त्यांच्या वेण्या घातल्या, त्यांच्यासाठी घरातच बालवाडी सुरू केली...

यासंदर्भात अवचट यांनी ज्येष्ठ सामाजिक कार्यकर्ते बाबा आढाव यांचंही उदाहरण दिलं आहे. ते लिहितात...

'बाबा आढाव आमच्या समोरच राहायचे. तेही आपल्या घरातली खूपच काम करायचे. त्यांच्या पत्नी शीलाताईंही नोकरी करणाऱ्या. बाबा गावाहून रात्रभर प्रवास करून आले तरी सर्व कपडे धुवत बसायचे. माझ्याशी बोलता बोलता पटकन गॅसवर पिठलं ठेवायचे. पालेभाजी परतून घ्यायचे. जे उरलं असेल ते खायचे. 'मी एवढा

गावावरून आलो, माझ्यासाठी बायकोनं एवढं तरी केलं पाहिजे,' अशी अपेक्षाही नसायची. शीलाताई दमलेल्या असतील तेव्हा तर पडेल ते काम बाबा करायचे!'

विख्यात शास्त्रज्ञ जयंत नारळीकर यांचंही उदाहरण इथे द्यायला हवं. त्यांच्याविषयी बोलताना सौ. मंगला नारळीकर यांनी म्हटलं आहे, 'मोठा शास्त्रज्ञ असूनही पुत्र, पती, पिता या सगळ्या भूमिका त्यांनी छान निभावल्या आहेत. मुलींशी खेळणं, त्यांना अभ्यासात मदत करणं, रात्री झोपण्यापूर्वी गोष्ट सांगणं हे हौसेनं केलं आहे. मुलींनी कितीतरी दिवस बाबांकडून रोज रात्री गोष्ट वसूल केली आहे. मुख्य म्हणजे पाश्चिमात्य देशात राहिल्यामुळे घरकाम करण्यात त्यांना कधीही कमीपणा वाटत नाही. भारतात असताना कधी कामवाली बाई आली नाही की स्वतःहून कामात मदत करणं, हे अगदी सहजच होत असतं.'

आजच्या तरुणाईला हे सगळं अजब वाटेल. असे पुरुष दुर्मीळ असतात, पण असतात हेही खरं. प्रश्न आहे तो वृत्तीचा, घरकाम हे शेवटी आपल्याच घरचं,

पुरुष पुढाकार घेतील काय ?

वास्तविक स्त्रियांनी दमदार प्रवेश केला नाही, असं कुठलंही क्षेत्र नाही. असं असलं तरी निसर्गानं तिचा पिच्छा सोडला नाही. 'मी आता नोकरी करते, घरासाठी पैसे कमावते म्हणून आता मासिक पाळीची कटकट नको,' असं ती म्हणू शकत नाही. 'माझा पगार माझ्या नवऱ्याइतकाच आहे, म्हणून माझं दुसरं बाळ नवऱ्याच्या पोटात वाढू दिल्यास मी आपली अत्यंत आभारी राहीन,' असा अर्ज ती निसर्गाकडे करू शकत नाही.

त्याचवेळी 'आपलं कुटुंब, आपलं घर' या भावनिक बंधनातून तिला सुटका मिळत नाही. किंबहुना तशी सुटका व्हावी हा तिचा स्वभावदेखील नाही. नोकरी करत असताना तिला वरिष्ठांच्या लहरी स्वभावालाही सांभाळून घ्यावं लागतं.

निसर्गानं दिलेल्या जबाबदाऱ्या तर पार पाडल्याशिवाय गत्यंतरच नाही. घरातील विशेषतः स्वयंपाकघरातील व्यवस्था नीट आहे की नाही हे पाहणं ही तिची भावनिक गरज आहे. ही सर्व धावपळ करताना तिची दमछाक होते आहे. ओढाताण होते आहे. हा ताण दूर करण्यासाठी एकच जालीम उपाय आहे. तो म्हणजे पुरुषांनी हे सर्व समजून घेऊन तिला सहकार्य करण्यासाठी... तिच्यावरचं ओझं हलकं करण्यासाठी पुढाकार घेतला पाहिजे. अर्थात पुरुष म्हणजे फक्त नवरा नव्हे; भाऊ, वडील, मुलगा, सासरा, कार्यालयातील पुरुष सहकारी आणि अधिकारी सारेच!

– डॉ. किशोर अतनूरकर

आपल्यासाठीच असतं. ते करण्यात कमीपणाचं आणि पुरुषी अभिमानाला तडा जाण्यासारखं काही नसतं – एवढी जाण आली तरी पुरे.

एक तर निश्चित... आज स्त्री-पुरुष दोघांनी अधिक समजुतीनं कामं वाटून घेण्याची आवश्यकता आहे. ती आता काळाचीच गरज झाली आहे. संसार हे आता 'लवचीक' राहिले तरच टिकणार आहेत. कामांची, घरकामांचीही वाटणी करावी लागणार आहे, पण ती 'काटेकोर' केली तर ते 'घर' राहणार नाही. अडवणुकीपेक्षा परस्पर सोय, परिस्थितीनुसार बदल... याआधारे एकूणच घरची कामं आणि जबाबदाऱ्या यांचं वाटप – तेही समानतेच्या तत्त्वावर करावं लागणार आहे. कामांचे कप्पे आता रद्दबातल होणार आहेत. स्त्री-पुरुष दोघांनीही या 'बदला'साठी आता स्वतःची मानसिक तयारी ठेवायला हवी. 'फेसबुक'च्या 'सीईओ' अशा उच्च पदावर पोहोचलेल्या शेरील सॅन्डबर्ग यांनीही स्त्रियांना *'मेक युअर पार्टनर अ रिअल पार्टनर'* असा सल्ला देऊन म्हटलं आहे, *'विमेन मस्ट बी एम्पॉवर्ड ॲट वर्क ॲन्ड मेन मस्ट बी एम्पॉवर्ड ॲट होम!'*

मातृत्व, पितृत्व, पालकत्व

आपण हे पाहिलंच आहे की 'लग्ना'चा निर्णय घेताना फक्त 'लग्ना'चा नव्हे तर नंतर येणाऱ्या जबाबदाऱ्यांचा विचार करूनच निर्णय घ्यावा लागतो. मातृत्वाची अन् पितृत्वाची इच्छा हे लग्नासाठीचं एक महत्त्वाचं कारण असतंच. लग्नानंतरच्या 'गुड न्यूज'साठी सारेच जण आसुसलेले असतात. पण ही फक्त 'गुड न्यूज' नसते, ती पुढे घडणाऱ्या बदलांची नांदी असते, नव्या जबाबदारीची सुरुवात असते. तो बदल, ती जबाबदारी स्वीकारण्यासाठी दोघांचीही प्रथमपासूनच मानसिक तयारी हवी. त्यातही विशेष करून स्त्रियांची. 'आई होणं' हा स्त्रीसाठी अपूर्व आनंद असतो हे तर खरंच पण प्रत्येक स्त्रीसाठी तो एक कसोटीचा अनुभव असतो, हेही तितकंच खरं. मुख्य म्हणजे 'आईपणा'चा अनुभव अंशतः घेता येत नसतो. कितीही 'आया-बाया' दिमतीला असल्या तरी आईला आपलं 'आईपण' पूर्णतः निभवावंच लागतं!

प्रत्येक मूल ही एक संपूर्ण, स्वतंत्र जबाबदारी असते. म्हणूनच 'गाठ आहे लग्नाशी' मध्ये मंगला गोडबोले बजावतात, 'बाळाच्या आगमनाची चाहूल... गर्भारपण... बाळाचा जन्म... त्यानंतरचं त्याचं संगोपन हा प्रत्येक 'आई'साठी एक विलक्षण अनुभव असतो. तिला अंतर्बाह्य प्रभावित करणारा... तिचं भावविश्व उजळून टाकणारा. मुख्य म्हणजे तिच्याकडून प्रचंड गुंतवणुकीची मागणी करणारा!'

'आपल्याला निदान एक तरी अपत्य होणार, त्यामध्ये आपल्या शरीराची, मनाची खूपच गुंतवणूक होणार. त्याला वाढवतानाची निदान पहिली चार-पाच वर्षं तरी आपलं करिअर थोडंफार मागे पडणार, याची मानसिक तयारी करूनच मुलींनी लग्न करावं, हे बरं.

मुलांच्या संगोपनाचा अनुभव हा पती-पत्नी दोघांनीही घ्यावा, असा आहे. तरीही पतीच्या बाबतीत तो बराचसा ऐच्छिक असतो. बाईला मात्र त्यातून सुटका नाही, हे कटू सत्य आहे.'

'घरोघरी ज्ञानेश्वर जन्मती' या अतिशय लोकप्रिय पुस्तकात डॉ. ह. वि. सरदेसाई यांनीही एका महत्त्वाच्या मुद्द्याकडे लक्ष वेधलं आहे. ते म्हणतात,

'प्रत्येक मुलाची काही खास वैशिष्ट्यं असतात. त्यांच्या त्या वेगळ्या वैशिष्ट्यांचा विकास घडवणं, त्यांना योग्य वळण देणं हेच तर मुलांचं खरं शिक्षण असतं. मुलांची वैशिष्ट्यं जाणणारी, त्यांच्या वेगळ्या वैशिष्ट्यांबद्दल काही नातं सागू शकणारी एकमेव व्यक्ती असते ती मुलाची आई. त्यामुळे आईचं मुलांचं खरं शिक्षण करू शकते. आपलं मूल चांगलं व्हावं, हुशार व्हावं, शहाणं व्हावं अशी इच्छा असेल तर आईनं बाळासाठी किमान तीन वर्षं द्यायलाच हवीत.'

हे सर्व ध्यानात घेता एक महत्त्वाचा प्रश्न नक्कीच उभा राहतो. उच्च शिक्षण आणि करिअरला प्राधान्य देणारी आजची तरुणी – मुलांच्या संगोपनासाठी पुरेसा वेळ देऊ शकणार आहे काय?

आहे मनोहर तरी...

मातृत्व जितकं मनोहर आहे तितकंच आव्हानात्मक आहे. म्हणूनच आजच्या तरुणींचा मातृत्वाविषयी काय दृष्टिकोन आहे, हा प्रश्नही महत्त्वाचा ठरतो. काय विचार करते आहे आजची तरुणी मातृत्वाविषयी? काय आहे त्यांची मानसिकता? ती जाणून घेणं लग्न आणि मूल हवं असणाऱ्या तरुणांसाठीही उपयुक्त ठरेल, कारण शेवटी तो निर्णय दोघांचा असतो... असायला हवा! डॉ. गीतांजली राणे-घोलप यांनी 'आईपण – आहे मनोहर तरी' या लेखात शब्दांकित केलेली काही तरुणींची ही मनोगतं त्या दृष्टीनं पुरेशी बोलकी ठरावीत...

पेशानं वकील असणारी नेहा सावंत-मोरे म्हणते, 'आई होणं म्हणजे कुटुंबाला पूर्णत्वाच्या आनंदाची भेट देणं. पण सध्याची 'फास्ट' आणि 'करिअर ओरिएंटेड लाइफस्टाईल' बघता स्वतःसाठीही पुरेसा वेळ देता येत नाही. माझ्या आईनं नोकरी करून मला उत्तमरीत्या वाढवलं, त्या प्रकारचं मातृत्व मी माझ्या अपत्याला देऊ शकेन का, हा प्रश्न पडतोच.'

सामाजिक क्षेत्रात काम करणारी अमृता काळहाते-शिंदे म्हणते, 'मातृत्व आव्हानात्मक असलं तरी कुटुंबाची योग्य साथ मिळाली तर ते नक्कीच निभावता येतं. करिअरसाठी मूल न होऊ देण्याचा विचार म्हणजे स्वार्थीपणा झाला. सृष्टी जगवायची असेल तर मुलं ही आपल्या जीवनाचा अविभाज्य घटक आहेत, हे आपण नाकारू शकत नाही.'

माध्यम क्षेत्रातील तन्वी बालिगा म्हणते, 'जोडीदाराची योग्य साथ असेल तर मातृत्व उत्तम निभावता येऊ शकतं. परदेशात तर मोठ्या संख्येनं स्त्रिया योग्य करिअर करून एकल मातृत्व सहजपणे निभावताना दिसतात. माझ्या मते मातृत्व ही यशस्वी करिअरच्या आड येणारी बाब नसावी.'

जाहिरात क्षेत्रात काम करणारी प्राची म्हणते, 'बाळंतपण म्हणजे करिअरला स्वल्पविराम किंवा पूर्णविराम. शिवाय मूल झाल्यानंतर त्याचं संगोपन, संस्कार, शिक्षण यासाठी लागणारा मोठा काळ, त्यासाठीची जबाबदारी आणि एकूणच सगळी तारेवरची कसरत. मातृत्व जितकं सुखद आहे तितकंच आव्हानात्मकदेखील आहे आणि ही गंभीर जबाबदारी मला पेलवेल का याबाबत सध्यातरी मी साशंक आहे.'

या निवडक मनोगतांतून काही गोष्टी अगदी स्पष्ट दिसून येतात. आजच्या मुली करिअरला महत्त्व देत असल्या तरी मातृत्व ही संकल्पना नाकारत नाहीयेत. ते कितीही आव्हानात्मक असलं तरी स्त्री असण्याचं ते सर्वांत मोठं सुख आहे, अशीच त्यांची धारणा आहे. तरीही मातृत्व आणि करिअर यांत समतोल साधणं जमेल का, याबद्दल काहीजणी साशंक आहेत. हे अर्थातच स्वाभाविक आहे; पण या साशंकतेवर त्या मातही करू शकतात. अवघड भासणारा हा समतोल ज्यांनी साधला आहे अशा स्त्रियांच्या अनुभवातून त्या काही शिकू शकतात, प्रेरणा तर नक्कीच घेऊ शकतात.

त्यासाठीच हे एक उदाहरण मी इथे आवर्जून देऊ इच्छितो, स्त्रीच्या दृष्टीनं सर्वांत आव्हानात्मक असणाऱ्या 'पोलिसिंग' क्षेत्रात धडाडीनं करिअर करत असतानाच दोन मुलांच्या मातृत्वाची जबाबदारीही तितकीच उत्तम निभावणाऱ्या निवृत्त पोलीस अधिकारी मीरा चड्ढा-बोरवणकर यांचं. 'तोल सांभाळताना' या लेखात आपला आईपणाचा अनुभव त्यांनी स्वतःच शब्दांकित केला आहे...

'पोलिसांच्या कामाच्या वेळा अत्यंत विचित्र असतात. ते काही नऊ ते पाच अशा ठराविक वेळेत करण्याचं काम नव्हे. जुगाराचे अड्डे, दारूमाफिया, वेश्यावस्ती आदी ठिकाणी छापे घालून बेकायदेशीर कृत्यांवर कारवाई करणं...अशी सारी कामं. अशाही परिस्थितीत माझ्या पहिल्या मुलाचा जन्म माझ्यासाठी नव्या प्रकाश किरणासारखा होता. पोलिसी व्यावसायिक आणि निव्वळ तर्कावर चालणाऱ्या जगात माझ्यासाठी तो वेगळाच दिलासा होता.

एकूण दिनक्रम धकाधकीचा होता. पोलीस ठाण्याचं इन्स्पेक्शन करण्यासाठी तीन-चार रात्री कुठे कुठे मुक्काम करावा लागायचा. मी इन्स्पेक्शनला जायचे तेव्हा माझ्यासोबत माझा तान्हा मुलगा, त्याला सांभाळणाऱ्या बाई आणि बाळाला लागणाऱ्या असंख्य गोष्टींनी भरलेली एक बास्केट असं सगळं लटांबर असायचं. मी आणि माझं इन्स्पेक्शन म्हणजे एक 'प्रेक्षणीय' दृश्य असायचं. सगळं निभावून नेताना काही वेळा कस लागलाच, तरी मुलाच्या बालपणाचा आनंद मी पुरेपुर लुटला.

दुसऱ्या मुलाचा जन्म झाला तेव्हा मी मुंबईच्या 'पोर्ट झोन'ची उपायुक्त म्हणून काम करत होते. त्या काळात 'पोर्ट झोन'मध्ये होणाऱ्या चोरीच्या गुन्ह्यांवर नियंत्रण ठेवण्यासाठी मला रात्री-बेरात्री तिथल्या कानाकोपऱ्यांत फेऱ्या माराव्या लागायच्या आणि मग मुलाला सांभाळण्यासाठी धावतपळत घर गाठावं लागायचं.

मी रात्री मोटरसायकलवरून गस्तीला जायचे, तीही चक्क माझ्या छोट्या मुलाला पाठीशी बांधून — अशीही वदंता होती, ती अर्थातच खरी नव्हती, पण त्यामुळे माझी प्रतिमा 'झाशीची राणी' अशी तयार झाली होती! अर्थात दोन्ही डगरींवर पाय ठेवून जगणंही मला शक्य झालं, कारण माझा नवरा, कुटुंबीय, मित्रमंडळींनी पुरेपूर साथ दिली. तोल सांभाळताना कसरत तर करावी लागतेच... पण माझ्या दोन्ही मुलांचे जन्म मला आयुष्यातल्या मोठ्या वरदानासारखे वाटतात.'

मीरा बोरवणकर यांच्या उदाहरणातून हे निश्चित स्पष्ट होतं की, जिद्द असेल, कुटुंबीयांची साथ असेल तर स्त्रिया, अत्यंत खडतर क्षेत्रात काम करतानाही —खंबीर नेतृत्व आणि त्याच वेळी आव्हानात्मक असं मातृत्व —या दोन्हींची यशस्वी सांगड घालू शकतात. एक तर निश्चित, केवळ करिअरसाठी मातृत्व नाकारणं हा निर्णय एकांगी ठरू शकतो.

'बाबां'चा सहभाग हवाच

निसर्गात स्त्री ही माता अधिक, स्त्री कमी असते, तर पुरुष पती अधिक आणि पिता कमी असतो. आईपणाची जबाबदारी बहुतेक स्त्रिया निभावत असतातच... पण त्यात पत्नीला आवश्यक तो भावनिक आधार देणं हे पतीचंही कर्तव्य असतं. त्याशिवाय

'आईपणा'ची संस्कृती

स्त्रीजीवनातल्या मातृत्वाचा उगम मानववंशाच्या उदयापासून आहे आणि अस्तापर्यंत तो अस्तित्वात राहणार! मुक्त स्त्री-स्वातंत्र्याचा पुरस्कार करणारी कुणी पाश्चिमात्य स्त्री असो, अखंड बुरख्यात वावरणारी मध्य आशियातली बेगम असो वा कांगोच्या जंगलात वास्तव्य करणारी पिग्मी असो — तिच्यातली आई एकाच प्रवृत्तीची असते. देश, धर्म, भाषा, आचारविचार कितीही भिन्न असले तरी आईपणाची संस्कृती एकच आहे, आपल्या बाळाच्या कल्याणासाठी आपलं सर्वस्व देणं. या आईपणाचा आणखी एक समान विशेष आहे, ज्या मुलात काही उणीव असेल —आर्थिक, मानसिक वा शारीरिक —तिकडं या 'आईपणा'चा ओढा अधिक. असं हे आईपण विश्वाला व्यापून दशांगुळे उरणारं...

— सिंधू वसंत कानेटकर (साथसोबत)

मुलांच्या वाढीत, विकासासाठी वडील अधिक जाणतेपणानं, जिव्हाळ्यानं आणि जबाबदारीनं सहभाग घेऊ शकतात. त्यांनी तो घ्यायला हवा.

मुलांचं संगोपन, संवर्धन ही मुख्यतः आईची जबाबदारी असली तरी 'पालकत्व' हे आई-बाबा दोघांनी मिळून निभवायचं असतं. माता व पिता या दोघांच्या जपणुकीची गरज अपत्याला भासते. दोघांकडून ते वेगवेगळे पण पूरक गुण उचलते. 'पालकत्वा'तील दोघांचाही सक्रिय सहभाग मुलांच्या शारीरिक, मानसिक आणि बौद्धिक वाढीला पोषक ठरतो. अशा सहभागाची हमी हेच 'लग्नसंस्थे'चं मुख्य प्रयोजन म्हणता येईल.

'पालकत्वा'त बाबांचाही सहभाग आवश्यक असतो – याचं महत्त्वाचं कारण म्हणजे, बाबा आईसारखे नसतात! फादरहूड या पुस्तकाचे लेखक रॉस पर्की यांनी म्हटलं आहे, '*मॉम्स अँड डॅड्स आर इंडिड डिफरन्ट, बट देअर डिस्टिंक्टिव्ह स्टाइल्स ऑफ केअर टेकिंग कॉम्प्लिमेन्ट इच अदर परफेक्टली टू द अॅडव्हान्टेज ऑफ चिल्ड्रेन.*'

मुलांना कसं हाताळलं पाहिजे, त्यांची कशी काळजी घेतली पाहिजे, याबद्दलचे आईनं केलेले बहुतेक नियम धाब्यावर बसवून बाबा मुलांशी खेळतात. त्यांना उडवून झेलतात, त्यांच्याशी दंगामस्ती करतात. मुलांना अगदी ती काही आठवड्यांची असतात, तेव्हापासूनच आईच्या 'काळजी घेण्यातला' आणि बाबांच्या 'धमाल करण्यातला' फरक कळतो. अॅक्शन आणि गंमत यासाठी मुलांना बाबा हवेच असतात.

बाबा मुलांशी ज्या वेगळ्या प्रकारे वागतात, बोलतात, जे नेमके खेळ खेळतात, त्यातूनही मुलं खूप काही शिकतात. त्यांना त्यांच्या शारीरिक 'ताकदी'ची आणि 'मर्यादां'ची जाणीव होते. काही गमतीदार युक्त्याही मुलं बाबांकडून उचलतात. बाबांसोबत राहून मुलांची 'सोशल स्किल्स' वाढू शकतात. त्यांच्यात 'लीडर' होण्याची क्षमता विकसित

मातृत्व – एक संकल्पना

मला मातृत्व ही संकल्पना खूप महत्त्वाची वाटते. त्यासाठी त्या व्यक्तीनं बाळाला जन्मच दिला पाहिजे असं नव्हे. ती स्त्री असो की पुरुष त्यांनी 'मातापण' पोटात वागवायला हवं. त्याशिवाय कोणाशीच खरं नातं निर्माण होऊ शकत नाही. तसं नातं तयार झालं, तर संपूर्ण जगणं तुम्हाला वेगळं दिसायला लागतं. मी माझ्या नात्यात, महाविद्यालयीन जीवनात, मोठेपणी मैत्रिणींमध्येही अशा अनेक स्त्रिया पाहिल्या, त्यांचा माझ्यावर खूपच प्रभाव पडला. अशा स्त्रियाच समाज आणि माणसं घडवतात, समाज बदलवतातही. याचं भान सर्व स्त्रियांनी आणि हे 'स्त्रीत्व' समजणाऱ्या पुरुषांनीही ठेवलं पाहिजे.

– सुमित्रा भावे (दिग्दर्शिका)

होऊ शकते. बाबांना मित्रांशी, सहकाऱ्यांशी बोलताना पाहून त्यांना कळत न कळत 'आपणही जबाबदार व्हावं' असं वाटू लागतं. आया मुख्यतः गोष्टींची पुस्तकं निवडतात. बाबा खेळांची, विचारांची, प्रवासाची अशी पुस्तकं निवडतात. त्यामुळे मुलांचं सामान्यज्ञान, कुतूहल वाढू शकतं. बाबांची वाचण्याची शैली आणि अर्थ समजून देण्याची पद्धतीही वेगळी असते. या वेगळेपणामुळे मुलांच्या शिकण्याला एक नवं परिमाण मिळतं.

म्हणूनच आईनं मुलांना आवर्जून बाबांबरोबर काही वेळ का होईना स्वतंत्र सोडलं पाहिजे. मुलांबरोबर राहण्यासाठी बाबांना उद्युक्त केलं पाहिजे. अर्थातच बाबांनीही मुलांसाठी मुद्दाम वेळ काढला पाहिजे. जे. आर. डी. टाटांच्या चरित्रातला एक छोटासा संदर्भ इथे मुद्दाम देण्यासारखा आहे. ते म्हणतात, 'उशिरा का होईना, मला जाणवलं की, माझ्या बाबांनी मला सर्वांत अमूल्य देणं दिलं... ते म्हणजे त्यांचा वेळ. माझ्यासाठी त्यांना नेहमी सवड असायची.' भारतरत्न पुरस्काराने गौरवल्या गेलेल्या एका विख्यात उद्योगपतीचे हे उद्गार पुरेसे बोलके आहेत.

विलंबित मातृत्व!

गेल्या अर्धशतकातील वैद्यकशास्त्राच्या प्रगतीमुळे आज खूप गोष्टी सुकर झाल्या आहेत. पूर्वी अशक्य वाटणाऱ्या गोष्टी आता शक्य झाल्या आहेत. स्त्री बीज दान, शुक्राणू दान, सरोगसी, गर्भारपणापूर्वींच्या चाचण्या... आदी सुविधांमुळे यशस्वी गर्भधारणेचं प्रमाण लक्षणीयरीत्या वाढलं आहे. पण महत्त्वाचं म्हणजे स्त्रीबीज गोठवणूक (एग फ्रीजिंग) या आधुनिक तंत्रामुळे स्त्रियांना 'विलंबित मातृत्व' स्वीकारता येऊ लागलं आहे. वयपरत्वे स्त्रियांच्या शरीरात स्त्रीबीजांचा ऱ्हास होत जातो. विशेषतः पस्तिशीनंतर हे बदल झपाट्याने होतात. त्यामुळे पस्तिशीनंतर नैसर्गिक मातृत्वात अडचणी येऊ शकतात. पण आजच्या काळात ज्या स्त्रियांना, उच्च शिक्षण व करिअरला प्राधान्य द्यायचं असतं, त्यांना तत्पूर्वी मातृत्व हे अडचणीचं वाटत असतं, तसेच काही स्त्रियांना योग्य वयात सुयोग्य जोडीदार मिळत नाही, अशा स्त्रिया तरुण वयात स्वतःची स्त्रीबीजे गोठवून ठेवण्याचा पर्याय स्वीकारू शकतात. पुढे योग्य जोडीदार मिळाल्यावर, करिअरमध्ये स्थैर्य आल्यावर स्वतःच्याच स्त्रीबीजांनी त्यांना उतारवयात अपत्यप्राप्ती होऊ शकते. एका अर्थी ही 'गुंतवणूक' किंवा प्रजननक्षमतेची जपणूक असते. आजच्या स्त्रियांसाठी ही एक 'संधी' असली तरी उतारवयात होणाऱ्या मुलांचे संगोपन व त्यासाठी आवश्यक शारीरिक-मानसिक आरोग्य/क्षमता या 'समस्या'ही असतात. त्यामुळेच एकूण सारासार विचार करूनच हा 'विलंबित मातृत्वा'चा निर्णय घ्यावा लागतो...!

'पालकत्वा'त आई आणि वडील या दोघांचाही सक्रिय सहभाग मुलांच्या शारीरिक, मानसिक आणि बौद्धिक वाढीला पोषक ठरतो. मुलांच्या वाढत्या काळात मुलांना भावनिकदृष्ट्या कधी आईची अधिक गरज भासते, तर कधी वडिलांची. याहीपेक्षा एक महत्त्वाचा भाग आहे आई-बाबांनी पालकत्वाची संयुक्त जबाबदारी घेणं, ती परस्परांच्या साथीनं पार पाडणं – हेसुद्धा मुलांसाठी एक 'शिक्षण' असतं. यातूनच स्त्री-पुरुषांच्या सहजीवनासाठी मूलभूत ठरणारं 'परस्परपूरकतेचं तत्त्व' मुलं शिकत असतात.

सख्य आणि सौख्य

स्त्री व पुरुष दोघेही समाजानं निर्माण केलेल्या साचेबंद प्रतिमांत अडकले की संघर्ष होतो हे आपण पाहिलेलंच आहे. नवरा आणि बायको या कुटुंबव्यवस्थेनं निर्माण केलेल्या भूमिका तर त्याहूनही अधिक साचेबंद. त्या प्रतिमांमध्येच गुरफटल्याने ना दोघांत सुसंवाद होतो ना दोघांचा विकास होतो. तो व्हावा अशी अपेक्षा असेल तर पती-पत्नीमध्ये 'मैत्र' हवं, 'सख्य' हवं!

विद्या बाळ यांनी नेमकं याच मुद्द्याकडे लक्ष वेधलं आहे. त्या म्हणतात,

'जगभरातले सर्व विवाहित स्त्री-पुरुष एकमेकांवर प्रेम करत असतात, असं (धाडसी) विधान कुणीच करणार नाही. तशी अपेक्षाच करता येणार नाही, पण... चार-दोन दिवस नव्हे, तर उभं आयुष्य एकमेकांसोबत काढणाऱ्या दोन व्यक्तींमध्ये निदान 'मैत्र' का असू नये? मैत्री हा नात्याचा एकच प्रकार 'समानते'वर आधारित असतो. या नात्यात कुणी श्रेष्ठ नसतं, कुणी कनिष्ठ नसतं, कुणी लहान नसतं, कुणी मोठं नसतं, विशेष म्हणजे वेळेनुसार दोघंही लहान मोठेपण घेऊ शकतात.'

हा अर्थातच आदर्श झाला. वास्तव काय आहे?

या संदर्भात कविवर्य सुधीर मोघे यांचं एक मजेशीर निरीक्षण आहे. ते म्हणतात, 'बायको ही जेव्हा मैत्रीण असते तेव्हा चांगली असते, मैत्रीण मात्र नेहमीच चांगली असते कारण ती कधीच बायको नसते.' बहुतेक विवाहित पुरुष मोघेंच्या या निरीक्षणाशी नक्कीच सहमत होतील. नेहमी जरी नाही, तरी काही वेळा पती-पत्नीमध्ये मैत्रीचं नातं असू शकतं. ते एकमेकांशी मित्र-मैत्रिणीसारखं राहू शकतात.

श्रद्धा बेलसरे यांच्या मते 'होय, नवरा हाही बायकोचा मित्र असू शकतो. पण तो एकीकडे 'सपोर्टिव्ह' असतो तसाच दुसरीकडे 'पझेसिव्ह'ही असतो. म्हणूनच पती व मित्र यांची तुलना होऊ शकत नाही. पती 'मित्रा'ची जागा घेऊ शकत नाही. पती तो पती आणि मित्र तो मित्रच!'

'बंध-अनुबंध' या आत्मकथनपर पुस्तकात कमल पाध्ये म्हणतात, 'पती-पत्नी यांच्यामध्ये समानता किंवा मैत्र हे असूच शकत नाही. कारण पती-पत्नीचं नातं हे पत्नीकडूनच अधिक अपेक्षा करणारं असतं. अपेक्षांचं हे व्यस्त प्रमाणच एकमेकांच्या मित्रत्वात बाधा आणतं.'

ओशो तर त्यापुढे जाऊन म्हणतात, 'विवाह म्हणजे जिवलग शत्रुत्व!'

खरं तर 'प्रेमविवाहा'नंतर तरी दोघांमध्ये मैत्रीचं नातं राहणं अपेक्षित असतं, पण लग्नानंतर मित्राचा 'नवरा' होतो आणि मैत्रिणीची 'बायको'. साहजिकच मैत्र आणि प्रेम यापेक्षा हक्क आणि कर्तव्यं महत्त्वाची ठरतात, आणि मैत्रीचं नातं केव्हा आणि कसं विरून जातं, कळतही नाही. प्रेमविवाहात घटस्फोटाचं प्रमाण अधिक असतं हे कटु वास्तव आहे आणि बहुतेक प्रेमविवाह हे कटुतेनंच संपुष्टात येतात, हेही खरं आहे. अर्थात हे सगळं असलं तरी हेही तितकंच खरं की अपवाद असतातच. परस्पर समजुतीने घेतलं तर लग्नानंतरही मैत्रीचं नातं कायम राहू शकतं, यात शंकाच नाही.

आपण हे पाहिलंच आहे की डॉ. शशांक सामक यांच्या मते, 'दिवस-रात्र संपर्कात असणाऱ्या पती-पत्नींमध्ये खरं तर 'कम्पॅनियनशिप लव्ह' म्हणजेच 'साहचर्य प्रेम' हे निर्माण होणं अपेक्षित असतं. नाही झालं तरी प्रयत्नपूर्वक हे प्रेम करण्याची कला

बाळाचा बाबा

निसर्गानं पुरुषाला शारीरिक पान्हा दिलेला नसला, तरी माया आणि वात्सल्य भरपूर दिलं आहे आणि आई इतक्याच तयारीने बाळाला सांभाळायचं भानही दिलं आहे. काळजी घेण्याची, गरज पुरवण्याची, रक्षण करण्याची ही मातृ-भावना खरं तर 'पालकभावना' आहे. त्यामुळे हे 'माऊली'पण सर्व पुरुषांमध्ये असते.

बाबाच्या भक्कम हातात बाळ छान झोपतं. बाबाच्या पायावर झोपून मस्त गरम गरम पाण्यानं अंघोळ करून घेतं. हे सर्व बाळांसाठी आनंदाचे अनुभव आहेत. बाबाचा खर्ज स्वर हा आईच्या मंजुळ आवाजाइतकाच शांत आणि आधार वाटणारा असतो. बाबाच्या पोटावर किंवा खांद्यावर बाळाला मस्त गाढ झोप लागते. हे अनुभवायचे सत्य आहे. एकदा मान व्यवस्थित धरता यायला लागली की मग तर बाबा आणि त्याचे पिलू यांचे माकडचाळे बघणे हा सगळ्या घरासाठी आनंदाचा खजिनाच आहे. घनिष्ट नातं बनवायची ऊर्मी घेऊनच बाळाचा मेंदू जन्माला येतो. बाळच्या बाबांं, जन्माच्या क्षणापासून हक्कानं ती प्रेमाची व्यक्ती बनणं आणि ती नाळ स्वतःशी जोडून घेणं हा खरा २१व्या शतकातला पुरुषार्थ आहे.

— भूषण शुक्ल

आत्मसात करता येते. मित्रता व जबाबदारीची जाणीव या आधारे विवाहित स्त्री-पुरुषांसाठी हे प्रेम 'कष्टसाध्य' असतं... ते आवश्यकही असतं.'

एक तर निश्चित, ठरवून प्रेम करता आलं नाही तरी मैत्री निश्चित करता येते. किमानपक्षी असलेली मैत्री लग्नानंतरही कायम ठेवायची, हे तरी नक्कीच ठरवता येतं. अशी कितीतरी उदाहरणं मी पाहिली आहेत... वाचली आहेत. आत्ताच्या तरुण कलावंत जोडप्यांच्या मुलाखतींवर आधारित 'लग्नाची गोष्ट' या लेखमालेचा संदर्भ आपण मागेही घेतला होता. या सर्वच मुलाखतींमध्ये हे एक वाक्य अगदी हटकून येत असे, 'आमचं लग्न झालेलं असलं तरी आमचं अजूनही मैत्रीचंच नातं आहे.'

आजची तरुणाई 'कूल' आहे, स्मार्ट आहे, मनानं मोकळी आहे. जुन्या पिढीतल्या 'नवरा-बायको' या साचेबंद भूमिकांमध्ये त्यांना स्वारस्य असूच शकत नाही. मैत्रीचं नातं ठेवूनच आनंदानं राहता येईल, याची त्यांना जाणीव असणारच... तेवढी शहाणीव त्यांच्याकडे नक्कीच आहे.

मैत्री, आस्था, सख्य... हे जादुई शब्द आहेत. पती-पत्नीमध्ये 'सख्य' असेल तर तीच खरी संसारातील 'सौख्या'ची हमी ठरू शकते.

नातं असावं बहुपेडी

नवरा-बायकोंमध्ये मैत्रीचं नातं असेल तर ते बरोबरीचं व संवादी ठरतं, हे तर खरंच पण 'मैत्री' हा फक्त एक पैलू झाला. 'नातेसंबंधा'विषयी बोलताना आपण हे पाहिलं आहे की कुठलंही नातं जर बहुपेडी असेल, बहुआयामी असेल तर ते अधिक अर्थपूर्ण असतं, परस्परांना समृद्ध करणारं, परस्परांच्या क्षमता फुलवणारं ठरतं आणि साहजिकच अधिक टिकाऊही! पती-पत्नी हे नातंही फक्त 'स्त्री-पुरुष' असं नसतं... तेही बहुआयामी असतं... असायला हवं.

कालिदासाच्या 'शाकुंतल'मधील हा श्लोक तर सर्वश्रुत आहे.

गृहिणी सचिव सखि मिथः

प्रिया शिष्या ललिते कलाविधी॥

कण्वमुनींनी शकुंतलेला सासरी धाडताना केलेला हा उपदेश आहे. ते म्हणतात, 'गृहिणी, सचिव, सखी, प्रिया, शिष्या अशा विविध भूमिका तू पार पाडू शकलीस तर सासरी तुला प्रेम मिळेल, आदर मिळेल... तू आदर्श ठरशील.'

'विवाहवेद'मध्ये डॉ. ऋजुता विनोद म्हणतात, 'संसार सुखाचा करण्यासाठी पती-पत्नी दोघांनाही वेगवेगळ्या भूमिका पार पाडाव्या लागतात. या वैविध्याचं भान ठेवलं तर स्त्री-पुरुषांच्या भूमिकांमधली परस्परपूरकता स्पष्ट होईल आणि त्यांच्यातील (बऱ्याचदा अकारण) संघर्षाची धार बोथट होत जाईल.'

डॉ. ऋजुता विनोद यांच्या 'प्रारूपा'नुसार विवाहित स्त्री-पुरुषांच्या परस्परसंबंधांचे पंचपैलू असे आहेत.

१. प्रियकर-प्रिया

हे नातं अर्थातच स्त्री-पुरुषांना सर्वांत भावणारं असतं. या नात्यात गंमत असते, खेळकरपणा असतो, काव्य असतं, आनंद असतो. या भूमिकांमध्ये स्पर्धा नसते. अहंकार, न्यूनगंड यांना थारा नसतो. एकमेकांच्या चुका दिलदारपणे माफ केल्या जातात, मनातील मळभ सरल्यानं 'माइंड एक्स्पान्शन' होतं.

हे नातं लग्नापूर्वी व लग्नानंतर काही काळ (अनेकदा काही महिनेच) टिकतं. नंतर जबाबदाऱ्यांचा प्रभाव जाणवू लागतो. हे साहजिक असलं तरी डॉ. विनोद सुचवतात —पुढेही अधूनमधून या नात्याला जाणीवपूर्वक उजाळा दिला जावा. प्रारंभीचा गोडवा, खेळकरपणा पुन्हा अनुभववावा.

२. पालक-बालक

हे असतं दोघांमधील वात्सल्याचं नातं. मात्र वात्सल्याची जबाबदारी मुख्यत्वे स्त्रियाच उचलतात. मनापासून सेवा करतात. पुरुष लहान मुलाप्रमाणे आनंदाने सेवा करून घेतात. पण जेव्हा गरज असेल तेव्हाही पत्नीची सेवा करण्यासाठी पुढे येतात असं दिसत नाही. आपण आज समानतेवर बोलत असतो —स्त्रियांच्या बाबतीत पुरुषांचं हे एकतर्फी, मतलबी धोरण नक्कीच यात बसणार नाही.

३. यजमान-गृहिणी

लग्न झाल्यानंतर जोडप्याला 'कुटुंब' म्हणून मान्यता मिळते. समाजात आदराचं स्थान मिळतं. मुलांना चांगलं वळण लागावं म्हणून दोघंही आपल्या वागण्यातील त्रुटी कमी करण्याचा प्रयत्न करतात (म्हणजे करू शकतात!) शिवाय दोघंही आपापल्या कामात/ क्षेत्रात निपुण होण्याचा प्रयत्न करतात. या पैलूमुळे एकमेकांविषयी आदराची, समानत्वाची भावना निर्माण होते. सहजीवनाची जाणीव समृद्ध होते.

४. मित्र-मैत्रीण

पती-पत्नींमध्ये मैत्रीचंही नातं असू शकतं. या नात्यात समंजस प्रौढत्व असतं. भावनिक स्थैर्य असतं. परस्परांच्या यशामध्ये आनंदानं सहभागी होणं असतं, तसंच अपयशामध्ये दिलासा देण्याचं, उभारी देण्याचं कामही केलं जातं.

डॉ. विनोद म्हणतात त्याप्रमाणे लग्नापूर्वी प्रकर्षानं दिसणारं हे नातं लग्नानंतर हळूहळू दिसेनासंच होतं. ते टिकवण्याचा प्रयत्न व्हायला हवा. सुदैवानं बदलत्या काळानुसार, 'लग्नानंतरही आम्ही मैत्रीचं नातं कायम ठेवलं आहे,' असं सांगणाऱ्या तरुण-तरुणींची संख्या वाढते आहे.

५. गुरु-शिष्य/शिष्या

पूर्वींच्या पिढ्यांमध्ये नवरा-बायकोच्या वयात बरंच अंतर असायचं त्यावेळी 'नवरा तुझा गुरु आहे, त्याचं सगळं ऐकायचं' असंच मुलीला बजावलं जायचं. आता परिस्थिती बदलली आहे. नवरा-बायको बरोबरीचे असतात किंवा त्यांच्या वयातील अंतर खूप कमी असतं. त्यामुळेच हल्ली नवऱ्यासाठी 'अहो' हे संबोधन वापरलं जात नाही. ते ठीकच आहे पण 'बरोबरी'मुळे दोघांमध्ये 'तू शहाणा की मी शहाणी' अशी स्पर्धाही होत राहते. प्रत्यक्षात कधी पती पत्नीकडून काही शिकू शकतो, कधी पत्नी पतीकडून काही शिकू शकते. दोघे एकमेकांचे 'शिष्य' होऊ शकतात. 'शिष्य' होणं म्हणजे काय? तर दुसऱ्यांच्या गुणांची पारख व आदर करणं, स्वतःतील त्रुटी मान्य करणं आणि नसलेले गुण अंगी बाणवण्यासाठी सतत प्रयत्न करणं. हे लक्षात घेतलं तर नवरा-बायको एकमेकांचे गुरु व शिष्य कसे होऊ शकतात, हे ध्यानात येईल.

पती-पत्नी या नात्याचं हे बहुआयामी व काहीसं गुंतागुंतीचं स्वरूप ध्यानात घेतलं तर त्यातील विसंवादाच्या शक्यताही स्पष्ट होतात. दोन पूर्णतः वेगळ्या आचार, विचार, तत्त्वांच्या व्यक्ती एकत्र आल्यावर विसंवाद होणं हे स्वाभाविकच आहे. विसंवाद 'होतो', त्यासाठी प्रयत्न करावे लागत नाहीत, सुसंवादासाठी मात्र प्रयत्न करावे लागतात. प्रत्यक्षात सुसंवाद साधला जाणं हे परस्परविश्वास आणि दोघांच्या प्रगल्भतेवर अवलंबून असतं. दोघंही प्रगल्भ असतील, समजूतदार असतील तर दोघांची धडपड प्रसंगातून मार्ग काढण्याची राहते. अधूनमधून येणाऱ्या विसंवादाच्या प्रसंगाला तोंड देतानाही ते संसारातील गंमत टिकवू शकतात. 'थोडा तू बदल... थोडी मी बदलते' असा 'तह' होऊ शकतो. पण शेवटी ज्यानं त्यानं किंवा जिनं तिनं खरं बदलायचं ते स्वतःचं, स्वतःला आणि स्वतःसाठी!

पती-पत्नीचं नातं हे कसं बहुआयामी असतं आणि संसार सुखाचा करण्यासाठी दोघांनाही वेगवेगळ्या भूमिका कशा पार पाडाव्या लागतात, याचं भान दोघांनाही जितकं लवकर येईल, तितकं पुढचं सारं सुकर होतं.

विख्यात अभिनेत्री रोहिणी हट्टंगडी यांचं हे मनोगत त्यासंदर्भात नक्कीच बोलकं ठरावं. त्या म्हणतात,

'प्रत्येक कर्तृत्ववान पुरुषाच्या मागे एक स्त्री उभी असते, असं म्हटलं जातं पण माझा नवरा जयदेव! खरंच... हा भारी भक्कम खांब माझ्यामागे उभा नसता ना, तर मी इथपर्यंत पोहोचलेच नसते. मित्र, मार्गदर्शक, नवरा, साथीदार अशा अनेक नात्यांनी आम्ही बांधलेले होतो. जसे इंद्रधनुष्याचे रंग वेगवेगळे दिसतात, ओळखता येतात, तसं या नात्याचं असलं पाहिजे. हे रंग वेगळे ठेवणंही आपल्याच हातात असतं, तसं आमचं होतं. मित्र म्हणून त्यांनं सल्ले

दिले, ऐकून घेतलं, पण 'नवरेगिरी' करून अडवलं नाही. दिग्दर्शक असताना त्याच्यातला नवरा कधी आडवा आला नाही. मुख्य म्हणजे 'नवरा'ही नेहमी साथीदारासारखाच वागला.'

विशेष म्हणजे अगदी आजच्या तरुण जोडप्यांपैकी काहींच्या मुलाखतींमधूनही अतिशय सहजपणे त्यांच्या बहुआयामी नात्याचा उल्लेख येतो आहे. मी इथे आवर्जून त्यांचाही संदर्भ देऊ इच्छितो.

पहिली जोडी म्हणजे पल्लवी आणि अंशुमन विचारे. पल्लवी म्हणते, 'अंशुमन कधी माझा मित्र असतो, कधी माझा बाबा असतो तर कधी तो नवरा असतो. मुख्य म्हणजे कधी कोणत्या भूमिकेत शिरायचं हे त्याला चांगलं कळतं!'

अंशुमनही म्हणतो, 'माझी एखादी गोष्ट आवडली तर पल्लवी तिचं कौतुक करतेच करते, पण नाही आवडली तर तेही स्पष्टपणे सांगते. ती माझी खूप चांगली मैत्रीण आहे, तितकीच माझी उत्तम 'आई'ही आहे.'

असंच आणखी एक उदाहरण आहे... टीव्हीवरच्या 'सा रे गा मा पा' स्पर्धेतून नावारूपाला आलेले तरुण गायक/गायिका हृषिकेश आणि प्राजक्ता रानडे यांचं. मित्र-मैत्रीण, प्रियकर-प्रिया या नात्यातून दोघे पती-पत्नी संबंधात बद्ध झाले. गायनाच्या बाबतीत मात्र ते दोघं आजही एकमेकांचे गुरु-शिष्य असतात. परस्परांकडून घेता येईल, शिकता येईल तेवढे घेतात... देता येईल तेवढं देतात. त्यांच्या नात्याला आणखीही एक लोभस पैलू आहे. त्याबद्दल बोलताना प्राजक्ता म्हणते, 'गाण्याप्रमाणेच हृषिकेशच्या नसानसांतून वाहणारं निरागसतेचं दर्शन मला तृप्त करीत असतं. त्याच्या आई आणि आजीसोबत मीही त्याला 'व्यवहार' शिकायला सांगते, तेव्हा जणू तो माझ्या मुलासारखा असतो, पण क्वचित माहेरच्या आठवणीनं मला सैरभैर व्हायला लागतं, तेव्हा तो पित्याच्या मायेनं माझ्या डोक्यावर हात ठेवतो आणि मी शांत होते.'

असं बहुपेडी नातं 'नवरा' आणि 'बायको' या साचेबंद प्रतिमांना छेद देणारं तर असतंच पण ते दोघांना प्रगल्भ बनवणारं आणि सहजीवन समृद्ध करणारं असतं. ते टिकाऊही असल्यामुळे आजच्या वाढत्या विसंवादावरचा तो एक खात्रीशीर उपायही ठरू शकेल.

यशस्वी नात्याचे सात मंत्र

'लग्न हे नवरा-बायकोच्या एकमेकांविषयी असणाऱ्या संपूर्ण गैरसमजाच्या आधारावर यशस्वी होऊ शकतं,' असं ऑस्कर वाइल्डनं म्हटलं आहे. शक्य आहे... लग्न तसंही यशस्वी होत असेल, पण सुदैवानं लग्न यशस्वी करण्याचे अन्य तर्कशुद्ध आणि

अनुभवसिद्ध मार्गही आहेत! डॉ. शुभांगी पाटकर यांनी (आजच्या काळातही) लग्न आनंदी व यशस्वी करण्यासाठीचे सात मंत्रच दिले आहेत. ते असे आहेत…

१. नात्याचा पाया पक्का ठेवा…

नात्याच्या मुळाशी प्रेम असावं लागतं हे खरंय, पण प्रेमाची व्याख्या काय? लग्नासारख्या स्पष्ट वास्तववादी व्यवस्थेत प्रेमाची परिभाषा परिपक्व असायला हवी. एकमेकांना 'आवडण्या'च्या पलीकडे विचार करता यायला हवा. कुठल्याही अटींशिवाय जोडीदाराला तो आहे तसं स्वीकारता येणं खूप महत्त्वाचं आहे. त्याचं स्वातंत्र्य जपण्याची शक्ती आपल्यात आहे का, हा विचार करायला हवा. त्याला त्याच्या पद्धतीनं वाढायला वाव देणं म्हणजे प्रेम करणं. त्याला बदलण्याचा खटाटोप तर निरर्थकच ठरतो.

२. चाकोरी होऊ देऊ नका…

स्वतःला रोज नवेपणानं बघता यायला हवं. आपली पाटी प्रथम कोरी करून स्वच्छपणे जोडीदाराकडे बघणं जमायला हवं. तो असा आहे, तर मीही अशीच… ही प्रतिक्रिया अकारण ताठर बनवते. माणसात वेळोवेळी बदल व्हायला हवेतच, पण ते विधायक, नैसर्गिक आणि स्वभावाशी सुसंगत हवेत.

३. बदलत्या भूमिका स्वीकारा…

स्त्री आता कमावण्याची जबाबदारी स्वीकारते आहे. तिच्या भूमिकेशी समांतर पुरुषांनीही आपल्या भूमिकेत बदल करायला हवेत. घर सांभाळणं, मुलांचं संगोपन, वृद्धांची सेवा… यातली कौशल्यं त्यांनी आत्मसात करायला हवीच. अर्थात त्यासाठी स्त्रीला आपल्या हक्कांची नीट मांडणी करता यायला हवी. 'आपण दोघं' हे लग्नाचं विधान आहे. जबाबदारी दोघांची असायला हवी, वाढही दोघांची एकत्र व्हायला हवी.

४. जोडीदाराला गृहीत धरू नका…

इतरांशी वागताना एक चेहरा आणि घरात वागताना दुसरा चेहरा असा फरक होत असेल, तर ते जोडीदाराला गृहीत धरणं झालं. हे अर्थात पुरुषांना अधिक लागू होतं. अतिपरिचयात अवज्ञा होऊ शकते. ती टाळावी, जोडीदाराचा स्वाभिमान दुखावणार नाही, एवढं अंतर सुसंस्कृत पती-पत्नींमध्ये हवंच.

५. नात्याकडून अपेक्षा स्पष्ट ठेवा…

फक्त आधारासाठी, स्वतःच्या गरजा भागवण्यासाठी नातं नसतं. तसं असेल तर त्यात समोरच्या माणसाविषयी आदर नसतो, प्रेम नसतं. जणू काही लग्न करून तुम्ही त्याला कायमचा 'भाड्यानं' घेतलाय, असा पवित्रा योग्य नाही. समोरचा माणूस ही स्वतंत्र व्यक्ती आहे, माझ्यासाठीचं 'इन्फ्रास्ट्रक्चर' नाही, ही कबुली स्वतःजवळ द्यायला हवी.

६. स्वतः वाढत जा...

लग्नामुळे आपण अडकून पडल्यासारखं वाटणं हे काही वैयक्तिक अपयशाची जबाबदारी सोयीस्करपणे लग्नावर टाकणं असू शकतं. ते योग्य नव्हे. एकदा लग्नाची जबाबदारी स्वीकारल्यानंतर ती पार पाडण्याचा मार्ग शोधायला हवा. म्हणजेच एकत्र जगणं, जुळवून घेणं, जबाबदार वागणं जमायला हवं.

७. सतत शिकत राहा!

लग्नासह जगताना स्वयंशिक्षणाला – आत्मपरीक्षणाला पर्याय नाही. लग्न ही जगण्याची कौशल्यं शिकवणारी शाळा आहे, मात्र त्यासाठी दोघांचीही बदलाची तयारी हवी. जी गोष्ट वाढत जाते, ती बदलतही असते. बदल हा पराभव नव्हे की बदल हा तोटा नव्हे. ते जिवंतपणाचं लक्षण आहे. लग्न तुम्हाला स्वतःबद्दल सतत काही शिकवत असतं, ते शिकायचं नाकारू नका!

हे सात मंत्र मोलाचे आहेतच, पण यशस्वी नात्यासाठी उपयुक्त आणखीही काही टिप्स आहेत, त्या अशा...

- जोडीदाराकडून आपण किती सुख घेतोय, यापेक्षा त्याला किती सुख देतोय, हा विचार सर्वांत महत्त्वाचा.

- जिथे जोडीदार कमी पडेल तिथे आपण उभं राहायचं असतं.

- सहजीवनात 'तुझं-माझं' काही नसतं, जे असतं ते 'आपलं' असतं.

- आयुष्यातल्या/संसारातल्या महत्त्वाच्या निर्णयामध्ये दोघांचाही सहभाग हवा... सर्व प्रश्न चर्चेतूनच सोडवायला हवेत.

- दोघांच्या आयुष्याला एकमेकांमुळे अर्थ येतो, ते खरं सहजीवन.

- जोडीदाराच्या चुकांना माफ करणं ही नात्यांची अपरिहार्य गरज असते. माफ केल्याशिवाय मन साफ होत नाही.

- अहंकार हा वैवाहिक जीवन उद्ध्वस्त करू शकतो. घटस्फोटाच्या समस्येचं तेच मुख्य कारण असतं.

- प्रेमाची व्याख्या जितकी वास्तववादी कराल, तितकं ते टिकण्याची शक्यता जास्त. जोडीदार प्रेम करतोय की नाही यासाठी कुठलेही निकष लावू नका, लक्षणं शोधू नका. प्रेम ही जाणीवेच्या पातळ्यांवर अनुभवण्याची गोष्ट असते.

- प्रेम ही मागण्याची/मिळवण्याची गोष्ट नसून 'करण्याची' गोष्ट आहे. प्रेम करत राहिलं की सहजीवन फुलतं. प्रेम मागत राहिलं तर सहजीवन कोमेजतं.

शेअरिंग आणि स्पेस

सुखी, संवादी सहजीवनाची सूत्रं आपण समजून घेत आहोत. योग्य जोडीदाराची निवड ही अतिशय महत्त्वाची ठरते, यात शंकाच नाही. कौटुंबिक पार्श्वभूमी, स्वभाव, सवयी, आवडी-निवडी, प्राधान्यक्रम, विचारसरणी अशा साऱ्या गोष्टींच्या आधारे दोघांमधील परस्परपूरकता शोधणं आणि जुळवून घेण्याचा प्रयत्न करणं नक्कीच उपयुक्त असतं.

जॉन ग्रे सुचवतात त्याप्रमाणे दोघांच्या विचार/वृत्तीतले मूलभूत भेद समजून घेणं व त्यानुसार परस्परांशी वागणं-बोलणं हेही आवश्यक असतं... पण तेही पुरेसं नसतं. ही सगळी दक्षता घेऊनही वैवाहिक आयुष्य सुखाचं होतंच असं नाही. काही जण तर काही वर्षांतच विभक्तही होतात. असं का होत असावं, या प्रश्नाचा पूर्णतः शास्त्रीय दृष्टिकोनातून वेध घेण्याचं, मेंदूवैज्ञानिक व संशोधक मायकेल गुरियन यांनी ठरवलं. त्यासाठी त्यांनी अनेक वर्षं विवाहित स्त्री-पुरुषाच्या सहजीवनाचा, त्यातील टप्प्यांचा सखोल अभ्यास केला. त्या अभ्यासानंतर त्यांच्या हाती आलेला धक्कादायक निष्कर्ष असा होता – *बाय नेचर, मेन ॲन्ड विमेन आर नॉट मेड फॉर इच अदर!*

हे खरंय की स्त्री-पुरुषांमध्ये नैसर्गिक आकर्षण असतं, ते परस्परांच्या प्रेमातही पडू शकतात. पण मौज म्हणजे त्यांच्या जवळ येण्यातच त्यांच्या दूर होण्याची (क्वचित विभक्त होण्याची) बीजं पेरलेली असतात. आयुष्यभर एकमेकांना साथ द्यायची, अशा अगदी आंतरिक इच्छेने स्त्री-पुरुष विवाहबद्ध होतात, पण निसर्गाला त्यांनी असं आयुष्यभर एकत्र राहणं मुळीच अभिप्रेत नसतं. उलट निसर्ग त्यात बाधाच आणत असतो. ही सगळी दोघांच्या मेंदूंची करामत असते. निसर्गतः स्त्री-पुरुषांचे मेंदू सहजीवनाच्या विविध टप्प्यांवर परस्परांपेक्षा वेगळ्या प्रतिक्रिया देत असतात. त्यामुळे दोघांमध्ये नैसर्गिकरीत्या काही बदल होत असतात. एकमेकांमध्ये होणारे हे बदल समजून घेतले, त्यांच्याशी जुळवून घेतलं, स्वतःमध्येही काही बदल घडवले तरच दोघं आयुष्यभर एकत्र राहू शकतात. अन्यथा निसर्ग तर त्यांना एकमेकांपासून दूर करण्यासाठी जणू टपलेलाच असतो!

हे टाळायचं कसं, हे स्पष्ट करताना गुरियन म्हणतात...

'प्रारंभीच्या काळात दोघंही एकमेकांना बदलण्याचा प्रयत्न करीत असतात, पण त्यातला व्यर्थपणा हळूहळू त्यांना जाणवू लागतो. यातूनच 'आपण दोघेही तसे बरोबरच आहोत' हा महत्त्वाचा (व दिलासाजनक) शोध त्यांना लागतो. स्त्रियांचं म्हणणं योग्यच असतं, नात्यामध्ये पुरेशी जवळीक नसेल तर नातं तुटू शकतं, पण पुरुषांचंही म्हणणं योग्य असतं, नात्यामध्ये परस्परांना पुरेशी मोकळीक नसेल तर नातं नकोसं होऊ शकतं. म्हणूनच जवळीक आणि मोकळीक यात समतोल साधावा लागतो.' या समतोलासाठी गुरियन यांनी अतिशय सुंदर शब्दप्रयोग केला आहे – इन्टिमेट सेपरेटनेस!

इन्टिमसी म्हणजे शेअरिंग आणि सेपरेटनेस म्हणजे स्पेस! सामंजस्य आणि तडजोड याप्रमाणेच जवळीक आणि मोकळीक हेही सुखी संसाराचे दोन आधारस्तंभ म्हणता येतील. तसे तर पती-पत्नी अगदी वर्षानुवर्षं एकमेकांच्या सोबतीनं राहत असतात, खूप काही गोष्टी दोघं मिळूनच करीत असतात... तरीही त्यांच्यामध्ये आवश्यक ते शेअरिंग होतंच असं नाही. किंबहुना शेअरिंग होत नसतं... ते करावं लागतं!

परस्परांच्या अडचणी समजून घेणं, त्या सोडविण्यासाठी मदत करणं, एकमेकांच्या कामात शक्य तितका सपोर्ट देणं – हे तर आहेच, पण याखेरीजही 'शेअरिंग' करावं असं खूप काही असतं. दोघांच्याही व्यक्तिगत आयुष्यात – जोडीदाराच्या पश्चात खूप काही घडत असतं. त्यातलं महत्त्वाचं, वेगळं, इंटरेस्टिंग असं काही जोडीदाराला सांगणं म्हणजे शेअरिंग. तुमचे विचार, भावना, कल्पना... जोडीदारासमोर वेळोवेळी व्यक्त करणं म्हणजे शेअरिंग.

'शेअरिंग'चा सर्वांत महत्त्वाचा लाभ म्हणजे तुमच्या जोडीदाराच्या मनात काय चाललंय, हे तुम्हाला सतत आणि वेळीच कळत राहतं. तुमचं सहजीवन 'ट्रॅक'वर सुरू आहे की नाही हे कळण्याचा सर्वोत्तम मार्ग म्हणजे... शेअरिंग!

तुम्ही मोठ्या हौसेनं मांडलेला डाव मोडू तर नयेच, उलट उत्तरोत्तर रंगतच जावा असं वाटत असेल तर 'शेअरिंग' व 'संवाद' ही त्यासाठी तुमच्या हाती असणारी दोन हुकूमी पानेच असतात. अर्थात शेअरिंगमध्येही तारतम्य हवंच. आपले लहान-मोठे प्रॉब्लेम्स, छोट्या-छोट्या चिंता... ह्या आपणच सोडवायच्या असतात. त्या तत्परतेनं जोडीदाराच्या कानी घालण्याची गरज नसते... किंबहुना घालूच नयेत.

'शेअरिंग' म्हणजे कटकटी वाटून घेणं नव्हे, 'शेअरिंग' हे उल्हासित करणारं, उमेद वाढवणारं असायला हवं, तरच त्याची गोडी वाटेल. 'शेअरिंग' हे फक्त शब्दांतूनच नव्हे, कृतीतूनही होत असतं. जोडीदाराला अगदी मनापासून आवडेल असं काही आवर्जून करत राहणं, त्याच्यासाठी खास असं एखादं गिफ्ट शोधून घेऊन येणं, अधूनमधून काही 'प्लेझन्ट सरप्राइजेस' देत राहणं... या साऱ्यामुळे नात्यातली गंमत टिकून तर राहतेच, पण ते फुलतही जातं. हे सारं मुद्दाम ठरवून का करायचं? त्यात कृत्रिमता येत नाही का – हे जर प्रश्न तुम्हाला पडत असतील तर एका वास्तवाचं तुम्हाला पुनश्च स्मरण करून द्यायला हवं – लग्न हे आपोआप यशस्वी होत नसतं,

यू हॅव टू मेक द मॅरेज वर्क! अर्थात जे करायचं ते मनापासून केलं... तर त्यात 'उत्स्फूर्तता'ही येतेच! एक लक्षात घ्या... लग्न यशस्वी करण्याची तंत्रं आपण समजून घेत आहोत. ही सारी तुम्ही लग्नानंतर नव्हे तर लग्नाअगोदरच जाणून घ्यायला हवीत. लग्नासाठी तुम्ही तयार (आणि पात्र) आहात का हे ठरवितानाच ते यशस्वी करण्यासाठी आवश्यक ते सारे प्रयत्न करायला तुमची तयारी आहे का, हेही पाहायला हवं... आणि नंतरच निर्णय घ्यायला हवा. तोच खरा जबाबदार आणि डोळस निर्णय ठरू शकेल, असो!

स्पेस कशासाठी?

कुठल्याही नात्यामध्ये जवळीक हवी, तशीच मोकळीकही हवी. 'शेअरिंग' हवं, तशीच 'स्पेस'ही हवी, परस्परांवर कितीही प्रेम असलं तरी. 'ज्यूली' चित्रपटातल्या या लोकप्रिय गीतात नेमकं तेच सूचित केलं आहे. 'इतना भी पास मत आना के दूर जाना मुश्किल हो, इतना भी दूर मत जाना के पास आना मुश्किल हो!' जवळीक आणि मोकळीक यांत नेहमीच समतोल साधायला हवा, अन्यथा 'इतुके आलो जवळ जवळ की जवळपणाचे झाले बंधन,' अशी अवस्था होऊ शकते. त्यातून लग्न हे तर मुळातच एक बंधन असतं, जरी ते स्वेच्छेनं, हौसेनं स्वीकारलेलं असलं तरी. त्यात स्थैर्य असतं, सुरक्षितता असते, आनंदही असतो – पण आयुष्यभराच्या बंधनाचा काहीसा काचही वाटू शकतो. 'पती-पत्नी म्हणजे संसाररथाची दोन चाके असतात,' हा आपल्याकडचा लाडका दृष्टान्त आहे. कितीही जुना असला तरी त्यात तथ्य आहेच. दोन्ही चाकं जोडलेली असतातच... पण त्यात पुरेसं अंतरही असावं लागतं. हे अंतर म्हणजेच स्पेस.

एक तर निश्चित, प्रत्येक गोष्टीला काही मर्यादा असते. 'शेअरिंग'लाही ती हवीच. लग्न म्हणजे जणू 'अन्डर वॉटर स्विमिंग' सारखं असतं. प्रदीर्घ काळ असं पोहत राहायचं तर अधूनमधून पाण्याबाहेर डोकं काढून श्वास तर घ्यायला हवा. 'स्पेस' ही त्या श्वासाइतकीच गरजेची असते. 'स्पेस' दिल्यामुळे 'शेअरिंग' मधली गोडी कमी होत नसते, उलट वाढतच असते. नेमकी कशासाठी हवी असते ही स्पेस? तर दोघांचेही आपापले असे खास मित्र असतात, मैत्रिणी असतात. लग्न झालं म्हणून पूर्वीचा मित्रपरिवार तोडता येत नसतो आणि का तोडायचा? तोही आनंदाचाच तर भाग असतो. अर्थात मित्र-मैत्रिणी म्हणजे फक्त गप्पाटप्पा नसतात, त्याखेरीजही खूप काही असतं. अशा मित्र-मैत्रिणींसोबतच्या 'शेअरिंग'मधून जोडीदाराला भावनिक आधार मिळत असतो, उमेद मिळत असते. त्यामुळे जोडीदारांनी कायम एकमेकांवरच अवलंबून राहण्याची गरज उरत नाही, हा या 'स्पेस'चा सर्वांत मोठा लाभ.

जोडीदाराचे स्वतःचे काही छंद असतात, आवडीनिवडी असतात, ॲक्टिव्हिटिज् असतात, तुम्हाला त्यात रस घेता आला तर उत्तमच, पण नाही घेता आला तरी जोडीदाराला त्यासाठी 'स्पेस' तर द्यायलाच हवी. तुमच्याशी लग्न केलं म्हणून त्यानं आपले वेगळे छंद गुंडाळून ठेवावेत अशी अपेक्षा तुम्ही करू शकत नाही. ज्या गोष्टीत जोडीदाराला आनंद आहे, अशा गोष्टींपासून त्याला वंचित का ठेवायचं? वंदना सुधीर कुलकर्णी म्हणतात त्याप्रमाणे,

'सहजीवनातली समृद्धी ही दोघांच्या मिळत्या-जुळत्या सांस्कृतिक अभिरूचीत, आवडी-निवडीत असते. एकत्रित वा स्वतंत्रपणे विविध कलांचा, छंदांचा

आस्वाद घेण्यात असते. एकमेकांच्या नावडीच्या गोष्टी शक्य तितक्या टाळून मनपसंतीच्या गोष्टी आठवणीनं करण्यात असते. आपापल्या क्षेत्रांतील कामाचा आनंद देत, घेत, प्रगती साधत, स्वतःचं असं व्यक्तिमत्त्व जपण्यात, फुलवण्यात व त्याच वेळी दुसऱ्याच्या व्यक्तिमत्त्वाची बूज राखण्यात असते. एकमेकांना स्पेस देत दोघांनीही 'वाढत' राहण्यात आणि नित्य वाढण्यातून संसार फुलवण्यात असते. लग्न म्हणजे एकमेकांना कायमस्वरूपी 'लटकणं' नव्हे. शक्य तितक्या गोष्टी जोडीनं करायच्या, जास्तीत जास्त अनुभव परस्परांसोबत घ्यायचे, पण तरीही प्रत्येकाला स्वतंत्रपणे फुलण्यासाठी, वाढण्यासाठी 'स्पेस' द्यायची. हा खरा 'लग्ना'चा अर्थ असतो. 'हेच खरं सहजीवन असतं.'

शेअरिंग किती करावं, स्पेस किती द्यावी... हे दोघांनीही परस्परसंमतीनं ठरवायला हवं... आणि अर्थातच ठरलेलं कटाक्षानं पाळायला हवं. तरीही शेवटी एका वाक्यात सांगायचं झालं तर असं सांगता येईल... **शक्य तितकं 'शेअरिंग' आणि आवश्यक तितकी 'स्पेस'!'**

यासंदर्भात पुन्हा एकदा 'लग्नाची गोष्ट' सदरातील काही जोड्यांचे अनुभव पाहता येतील, काही 'शेअरिंग'चे तर काही 'स्पेस'चे...

मृण्मयी देशपांडे–स्वप्निल राव

'अशी एकही गोष्ट नाही जी स्वप्निलनं मला सांगितलेली नाही किंवा माझ्याबद्दलची अशी एकही गोष्ट नाही... जी त्याला माहीत नाही. कामानिमित्त माझा सतत मुंबई-पुणे प्रवास सुरू असतो, बऱ्याच वेळा मी घरी नसते, पण आम्ही एकमेकांशिवाय फार दिवस लांब राहू शकतच नाही. तीन-चार दिवस झाले की काहीतरी अरेंजमेंट करतो आणि एकत्र राहतो, सगळं एकमेकांशी शेअर करतो.'

श्रद्धा–संग्राम समेळ

'श्रद्धाचं आणि माझं क्षेत्र वेगळं असलं तरी आम्ही एकमेकांशी खूप काही शेअर करीत असतो. आज सेटवर काय घडलं, कशी मजा आली किंवा आज कोणते सीन्स केले... हे सगळं तिला सांगत असतो. एखादी नवी भूमिका साकारायची असल्यास त्याबद्दलही तिचं मत जाणून घेतो. तीदेखील तितक्याच तन्मयतेनं ऐकते व प्रामाणिकपणे सल्ले देते.'

सई लोकुर–तीर्थदीप रॉय

'आम्ही प्रत्येक गोष्ट एकमेकांशी शेअर करतो तरीही एकमेकांना आपापली स्पेस देतो... छोट्या छोट्या गोष्टी एकमेकांसाठी करीत, एकमेकांना आनंदी ठेवण्याचा प्रयत्न करत असतो.'

अश्विनी शेंडे–जयदीप बगवाडकर

'आमच्या नात्यात 'संवाद' तर आहेच, पण एकमेकांच्या कामात, वैयक्तिक आयुष्यात आम्ही एकमेकांना पूर्ण स्पेस देतो. एकमेकांच्या कामाचा, एकमेकांच्या मतांचा आदर करतो आणि त्यामुळेच आमचं नातं छान फुलत गेलं आहे.'

चौथा कमरा

जोडीदाराला त्याच्या मित्र-मैत्रिणींसाठी वेळ देता यावा यासाठी स्पेस द्यायला हवी, हे आपण पाहिलं, पण त्यातही एक 'विशिष्ट स्पेस' असते – एक खास अशी स्पेस असते – ती स्पेस म्हणजेच 'चौथा कमरा'!

चौथा कमरा म्हणजे नेमकं काय?

सुनीती सु. र. आणि विनय या पती-पत्नींनी 'पुरुष स्पंदन'च्या दिवाळी अंकात ही कल्पना प्रस्तुत केली आहे, ती अशी –

'संपूर्ण आयुष्य जगत असताना एक माणूस एका माणसाला पुरू शकतो, असं नाही. प्रत्येक माणसाच्या शारीरिक, लैंगिक जीवनापलीकडेही आकांक्षा असतात. कधी कधी या गोष्टी जोडीदाराच्या आवडी-निवडीपेक्षा वेगळ्या असू शकतात. उदा. वाचनाची, वाचलेलं बोलायची आवड, लोकांमध्ये जाण्याची-न जाण्याची आवड... मग यासाठी आपण काही स्वातंत्र्य ठेवणार की नाही? हे स्वातंत्र्य म्हणजेच सहजीवनातला 'चौथा कमरा!' हा कमरा प्रत्येकालाच हवा आहे. मुख्य म्हणजे तो घराच्या तीन कमऱ्यांच्या बाहेर आहे, पण त्यालासुद्धा चार भिंती आहेत. चौथा कमरा म्हणजे नुसती मोकळीक, मनमानी नव्हे, तो विश्वासाचा कोपरा आहे...'

ढोबळमानानं चौथा कमरा म्हणजे नवऱ्याची विश्वासू, जवळची अशी मैत्रीण आणि बायकोचा असाच जवळचा विश्वासू मित्र. इतका विश्वासू, इतका जवळचा की त्याला 'सख्खा मित्र'च म्हणावं.

'सई' दिवाळी अंकासाठी जयश्री रावळेकर यांनी विविध क्षेत्रांतल्या नामवंत स्त्रियांना 'माझा सख्खा मित्र' या विषयावर बोलतं केलं होतं. साऱ्याच स्त्रिया अगदी मोकळेपणानं, भरभरून बोलल्या होत्या. ही त्यातली दोन उदाहरणं...

पहिलं आहे, मंत्रालयात 'जनसंपर्क अधिकारी' असलेल्या श्रद्धा बेलसरे यांचं. त्या म्हणतात, 'माझा सख्खा मित्र उल्हास हा माझा बालमित्रच आहे. एकत्र खेळणं, वाद घालणं, भांडणं यातून वैचारिक आणि भावनिक पातळीवर छानसं मैत्र जमलं पण तरी मैत्रीतून काही अपेक्षा निर्माण झाल्या नाहीत. त्यामुळे आमची मैत्री (खरं तर गट्टी!)

आजही तितकीच निखळ, निरागस व घट्ट आहे. तो चित्रकार आहे, तर मी कविता करते. त्यामुळे कलाक्षेत्र हाही आमच्या मैत्रीचा एक बेस आहे. अशा मैत्रीचा एकमेकांवर प्रभाव पडतोच. कोणत्याही गोष्टीकडे सकारात्मक दृष्टीनं बघण्याची त्याची सवय. कोणतीही कला ऑप्रीशिएट कशी करावी, सौंदर्यानुभव कसा घ्यावा हे मी त्याच्याकडूनच नकळत शिकले. आमच्या मैत्रीतून मला विश्वास, स्नेह तर मिळालाच, पण आत्मविश्वासही मिळाला.'

हे दुसरं उदाहरण आहे, कणखर राजकीय व्यक्तिमत्त्व अशी ओळख असलेल्या आमदार सूर्यकांता पाटील यांचं. त्या म्हणतात, 'मी लग्न झाल्यानंतर, मुलं झाल्यानंतर जिद्दीनं पुन्हा कॉलेजमध्ये प्रवेश घेतला. कॉलेजमध्येच... माझ्यापेक्षा सात वर्षांनी लहान असलेला एक मुलगा माझा मित्र बनला. मित्र म्हणजे 'जिवाभावाचा सखा' बनला. तो दक्षिणेकडचा असूनही मराठी अस्खलित बोलायचा. माझ्यामुळे त्याला मराठी साहित्याची गोडी लागली. तो मला नेहमी म्हणतो, 'आपल्या मैत्रीमुळे मी एक चांगला वाचक व चांगला माणूस बनलो.' अर्थात हा त्याचा मोठेपणा आहे.

आम्ही जसे राजकारण, व्यवसायातील अडचणींसंदर्भात चर्चा करतो. तसंच घरातल्या सुखदुःखांबाबतही बोलतो. आमच्या चर्चा होतात, तसेच वादही होतात, पण त्यामुळे मैत्रीत कधीही तणाव निर्माण होत नाहीत. कुठलीही गोष्ट आम्ही मनमोकळेपणानं बोलतो. शेअर करतो. मला वाटतं, स्त्री-पुरुषांची मैत्री अधिक घट्ट असते. मैत्रिणीशी बोलताना एखादी गोष्ट हातची राखून सांगू, पण पुरुष मित्राला विश्वासानं मनाच्या कोपऱ्यातली गोष्टही सांगितली जाते. मैत्री निखळ असेल तर ते गुपित गुपितच राहतं. अशा मैत्रीला एक प्रकारची डेप्थ असते...

आता तर आमची कौटुंबिक पातळीवरची मैत्री झाली आहे, समाजाचा अशा मैत्रीकडे बघण्याचा दृष्टिकोन आजही निकोप नाही, पण माझा स्वभाव बंडखोर आहे. लोकांकडे किती प्रमाणात लक्ष द्यायचं, त्यांना काय वाटतं, याचा किती विचार करायचा, ते आपणच ठरवायचं असतं. मैत्र म्हणजे मैत्र असतं... मग ते स्त्री-पुरुष, स्त्री-स्त्री, पुरुष-पुरुष असं वेगळं का मानायचं?'

ही मैत्री अर्थातच पूर्णतः निकोप, निखळ असायला हवी, तशी ती असू शकते. स्त्री-पुरुष म्हटल्यावर 'लैंगिकता अपरिहार्य' असा ठोकताळा इथे मानलेला नाही. स्त्री-पुरुष मैत्रीला लैंगिकतेखेरीज अनेक पैलू असतात, अनेक संदर्भांमध्ये ती आकाराला येऊ शकते. अशा शक्यता खुल्या मनानं शोधत जाणं म्हणजे 'चौथा कमरा' उभा करणं. हा चौथा कमरा खरंच एवढा महत्त्वाचा असतो काय? असेल तर तो कशामुळे? त्यामागची भूमिका थोडक्यात अशी आहे... लग्नसंस्थेचे महत्त्वाचे फायदे सर्वजण मान्य करतात, पण तिच्यात काही दोषही आहेत. स्त्रियांना ती खूपच बंधनं घालणारी आहे, याविषयी फारसं दुमत नाही.

पण या सर्व दोषांसह ती वर्षानुवर्षं टिकून आहे. वैयक्तिक, सामाजिक स्थैर्यासाठी ती टिकावी, अशीच बहुसंख्यांची इच्छा आहे, असंही म्हणता येईल. त्रास होतो तो आयुष्यभर एकाच व्यक्तीशी बांधिलकी असण्याच्या करकचलेपणाचा. लग्नसंस्थेवर होणारी बहुतेक सर्व टीका ही तिच्या लवचीक नसण्यामुळे होत असते. लग्नसंस्था अधिकाधिक लवचीक व्हायला हवी, ही आज सर्वांची अपेक्षा नव्हे, तर काळाची गरज आहे.

'चौथा कमरा' ही कल्पना विवाहसंस्था लवचीक होण्यासाठी फार मोठं योगदान देऊ शकते. अर्थात नवऱ्याला कुणी खास मैत्रीण असणं किंवा बायकोला कुणी जवळचा मित्र असणं... यातून पती-पत्नी संबंधांमध्ये तणाव निर्माण होऊ शकतो, परस्परांमधील विश्वासाला तडा जाऊ शकतो. अगदी खरंय... पण तो विश्वास तकलादू असेल तर! प्रत्यक्षात परस्परांबद्दल मनोमन पूर्ण विश्वास असेल तर पती-पत्नींची ही घराबाहेरची खास मैत्री अत्यंत उपयुक्त ठरू शकते.

याबाबतीत पुरुष मंडळींना बरंच स्वातंत्र्य असतं. काही पुरुषांना अशी सख्खी मैत्रीण असतेही, तिच्याशी त्यांचं नातं निकोपही असतं. पण यासंदर्भात ते पुरेसे व्यवहारी आणि धोरणी असतात. पत्नीचा एकूण स्वभाव, वृत्ती याचा विचार करून ते अशा मैत्रीचा पत्नीला पत्ताही लागू देत नाहीत. विवाहित स्त्रियांना असं 'धोरणी' वागणं अवघड असतं. त्याची अनेक कारणं सांगता येतील, पण ते इथे महत्त्वाचं नाहीय. महत्त्वाचं आहे ते स्त्रियांनी आपला हा मैत्रीचा हक्क बजावणं. एका बाजूला विवाहसंस्था टिकून राहावी असं वाटत असेल आणि दुसऱ्या बाजूला स्त्रीनं अधिक स्वतंत्र व्हावं, मुक्त व्हावं असंही वाटत असेल तर अशा निकोप, निखळ मैत्रीची संधी हा एक उत्तम पर्याय ठरू शकतो, एक पुढचं पाऊल ठरू शकतं.

'मैत्रीचा कोपरा' या लेखात अपर्णा देशपांडे यांनी दिलेलं हे एक उदाहरणही खूपच 'बोलकं' आहे. 'नीरजा ही माहितीतंत्रज्ञान कंपनीतील व्यवस्थापन अधिकारी, ती स्वतः अर्थातच सुशिक्षित, सुजाण व कर्तबगार... तरीही तिचं लग्न ठरत होतं तेव्हा ती स्वतः बरोबर प्रणवला – तिच्या बालमित्राला घेऊन गेली. तिला नेमका जोडीदार कसा हवा याचे छोटे छोटे तपशील तिच्या स्वतःपेक्षा आणि तिच्या आई-वडिलांपेक्षा प्रणवला जास्त माहिती होते. त्याच्या नजरेतून तिला आपल्या जोडीदाराला पारखायचं होतं. प्रणवचं तिच्या आयुष्यातलं स्थान तिनं प्रथमच स्पष्ट केल्यामुळे कसले प्रश्न आले नाहीत. लग्नानंतरही तिची मैत्री टिकून राहिली. हा समतोल ती आजही नीट राखते आहे. मौज अशी की कधी ती अस्वस्थ/संभ्रमात असली तर नवराच तिला सुचवतो, 'तू प्रणवशी का बोलत नाहीस?' '

तात्पर्य, 'तीन कमऱ्यांच्या संसाराला हा चौथा कमरा 'सपोर्ट'च ठरू शकतो... नव्हे ठरतोच!!'

डाव मोडू नको

हे तर निश्चित, आजच्या तरुणाईचं नोकरी, व्यवसाय, करिअरला कुटुंबापेक्षा प्राधान्य आहे. त्यांचा अग्रक्रम निश्चितच बदलला आहे. तरीही तरुण पिढी कुटुंब आणि लग्नाला पूर्णपणे नकार देत नाहीय. त्यातून मिळणारं स्थैर्य आणि सौख्य हेही त्यांना हवंच आहे. दोन्हींची सांगड कशी घालायची हा मात्र त्यांच्यापुढे मोठाच प्रश्न आहे. आजच्या गतिमान जीवनशैलीमुळे लग्नातील विसंवादाचं प्रमाण वाढतं आहे.

शोभा डें च्या शब्दांत सांगायचं तर 'नातिचरामिची शपथ घेऊन सहजीवनाची सुरुवात करणाऱ्या प्रत्येक नवपरिणीत जोडप्यांच्या नजरेसमोर एक सुंदर स्वप्न असतं... जन्मजन्मांतरीच्या अखंड सहवासाचं, एकमेकांच्या कुशीतच जगण्या-मरण्याचं! अखेरच्या श्वासापर्यंत साथ निभावण्याची वचनं घेत स्त्री-पुरुष एकत्र येतात. नव्या उमेदीने नवा संसार थाटतात... पण दुर्दैव! ही उमेद पुढे टिकत नाही. बंध काचतात, श्वास घुसमटतो... नव्या नात्याची नवलाई बघता बघता ओसरते आणि नुकताच मांडलेला अर्धा-मुर्धा डाव उधळून जो तो आपापल्या वाटेने निसटून जायला पाहतो.'

हे टाळता येईल का? असे उधळणारे डाव वेळीच सावरता येतील का? 'होय,' असंच सर्व विवाह/कुटुंब समुपदेशक अगदी एकमुखानं सांगत असतात. सगळेच जरी नाही तरी बहुसंख्य मोडू पाहणारे संसार सावरले जाऊ शकतात. हा केवळ आशावाद नव्हे, हे त्यांचे अनुभवाचे बोल आहेत. स्मिता प्रकाश जोशी 'अर्थ नात्यांचा'मध्ये म्हणतात,

'पती-पत्नीच्या नात्यांमध्ये काही वाद किरकोळ स्वरूपाचे असतात, तर काही वाद गंभीर स्वरूप धारण करतात. नात्याला तडे जाण्यापर्यंतही वाद जातात, पण वादाचं मूळ कारण शोधून काढलं, संयम दाखवला तर ते मिटवण्यासाठी प्रयत्न करता येतात. संसारामध्ये सगळ्या गोष्टी आपल्या मनाप्रमाणे घडत नाहीतच, त्यामुळे तडजोड करावी लागते. खरं तर अशा अनेक तडजोडी आपण करत असतो, परंतु लग्नामध्ये मात्र या तडजोडी करण्याकडे कल कमी असतो. थोडंसं मनाविरुद्ध झालं की थेट लग्न मोडण्यापर्यंत मजल जाते, पण लग्न मोडणं हा पर्याय योग्य असतोच असं नाही. कारण त्यानंतरही आयुष्यात अनेक तडजोडी कराव्या लागतात. त्यामुळे लग्न टिकवून ठेवत तडजोड करणं योग्य की लग्न मोडून तडजोड करणं योग्य, हे ज्याला त्यालाच ठरवावं लागतं.'

कुटुंब समुपदेशक शीला वैद्य म्हणतात, 'हल्ली घटस्फोटाकरता न्यायालयात जाणारी किती तरी मुले-मुली क्षुल्लक कारणावरून भांडताना दिसतात. मुलीचं म्हणणं, 'माझा नवरा त्याच्या आईचं ऐकतो. नेहमी तिचीच बाजू घेतो. मी का हे सहन करू?'

हे झालं एकत्र कुटुंबातील. पण जे घरात दोघेच राहतात तेही भांडतात, 'तू हे काम करत नाहीस, तू ते करत नाहीस,' असे एकमेकांवर आरोप करीत असतात. सर्व कामांना मशीन असले तरी ते लावायचे कुणी यावरूनही भांडणे होतात. मूल आजारी पडले तर सुटी कोण घेणार, रात्री रडले तर कोण बघणार... यावरूनही भांडणं होतात. संसार आपला आहे, तो पेलण्याची जबाबदारी दोघांची आहे, हे वास्तव स्वीकारलं तर डाव मोडणार नाहीत. 'वेगळं नाही व्हायचंय मला...' असा निर्धार केला तर ती गोष्ट अशक्य नाही. विवाहपूर्व आणि विवाहोत्तर समुपदेशनातून अशा निर्धाराला बळकटी येऊ शकते. करिअरमध्ये यशस्वी होण्यासाठी आजची तरुण मुलं इतकी झगडत असतात तीच जिद्द सहजीवन यशस्वी करण्यासाठी का दिसू नये?'

आणि अखेरीस या संदर्भातला हा एक विलक्षण किस्सा! काहीसा अविश्वसनीय वाटावा असाच आहे तो. गौरी कानिटकर यांच्या 'अनुरूप' संस्थेकडे नाव नोंदणी करण्यासाठी एक घटस्फोटित तरुणी आली होती. घटस्फोटाचं कारण फारसं काही वेगळं नव्हतं, 'नाही जमलं आमचं' एवढंच. गौरीताईंनी तिला वराविषयीच्या अपेक्षा विचारल्या. त्या अतिशय लक्षपूर्वक ऐकल्यानंतर गौरीताईंनी म्हटलं, 'तुझ्या अपेक्षा ऐकल्यानंतर जे एक स्थळ मला तुझ्यासाठी अगदी सुयोग्य वाटतं त्याची माहिती मी तुला देते. त्या तरुणाचाही तुझ्याप्रमाणेच घटस्फोट झाला आहे.' गौरीताईंनी त्या तरुणाचं नाव व त्याची माहिती समोर ठेवली, तसे त्या तरुणीचे डोळे विस्फारलेच. तिचा विश्वासच बसेना. ज्याच्याशी लग्न करून तिनं घटस्फोट घेतला होता, त्याच तरुणाचं स्थळ होतं ते. गौरीताई स्वतःही चकित झाल्या. पण नंतर त्यांनी म्हटलं, 'ज्या अर्थी नेमकं हेच स्थळ मला सुचवावंसं वाटलं त्या अर्थी तुम्ही दोघे खरोखरच अनुरूप आहात. मी तर असं सुचवेन की तुम्ही दोघांनी पुन्हा एकदा भेटावं व नव्यानं विचार करावा.' तरुणी तयार झाली तसा, गौरीताईंनी त्या तरुणालाही फोन करून जे झालं ते सांगितलं. त्यांनीही पुन्हा भेटण्याची तयारी दर्शवली.

तात्पर्य – कागदोपत्री अनुरूप असणारे प्रत्यक्षातही अनुरूप ठरू शकतात. फक्त त्यासाठी अहंकाराला आळा, सामंजस्य आणि तडजोडीची तयारी हवी. ती असेल तर 'अध्यावरती डाव मोडला, अधुरी एक कहाणी' असं म्हणण्याची वेळ नक्कीच येणार नाही. एक तर निश्चित, आयुष्य आनंदानं जगण्यासाठीच असतं... पण 'लग्न' काय किंवा 'आयुष्य' काय... काहीच 'कॅज्युअली' घ्यायचं नसतं!

लेखक परिचय

शिवराज गोर्ले

शिक्षण : एम.ए. (अर्थशास्त्र), एम.बी.ए.

- प्रारंभी फिलिप्स, किर्लोस्कर अशा नामांकित कंपन्यांमध्ये 'एक्झिक्युटिव्ह' पदावर काम. नंतर कॉर्पोरेट करिअर सोडून पूर्ण वेळ लेखन करण्याचा धाडसी निर्णय. गेली ४० वर्षे विविध माध्यमांतून चुतरस्र लेखन.

- *कुर्यात सदा टिंगलम्* (१२०० प्रयोग), *गोलमाल* (७०० प्रयोग), *बुलंद, अनैतिक, कुर्यात पुन्हा टिंगलम्, नवरा सांगा कुणाचा, भांडा 'सख्य' भरे* अशी अनेक गाजलेली नाटके.

- *थरथराट, खतरनाक, बाप रे बाप, धुमाकूळ, बंडलबाज, धांगडधिंगा, सूडचक्र, सवाल माझ्या प्रेमाचा, चिमणी पाखरं* अशा अनेक सुपरहिट चित्रपटांचे पटकथा-संवाद लेखन. *'घरकुल'* ही लोकप्रिय दूरदर्शन मालिका.

- *'मजेत जगावं कसं?'* या पुस्तकानं प्रकाशन विश्वात विक्रम नोंदवला. अवघ्या नऊ दिवसांत २००० प्रतींची विक्री. आजवर ३५,०००हून अधिक प्रतींची विक्री. त्यानंतर *'मस्त राहावं कसं?', 'यशस्वी व्हावं कसं?', 'निर्णय घ्यावा कसा?', 'कसा कराल व्यक्तिमत्त्व विकास?', 'तुम्ही बदलू शकता', 'बदला तुमचं भविष्य', 'माणसं जोडावी कशी?', 'सुजाण पालक व्हावं कसं?', 'मुलं शिकतात कशी?'* अशी अनेक बेस्टसेलर पुस्तके. *'मजेत जगावं कसं?'*चा हिंदी अनुवाद *'जियो तो ऐसे जियो'* लवकरच प्रकाशित होतो आहे.

- *कशासाठी यशासाठी, घडवा स्वतःला... फुलवा स्वतःला, माझ्या प्रिय मुला* हे किशोर साहित्य.

- *'आयुष्य – आनंदाचा उत्सव'* हा धडा इ. १२ वीच्या मराठी पाठ्यपुस्तकात समाविष्ट.

- *शोधार्त, दुरंगी, सर्व 'स्व', माणूस हवा आहे, एका कल्पनेची आत्मकथा, मी कमलेश कोठुरकर...* अशा लोकप्रिय कादंबऱ्या.

- *नग आणि नमुने, सांगकामे ओनामे, गोलेंगिरी, पहिला चहा, खिल्लम्खिल्ली, मेख, फिट्टमफाट, हलकंफुलकं, मिळवाजुळवी* ही गाजलेली विनोदी पुस्तके.

- मराठी साहित्य परिषद, नाट्य परिषद, मराठी तत्त्वज्ञान परिषद व राज्य शासनातर्फे विविध पुरस्कार, *'मजेत जगावं कसं?'* या विषयावर महाराष्ट्रभर शेकडो व्याख्याने. त्याशिवाय *'लेखन कौशल्यं'* व *'कल्पकता विकास'* या कार्यशाळांचे आयोजन.

9 788119 311750